Công ty Cổ phần Sách và Truyền thông Quảng Văn
rất mong nhận được góp ý của bạn đọc
Mọi ý kiến xin gửi về Email: publication.qv@gmail.com

Quảng Văn
www.quangvanbooks.com

Hợp đồng xuất bản được ký giữa Công ty Cổ phần Sách và Truyền thông Quảng Văn với tác giả Nhân Hải Trung.

Bản quyền bản tiếng Việt *Nữ hoàng & kẻ cướp* © Công ty Cổ phần Sách và Truyền thông Quảng Văn 2012.

Biên mục trên xuất bản phẩm của Thư viện Quốc gia Việt Nam

Nhân Hải Trung

Nữ hoàng & kẻ cướp : Tiểu thuyết / Nhân Hải Trung ; Đỗ Mai Dung dịch. - H. : Văn học ; Công ty Sách và Truyền thông Quảng Văn, 2012. - 431tr. ; 21cm

ISBN 9786046902218

1. Văn học hiện đại 2. Tiểu thuyết 3. Trung Quốc

895.1 - dc14

VHE0038p-CIP

Bản quyền: Hân Ngọc
Biên tập Quảng Văn: Phương Linh - Minh Minh

Nhân Hải Trung

"Ren, Haizhong"

Đỗ Mai Dung *dịch*

NHÀ XUẤT BẢN VĂN HỌC

Có thể kết quả và mong muốn không giống
nhau, nhưng khi tình yêu đến, vẫn nên thử.

Có thể rất nhanh hoặc rất lâu sau đó sẽ hối hận,
nhưng khi tình yêu đến, vẫn nên thử.

Có thể chẳng ai là của ai mãi mãi, nhưng khi
tình yêu đến, vẫn nên thử.

Không phải là mưu cầu mọi sự hoàn mỹ không
thiếu sót, chẳng qua là vì chúng ta chỉ có thể
sống với hiện tại.

Trân trọng dành tặng cuốn sách này cho những
ai đang chùn bước trước tình yêu.

Dẫn truyện: - Nữ hoàng chính là Nữ hoàng

Cô chính là Diệp Tề Mi, một luật sư thuộc đẳng cấp "Nữ hoàng" nổi tiếng cả nước. Sự xuất hiện của cô khiến tất cả những người có mặt trong phòng xử án đều phải giật mình, vẻ nho nhã và khí thế đó khiến người khác không thốt lên lời.

Dưới hàng ghế dành cho người tới tham dự phiên tòa chỉ lác đác mười mấy người ăn mặc hết sức bình thường, luật sư của bị cáo đứng dậy sau bàn biện hộ trình ra trước mặt thẩm phán một cuốn sổ ghi chép màu đen.

"Thưa tòa, đây là những chi phí được thân chủ tôi ghi chép lại sau khi quen biết với nguyên cáo, đủ để chứng minh thu nhập của nguyên cáo chỉ đủ chi trả chi phí sinh hoạt hàng ngày của chính mình, vì vậy tất cả những tài sản cố định sau khi kết hôn của gia đình đều do thân chủ tôi bỏ tiền ra mua, nguyên cáo không có tư cách đòi thêm bất cứ một khoản bồi thường ngoài quy định nào nữa. Tất cả ghi chép đều kèm theo hóa đơn gốc, bên nguyên có thể tiến hành xác thực bằng chứng trước tòa".

Cuốn sổ ghi chép màu đen đó còn chưa kịp được đưa tới tay của thư ký tòa thì đã bị nguyên cáo kích động giật lấy, một người phụ nữ đầu tóc rối bù, thoạt nhìn khoảng gần bốn mươi, khuôn mặt không còn lưu lại chút dấu vết nào của tuổi thanh xuân.

Đôi tay run rẩy lật cuốn sổ dày cộp được ghim kèm từng xấp hóa đơn, mới xem trang đầu tiên, giọng chị ta như vỡ òa ra:

"Tháng hai năm 1998, hoa hồng đỏ bốn mươi sáu tệ, taxi hai mươi mốt tệ, vé xem film…, Trần Đại Phương, đây là cái gì?".

Người đàn ông ngồi đối diện khuôn mặt vô cảm, ông ta mặc một bộ vest màu đen thẳng thớm, đầu tóc cắt tỉa gọn gàng, lạnh nhạt nhìn người phụ nữ nói:

"Trí nhớ của cô có vấn đề à?".

Diễn biến trở lên kì lạ lý thú, những người tới tham dự phiên tòa đều sửng sốt, trong phòng xử án chỉ có tiếng trang giấy bị lật giở bởi đôi bàn tay run rẩy, cuối cùng một tờ hóa đơn trông còn khá mới rơi xuống, có tiếng khóc rống lên: "Đây là cái gì! Đến quà sinh nhật anh mua cho con gái cũng mang ra tính toán với tôi sao?".

"Đã nói là cùng nhau nuôi dưỡng, cô đừng nhầm lẫn". Giọng nói hết sức lạnh lùng. Một bóng người nhỏ bé ở hàng ghế dưới vùng đứng dậy giằng khỏi tay bà ngoại chạy lên phía trước ôm chặt lấy người phụ nữ:

"Mẹ, mẹ đừng khóc, mẹ ơi, mình về nhà đi mẹ".

"Đợi một chút".

Giữa lúc ồn ào hỗn loạn ấy một giọng nữ trong trẻo và rất dễ nghe cất lên, giọng nói rõ ràng, đầy uy lực nhưng lại rất ngọt ngào, khiến người ta nghĩ ngay tới món nước mía mát ngọt giữa ngày hè.

Cô cầm cuốn sổ ghi chép màu đen, lật nhanh vài trang, sau đó nắm chặt trong tay. Cô mặc một chiếc áo vest màu đen bó sát, đôi chân dài, thẳng lộ ra dưới chân váy, vòng hai nhỏ gọn, những bước chân tiến về phía trước uyển chuyển, dứt khoát.

Chỉ vài bước cô đã đứng trước mặt thẩm phán, khuôn mặt trái xoan hơi hất lên, đôi lông mày nhướn lên đầy khiêu khích khiến người ta liên tưởng tới hình ảnh phượng hoàng sải cánh. Cô chính là Diệp Tề Mi, một nữ luật sư thuộc đẳng cấp "Nữ hoàng" nổi tiếng trong nước. Sự xuất hiện của cô khiến tất cả những người có mặt trong phòng xử án đều phải giật mình, vẻ nho nhã và khí thế đó khiến người khác không thốt lên lời. Ngài thẩm phán đáng thương cả đời chỉ ru rú trong tòa án nhỏ ở thành phố bé xíu này đã bao giờ gặp tình huống như vậy đâu, ông ta sợ quá vội lùi lại phía sau một chút.

Cô về quê tế Tổ, ngẫu nhiên gặp hai mẹ con đáng thương này, nghe nói họ còn có họ hàng xa với mẹ. Thối nát y như vụ án Trần Thế Mỹ, có thể cùng chung hoạn nạn nhưng không thể cùng hưởng phúc, người đàn ông phụ bạc đã vui với niềm vui mới mà vứt bỏ người vợ tào khang, chuyển toàn bộ tài sản sang tên mình, giờ tới chút tiền bồi thường cũng định quỵt nốt.

9

Cô là người chuyên thụ lý những vụ li hôn, gặp nhiều rồi, người khác thì cho rằng đúng là thảm kịch nhân gian, nhưng với cô thì dễ như trở bàn tay, không ngờ kẻ vô lại kia còn giấu một cuốn sổ ghi chép mà người khác nghe nói thôi cũng phải sởn da gà.

Bao nhiêu năm như vậy, cũng phải, loại người ki bo chỉ biết tư lợi cho bản thân như thế có thể không giàu được sao?

Loại đàn ông không giống người cô gặp nhiều rồi, nhưng bỉ ổi tới mức này thì đúng là lần đầu tiên, liếc mắt về phía hai mẹ con người phụ nữ đang ôm nhau khóc lóc, kẻ đầu gối tay ấp mười năm giờ đột nhiên biến thành một tên quái vật xa lạ, cú sốc ấy khó có thể vượt qua ngay được.

"Thưa tòa, thứ này tôi đã xem qua rồi". Cô quay đầu lại nói tiếp.

"Vậy sao, vậy luật sư Diệp thấy…".

Các án dân sự trong thành phố này, vụ nào chẳng có kết luận từ sớm? Vài tuần trước khi phiên tòa được mở Trần Đại Phương đã tới gặp và có lời với chánh án, hôm nay cũng chỉ là xét xử cho có lệ, sao đột nhiên lại chui ở đâu ra cô Diệp Tề Mi này chứ?

Viên thẩm phán đổ mồ hôi ròng ròng, sớm biết thế này thì đã cáo bệnh nghỉ phép từ trước.

"Đều là hoá đơn gốc, tất cả đều là thật". Cô gật đầu, khẳng định.

Há? Đơn giản vậy thôi sao? Yên tâm rồi, "Vậy tôi sẽ đưa ra phán quyết cuối cùng".

"Khoan đã".

Diệp Tề Mi lại lên tiếng. Vừa bình tĩnh một chút thì lại bị làm cho sợ thót tim, thẩm phán đưa tay lau mồ hôi.

Bị cáo ném về phía ông ta những ánh nhìn kì quái, lũ ngu ngốc không hiểu chuyện như các người thì biết gì? Người đang đứng trước mặt ông ta là Diệp Tề Mi - một nhân vật tiếng tăm nổi như cồn trong giới tư pháp, từ lúc vào nghề cho tới nay đều thụ lý những vụ li hôn lớn của các doanh nhân giàu có, bao nhiêu nhân vật chỉ giậm chân một cái cũng khiến cả nước chao đảo đã phải tổn thất cực kì nặng nề dưới tay cô ta!

Nghe nói giờ bạn bè của cô ta đều là những phụ nữ giàu có đã li hôn.

Đáng kinh ngạc hơn cả là nghe nói vụ nào cô ta cũng đều chiến thắng dễ dàng là vì có mối quan hệ đáng ngờ với một nhân vật tầm cỡ trong bộ Tư pháp - với một luật sư có đẳng cấp khác biệt thế này, một thẩm phán nhỏ như ông có thể làm được gì?

Không thèm để ý tới tâm trạng phức tạp của vị thẩm phán kia, Diệp Tề Mi quay người bước tới trước bàn bị cáo, hai tay chống lên bàn, cúi xuống nhìn Trần Đại Phương.

Ái chà, nhìn gần thế này mới thấy, nữ luật sư kì lạ này trông cũng bắt mắt đấy, vẻ mặt vô cảm của Trần Đại Phương bắt đầu có sự thay đổi.

"Ông Trần, tôi cũng có thứ này cho ông xem".

11

Ra hiệu cho trợ lý của mình mang lên, cô đưa tay đón lấy tập tài liệu đặt trước mặt ông ta, còn tốt bụng mở ra giúp.

"Đây là cái gì?". Trần Đại Phương cúi đầu nhìn, mới liếc qua trang đầu tiên ông ta đã sợ hãi đứng bật dậy, vội gập vào, "Cô có ý gì?".

"Ông Trần". Giọng nói của cô rõ ràng, đầy uy lực, dù đã nói nhỏ hết mức nhưng ông ta vẫn nghe không sót từ nào:

"Phán quyết ngày hôm nay ông nhất định sẽ cảm thấy rất thỏa mãn, nhưng lần gặp tiếp theo của chúng ta ở tòa sẽ là vì tội trùng hôn, tự ý chuyển đổi tài sản sau hôn nhân của ông, còn rất nhiều những vấn đề linh tinh khác nữa, có cần tôi giải thích từng trang ngay tại đây cho ông nghe không?".

Hai người nói với nhau bằng giọng rất nhỏ, những người ngồi dưới đều không hiểu chuyện gì đang xảy ra, rất nhiều người còn đứng lên nhìn. Luật sư của Trần Đại Phương đi tới giơ tay định lấy tập tài liệu đó lên xem nhưng bị ông ta giữ lại, mồ hôi của ông ta túa ra như tắm, đèn trong phòng xử rất sáng, soi rõ từng giọt mồ hôi trên trán ông ta.

"Thưa tòa", cuối cùng thì Trần Đại Phương cũng bật ra được hai tiếng, mặt ông ta đầy mồ hôi như vừa được lôi từ dưới nước lên. Ánh mắt của tất cả mọi người trong phòng xử án đều tập trung vào ông ta, còn ông ta lại nhìn cô gái xinh đẹp với vẻ mặt hết sức điềm tĩnh đang đứng trước mặt mình, giọng đứt quãng như nói không ra hơi: "Đừng ra phán quyết vội, tôi muốn được hòa giải ngoài tòa án".

Chương 1

Nụ cười buổi đầu gặp gỡ

Phụ nữ sau khi kết hôn không có nhiều lựa chọn, hoặc là giả vờ thông minh, hoặc là giả vờ ngu ngốc, giả vờ thông minh thì bị lừa dối, giả vờ ngu ngốc thì chấp nhận bị lừa dối, cả hai trường hợp đó đều rất thảm. Nếu đối phương đến việc che giấu cũng không muốn làm thì có cần phải tiếp tục duy trì cuộc hôn nhân ấy nữa không?

Thành Chí Đông buồn ngủ kinh khủng, ly rượu mà anh đang cầm trên tay lại một lần nữa đụng cốp một cái xuống mặt kính đen sáng loáng trên quầy bar.

Đây đã là lần thứ bao nhiêu trong tối nay rồi? Anh giật mình bừng tỉnh, dứt khoát đứng dậy, quyết định phải tự cứu mình.

"Andy, mình phải đi đây".

Anh bạn ngồi bên cạnh uống tới mức hai mắt đỏ gay, hay là khóc? Ai thèm quan tâm. Nhưng giờ nhìn thấy anh

13

sắp đi, anh ta lập tức đưa tay ra tóm chặt lấy anh, "Chí Đông, đừng đi, nghe mình nói đã...".

"Mai mình còn phải bay tới Thượng Hải".

"Đừng có nhắc đến Thượng Hải với mình! Cô gái đó, cô gái đó... Không được, hôm nay cậu phải uống với mình một trận thật say, nhất định phải thế!".

Mặc dù anh được sinh ra ở nước ngoài, nhưng từ nhỏ gia đình dạy dỗ rất nghiêm khắc, do vậy tiếng phổ thông cũng không tồi. Nghe nói Trung Quốc có một người phụ nữ hết sức nổi tiếng tên là thím Tường Lâm[*].

Bực bội đưa tay lên cào tóc, Thành Chí Đông giơ ngón tay ngoắc cậu bồi bàn gần đấy.

"Anh cần gì ạ?".

"Mang cho tôi một cốc nước lạnh". Cậu bồi bàn lập tức quay đi.

"Đợi đã". Anh gọi cậu ta lại, "Không cần nước lạnh nữa, mang Whisky đến đây".

"Một ly ạ? Thêm đá không thưa anh?".

"Không đá, mang cả chai ra đây". Anh vỗ vỗ vai Andy, trên mặt nở nụ cười tốt bụng, "Uống đi, người anh em, hôm nay tôi sẽ cho cậu say chết luôn".

(*) Nhân vật trong tiểu thuyết *Lễ cầu phúc* của Lỗ Tấn, ngày nay thường được ví với những người thích kể lể.

Cuối cùng Andy tử trận, lúc đưa anh ta về nhà vẫn còn ri rỉ khóc:

"Chí Đông, lần này mình đúng là quá thảm".

"Người ta đã sống với cậu ba năm".

"Đến cổ phần trong công ty cũng bị chia đôi…".

"Cindy chẳng phải đã có con với cậu, sống chết cũng không chịu li hôn cơ mà, thật quá đột ngột". Chí Đông không hiểu.

"Làm sao mà mình biết được". Cậu ta bắt đầu líu lưỡi, đau khổ vỗ ngực, đột nhiên hung tợn nói, "Mình biết rồi!".

Chí Đông giật mình, cũng may khu chung cư nhà Andy đã ở ngay trước mặt: "Đến rồi".

Andy như không nghe thấy, nghiến răng nghiến lợi dằn từng tiếng: "Đều tại cái cô luật sư đáng chết Diệp Tề Mi kia, sau khi quen cô ta Cindy như biến thành người khác, cô ta, cô ta…".

"Thím Tường Lâm" lại xuất hiện, đồng hồ trên xe cho thấy đã rạng sáng, chuyến bay của anh cất cánh lúc tám giờ, hay là cứ thẳng tay đánh cho anh ta bất tỉnh luôn? Thành Chí Đông suy nghĩ rất lung.

"Diệp Tề Mi, tôi nguyền rủa cô, nguyền rủa cô…".

"Rầm". Thế giới yên tĩnh trở lại.

Bỏ hung khí trên tay xuống, Thành Chí Đông nhẹ nhõm kéo người anh em đã bất tỉnh ra khỏi xe.

Tất cả đều do cậu tự gây ra đấy chứ, kết hôn để làm gì? Cứ độc thân như mình đây có phải vui vẻ không, còn hạnh phúc hơn cả thần tiên. Một vài người đúng là nghĩ không thông, Trung Quốc có câu nói thế nào nhỉ? Phải rồi, người tự gây ra nghiệp chướng thì khó sống.

Khi Thành Chí Đông tới văn phòng ở Thượng Hải, thư ký đã ôm tài liệu đứng đợi ở cửa thang máy: "Tổng giám đốc Thành, mọi người đều đang đợi anh".

Bước vào phòng họp thấy mọi người ai cũng tỏ ra căng thẳng, Thành Chí Đông than thầm trong lòng, tại sao lại phải sợ mình như thế?

Thực ra anh tự cảm thấy con người mình cũng không tồi, gần đây công việc kinh doanh ở khu vực châu Á rất tốt, đây là lần đầu tiên trong tháng này anh tới tổng công ty ở Thượng Hải, mọi người không thể tỏ ra nhớ nhung anh hay sao?

Đầu tiên là nghe báo cáo, abcd, blah blah… nhân lúc anh không ở đây có phải phó tổng giám đốc Lí lại dành toàn bộ thời gian ở nhà không? Sao hôm nay mắt như sưng hết cả lên thế kia, tới lượt Tiểu Tôn, haizz, sao lần nào cũng ăn nói lắp bắp vậy, lại còn đưa tay lên quệt mồ hôi thì phải?

"Daisy, mau rót cho giám đốc Tôn một ly nước lạnh".

"Tổng giám đốc Thành, hàng chúng ta đã chuyển qua rồi, nhưng bên Nhật Bản không chịu nhận hàng theo hợp đồng đã ký, nghe nói có nhà cung cấp trong nước đã ngầm chào hàng cho họ với mức giá thấp hơn".

Giám đốc Tôn uống nước như sắp chết khát, cuối cùng cũng nói xong những gì cần nói.

"Ừ". Anh gật gật đầu, "Đưa bản hợp đồng đó cho tôi".

Phòng họp không một tiếng động, chỉ có tiếng mở tài liệu sột soạt như đang cứa lên mặt ai đó, mấy người nghiện thuốc bất giác đưa tay sờ túi áo. Chẳng có cách nào, tổng giám đốc Thành không hút thuốc, mỗi lần anh tới nơi này trở thành khu vực "No smoking", phù, mỗi lần gặp anh áp lực chết đi được.

"Hẹn gặp họ đi, tôi sẽ đàm phán với Yamada".

Cuối cùng anh ngẩng đầu lên cười, "Các vị...".

Răng anh lóe sáng, khiến tất cả những người ngồi trong phòng họp lúc này cảm thấy hết sức căng thẳng:

"Báo giá của các nhà cung cấp khác trong nước tôi đã chuẩn bị xong cả rồi, tổng giám đốc Thành có muốn xem qua không? Những tài liệu liên quan khác tôi sẽ cố gắng hoàn thành trong thời gian sớm nhất".

"Làm nhanh đi". Anh đứng dậy đi ra ngoài, "Daisy, hẹn Yamada ngày mai".

Daisy lại chạy theo, tổng giám đốc Thành, anh đi nhanh quá đấy.

"Hẹn ngài Yamada ăn cơm phải không ạ?".

"Họp trước, đàm phán được thì mời ăn cơm, không được thì cho ông ta nghỉ khỏe". Giọng anh dứt khoát rồi biến mất sau cánh cửa.

Không khí trong phòng họp chùng xuống ngay lập tức, phó tổng giám đốc Lí bắt đầu ra oai: "Mọi người nghe thấy cả rồi chứ, ngày mai, không, tối nay bằng mọi cách phải chuẩn bị xong tài liệu cần thiết".

Có người than thở: "Đã hai ngày nay ngày nào cũng làm tới nửa đêm rồi, phó tổng Lí...".

Anh ta bị ai đó đập vào đầu, lời than thở biến thành tiếng kêu thảm thiết: "Làm gì vậy?".

"Cậu không thấy tổng giám đốc Thành không vui sao?".

"Chưa đến nỗi mà, anh ấy vẫn cười đấy thôi".

Đúng là nhân viên mới, mọi người đều quay sang nhìn anh ta với ánh mắt thương hại rồi cùng bỏ ra ngoài, để lại anh ta đứng chơ vơ một mình trong phòng họp.

Thành Chí Đông ngẩng lên khỏi đống tài liệu cao ngất trước mặt: "Daisy, hôm nay có kế hoạch gì không?".

Daisy cầm cuốn sổ ghi chép kiểm tra từ trên xuống dưới, "Tiệc mừng Chủ tịch hội đồng quản trị mới của tập đoàn Tân Dương, quà đã chuẩn bị xong cả rồi, tám giờ tối tại khách sạn Ritz Carlton".

"Chúc Nhiệm Sinh à?". Biết làm sao, trí nhớ của anh rất tốt.

"Không phải, chủ tịch hội đồng quản trị mới là Chúc phu nhân, không, không phải, là cựu Chúc phu nhân".

Sao? Mới hơn một tháng không về Thượng Hải có vẻ như anh đã lạc hậu với thời cuộc rồi.

"Đã xảy ra chuyện gì?".

Ôi chao, tổng giám đốc đang nhướn lông mày, đẹp trai quá. Daisy lập tức như bị bỏ bùa mê, tự động tuôn ra một tràng: "Tổng giám đốc, chắc anh không biết, tháng trước Chúc tiên sinh và Chúc phu nhân đã ra tòa li hôn, vụ này Chúc tiên sinh thua thê thảm, toàn bộ cổ phần trong nước đều được xử về tay Chúc phu nhân, vì vậy mới đổi chủ tịch hội đồng quản trị".

Lại li hôn. Hai ngày gần đây liên tiếp nghe thấy hai từ này, Thành Chí Đông lắc đầu.

Những bữa tiệc kiểu này cũng chỉ quanh quẩn mấy người đó, anh cầm ly rượu đứng nói chuyện với vài người bạn cũ. Đèn trên sân khấu bật sáng: "Xin mời tân chủ tịch hội đồng quản trị - bà Kế lên có lời phát biểu".

Đám đông ngẩng đầu nhìn lên, người phụ nữ mặt mày hớn hở trên sân khấu khác xa với hình ảnh người vợ rụt rè rúm ró luôn núp sau lưng chồng trong ấn tượng của anh.

"Cảm ơn mọi người, hôm nay có thể đứng ở đây, người đầu tiên mà tôi muốn cảm ơn chính là bạn thân của tôi, đại luật sư Diệp Tề Mi. Tề Mi, cậu mau lên đây"

Diệp Tề Mi - Cái tên này nghe rất quen.

"Wow…", những tiếng trầm trồ rộ lên trong đám đông, những người này làm sao vậy? Làm gì mà như minh tinh sắp diễn thuyết thế.

Trên bục Kế Lôi Lôi làm động tác giơ tay mời với thái độ hết sức cảm kích, tất cả mọi người đều tự động quay đầu về một hướng, anh khá cao, lúc này mới nhận thấy ưu thế ấy, nhìn qua đầu những người khác, chỗ ánh đèn đang chiếu vào, một dáng người thon thả đứng dậy.

Làm gì thế không biết, Diệp Tề Mi vừa bước lên bục, Kế Lôi Lôi đã chạy tới giang hai tay ôm chầm lấy cô.

"Khoa trương quá đấy, cậu biết là mình không thích như thế mà, đã nói chỉ đến dự một lúc thôi". Cô thì thầm vào tai bạn.

"Mình không thể kìm được, Tề Mi, không có cậu sao mình có ngày hôm nay chứ". Cô ấy kích động tới mức chảy nước mắt.

Haizz, Tề Mi lau mặt cho bạn, thật hết cách với cô ấy.

Phía dưới loé lên ánh đèn flash, tiếp đó một giọng nữ cao cất lên hỏi: "Thưa bà Kế, tôi có một câu hỏi không biết bà có thể trả lời không?".

Sao tự nhiên lại có phóng viên xuất hiện ở những nơi như thế này. Kế Lôi Lôi lạnh lùng liếc mắt về phía mấy người phụ trách của tập đoàn, các người cố ý phải không?

Quả nhiên, những người đó đều quay mặt đi né tránh, không khí rất kì lạ.

Nữ phóng viên đó tiếp tục đưa ra câu hỏi: "Hôm qua, ông Chúc Nhiệm Sinh có trả lời phỏng vấn báo chí ở Hồng Kông. Tuyên bố đã nhiều năm như vậy mà cho tới tận bây giờ mới nhận ra vợ mình rất xa lạ, vì thế ban đầu vốn cũng có ý định níu kéo, giờ thì từ bỏ hoàn toàn. Còn nói, cho tới tận bây giờ vẫn chưa hiểu rút cục là bà Kế quá thông minh hay bản thân mình quá ngu ngốc. Xin hỏi bà Kế sau khi nghe đoạn trả lời phỏng vấn này có cảm tưởng gì?".

"Tôi…". Nước mắt vẫn lưng tròng, sắc mặt Kế Lôi Lôi trở nên nhợt nhạt.

"Xin hỏi", không thể khoanh tay đứng nhìn được nữa, Diệp Tề Mi liếc nhìn về phía nữ phóng viên, khẽ mỉm cười hỏi: "Cô đã kết hôn chưa?".

"Tôi vẫn chưa", nữ phóng viên trả lời với giọng hết sức đề phòng.

"Phụ nữ sau khi kết hôn không có nhiều lựa chọn, hoặc là giả vờ thông minh, hoặc là giả vờ ngu ngốc, giả vờ thông minh thì bị lừa dối, giả vờ ngu ngốc thì chấp nhận bị lừa dối, cả hai trường hợp đó đều thảm như nhau, giờ đối phương ngay cả che giấu cũng không muốn làm, mọi người lại còn quay sang trách cứ cô ấy nữa hay sao?".

Cô nói xong, phía dưới im phăng phắc, ánh đèn chiếu thẳng lên người Diệp Tề Mi, một bữa tiệc chính thức thế này, cô ấy lại mặc một chiếc quần tây khá rộng, áo vest bó sát eo nhìn rất thon gọn, thanh thoát, bên trong cổ áo lộ ra những lớp ren xếp chồng lên nhau một cách tinh tế, chiếc cổ cao trắng ngần kiêu ngạo như một con thiên nga, cô không đeo bất kì thứ trang sức nào nhưng lại nổi bật giữa một rừng những quý cô quý bà giàu có quần là áo lượt trang sức đầy người trong phòng.

Có tiếng vỗ tay thưa thớt vang lên, những tiếng vỗ tay đó xuất phát từ một quý bà có tuổi, người đàn ông bên cạnh trừng mắt với bà ta, nhưng bà ta như không nhìn thấy, sau đó, căn phòng lớn như vỡ òa ra trong tiếng reo hò cổ vũ, vài cô gái trẻ còn kích động tới mức lao lên sân khấu.

Diệp Tề Mi à…

Cảnh tượng có phần mất kiểm soát, Thành Chí Đông đứng ở một góc phòng cuối cùng cũng nhớ ra cái tên đó. Tiếng kêu thê thảm của Andy như vang lên bên tai: "Diệp Tề Mi, tôi nguyền rủa cô, nguyền rủa cô…".

Anh phì cười, Diệp Tề Mi, cô đúng là rất đặc biệt, chẳng trách ai cũng có ấn tượng sâu sắc về cô.

Thành Chí Đông không ăn gì, trên đường về nhà tự nhiên anh thấy đói bụng, dù đã muộn nhưng hai bên đường khu phía tây thành phố ánh đèn vẫn sáng rực, cả con phố đều là các quán ăn vặt kiểu Đài Loan, Triều Châu, hay những quán trà, quán ăn bài trí theo phong cách Hồng Kông, quán nào biển hiệu cũng sáng trưng.

Thành Chí Đông cho xe dừng đại trước cửa một quán trong số đó, nhìn qua gương chiếu hậu anh thấy một chiếc Volvo S40 màu đỏ rúc đầu vào theo, chỉ một vòng cua đã vào đúng vị trí, thân xe rất thẳng, bám sát gờ đường, đúng là một tay lái cừ khôi.

Đói muốn chết, không buồn nhìn ngó xung quanh, Diệp Tề Mi đi thẳng vào trong quán.

Quán bánh hấp nhân mặn do người Đài Loan mở này đã có mặt ở Thượng Hải nhiều năm, khách quen rất đông, nửa đêm mà vẫn ồn ào tiếng cười tiếng nói, tiếng gọi đồ ăn, chiếc bàn to tròn đặt giữa phòng, cả nhà chủ quán tập trung ở đó, nói chuyện với nhau bằng tiếng Đài nghe rất vui tai.

"Tề Mi, sao cô lại đến vào giờ này?".

Đột nhiên nhìn thấy Diệp Tề Mi đang cắm cúi ngồi ăn trong góc quán, bà chủ vui mừng lên tiếng.

"Tôi tới ăn đêm, lát mới về nhà".

"Lại đi một mình, haizz, hôm qua tôi còn đánh cược với ông nhà tôi, bao giờ mới có thể thấy cô xuất hiện cùng một người đàn ông đấy".

Cô mỉm cười, liếc mắt về phía ông chủ quán ngồi bàn bên cạnh, khuôn mặt chữ điền với nụ cười hết sức khoa trương đang nhìn về phía cô.

Yên tâm đi, bà xã ông chỉ là chào hỏi xã giao với tôi thôi. Trong lòng thấy thật nực cười, Diệp Tề Mi đặt đũa xuống đứng dậy: "Tôi ăn xong rồi, gói cho tôi hai cái bánh mặn nhân thịt bò, cảm ơn".

Cô vừa đứng dậy, cô gái ngồi bên cạnh lập tức bước tới, đưa cho cô một chiếc túi nóng hổi hổi: "Sớm đã chuẩn bị xong rồi, cô Diệp, cẩn thận đang còn nóng".

Anh vô tình đưa mắt nhìn, cô mặc một chiếc áo khoác, hai hàng cúc màu be xếp thẳng như áo lính, rất hợp với cô.

Cô gái này đi đến đâu có vẻ cũng rất có khí thế, Thành Chí Đông vừa nghĩ vừa đi ra ngoài, anh lên xe khởi động máy, đường phố đã không còn người qua lại, hai bên đường đỗ chật xe của các loài động vật đi kiếm ăn trong đêm, đang định đánh xe quay ra thì phía ngoài cửa xe bị đập mạnh, anh kinh ngạc quay qua nhìn, một khuôn mặt trẻ con đen nhẻm, thắt hai bím tóc dài lòng thòng đang đứng ngoài cửa xe như muốn nói gì đó với anh.

Sao lại lao ra đúng lúc người khác nhấn ga như thế, thật quá nguy hiểm. Còn nhỏ như vậy nửa đêm nửa hôm vẫn phải làm việc, anh thò tay vào chiếc học hàng ngày vẫn dùng để bỏ tiền lẻ.

Anh đang định hạ kính xuống thì cô bé đó đột nhiên quay đầu bỏ chạy, anh nhìn theo, thì ra có người đang đứng trước cửa quán vẫy tay gọi cô bé.

Sao lại là cô ấy…

Một Diệp Tề Mi khí phách hơn người, một Diệp Tề Mi mang phong thái của nữ hoàng, một Diệp Tề Mi khiến bao nhiêu nhân vật tầm cỡ chỉ nhìn thôi cũng toát mồ hôi nửa đêm lại đứng trước cửa quán ăn, ngồi xổm giữa phố, mở chiếc túi giấy vẫn cầm trên tay mỉm cười tươi tắn vẫy gọi một đứa trẻ ăn xin…

Đầu xe vẫn đang quay xiên bên vệ đường, chân vẫn đạp phanh, Thành Chí Đông ngẩn ngơ.

"Muộn thế này rồi em còn chưa về sao?". Giọng cô nhẹ tựa gió.

"Ăn từ từ thôi, cẩn thận kẻo nóng, đừng sợ, em ăn xong chị mới đi".

Kiên nhẫn nhìn cô bé nhồm nhoàm nhai nuốt từng miếng từng miếng một, Diệp Tề Mi liếc mắt về phía con hẻm tối thui bên cạnh.

Cho tiền cũng chẳng ích gì, chỉ cần vừa rời khỏi tay người cho thì những kẻ đáng ghét sau lưng cô bé sẽ giật lấy ngay, đến đồ ăn cũng phải đợi cho cô bé ăn hết, nếu không chắc chắn cũng sẽ chẳng vào bụng cô bé miếng nào. Thực tế tàn nhẫn trắng trợn và lạnh lùng như thế, nên những gì cô có thể làm chỉ là đứng nhìn cô bé ăn xin ăn hết hai chiếc bánh hấp nhân mặn xong mới đi.

Tấm biển của quán bánh nhân mặn Đài Loan rất to, ánh sáng từ những bóng đèn phát ra rực rỡ sắc màu, chiếu sáng rất xa trong đêm tối, cô ngồi ở đó rất lâu, đuôi áo khoác quệt xuống dưới đường đầy bụi đất nhưng dường như cô không để ý.

Cô cúi đầu chăm chú nhìn vào khuôn mặt lem nhem của cô bé ăn xin đang ăn bánh, nét mặt rất dịu dàng, đợi cô bé ăn xong còn cầm chiếc túi giấy từ tay cô bé bỏ vào thùng rác bên đường.

Làm những việc đó xong, Diệp Tề Mi thong thả đi bộ ra xe của mình. Cô không hề biết, có một người đàn ông ngồi trong chiếc xe bên cạnh đã chăm chú quan sát cô từ lâu, cô cũng không thể biết rằng cuộc đời mình bắt đầu từ giây phút này sẽ có những chuyển biến đầy kịch tính, khác rất xa những gì mà cô tưởng tượng.

Chương 2

Chính là vì muốn tiếp cận em

Tình yêu xuất phát từ trái tim, không thể khống chế được. Chúng ta đều đặc biệt như nhau, anh muốn được làm partner của em, cho dù em có đồng ý hay không.

Từng bước từng bước tiếp cận em, là vì anh muốn có em trọn đời này.

Đêm nay, Thành Chí Đông mất ngủ...

Thực ra khi anh thiu thiu ngủ thì đã là rạng sáng, thời gian còn lại anh tập trung suy nghĩ về cách giải quyết vấn đề với lão người Nhật Yamada kia, cuối cùng khi trời sáng hẳn mới mệt mỏi chợp mắt được một lúc, chỉ một lúc ấy thôi, đầu óc anh lại phân tích xem liệu cô gái ấy có hợp với mình.

Mấy năm gần đây anh đã tôi luyện cho mình bản lĩnh mỗi ngày chỉ cần chợp mắt hai giờ đồng hồ là có thể khôi phục lại tinh thần, nhưng do công việc chồng chất, hôm nay chẳng thấy tinh thần khá hơn chút nào, thức dậy mà đầu vẫn cứ ong ong hỗn loạn khiến vừa tới văn phòng anh đã phải làm cả cốc cà phê đen đặc.

Vừa uống vừa liếc qua đống tài liệu trên bàn, xem xong anh đưa chiếc cốc không cho thư ký: "Rót thêm cốc nữa cho tôi, không đường".

Daisy thận trọng dò xét nét mặt của tổng giám đốc, vừa định quay đi thì bị gọi lại: "Chờ chút, giúp tôi kiểm tra địa chỉ và điện thoại của một văn phòng luật sư".

Phong cách làm việc của anh lúc nào cũng nhanh gọn, xuống tay dứt khoát, chấm dứt mọi sự rối rắm không cần thiết.

"Dạ? Tổng giám đốc Thành, anh có tên không ạ?".

"Có tên của luật sư, Diệp Tề Mi".

"Viết thế nào ạ?".

Viết thế nào? Vấn đề này nhức đầu đây. Anh là người Mỹ gốc Hoa, nói tiếng Trung khá trôi chảy, đọc viết thì... thực ra anh rất ít khi sử dụng tới hai kĩ năng này.

"Có cần tôi tìm xong rồi đặt lên bàn cho cô không?".

Vừa mới sáng ra đã tranh luận đề tài vô vị này, bị động vào nỗi đau, anh nheo mắt lại.

Daisy cầm cốc bước ra ngoài, dựa người vào cửa hít sâu một hơi, mọi người đang ngước lên nhìn cô với ánh mắt chờ đợi, nhưng khi thấy bộ dạng cô như vậy, tất cả đều thất vọng cúi xuống.

Xong rồi, dường như lần này tổng giám đốc Thành rất tức giận.

Đúng là anh hơi khó chịu, cả đêm mất ngủ, đầu óc vẫn chưa hoàn toàn tỉnh táo. Nhưng khi nhìn thấy Yamada bước vào phòng họp, anh lập tức nở nụ cười. Cuối cùng sau khi đàm phán xong ra khỏi phòng họp, bước chân những người khác có vẻ loạng choạng, anh cũng không đành làm ngơ, tốt bụng kéo tay Yamada lại:

"Yamada, để chúc mừng cho việc tiếp tục hợp tác giữa hai công ty, chúng ta đi ăn một bữa nhé".

Không cần đâu, giờ ông ta chỉ muốn về nghỉ ngơi ngay lập tức, Yamada thấp hơn anh một cái đầu như bị ngợp dưới ánh nhìn của anh mặt mày khổ sở nói: "Anh Thành, hôm nay chắc không cần đâu, để hôm khác chúng tôi sẽ mở tiệc thết đãi quý công ty…".

"Thế sao được, thời gian tôi ở Thượng Hải không nhiều, anh cũng biết mà, hôm nay vui vẻ thế này, anh nhất định phải nể mặt tôi một lần".

Yamada cứng họng, mọi người gục đầu im lặng, mặt anh ai dám không nể.

Anh ngồi trên xe nghe điện thoại của Daisy: "Tổng giám đốc Thành, địa chỉ và điện thoại của văn phòng luật sư Diệp Tề Mi tôi đã gửi vào email và điện thoại của anh, địa chỉ của văn phòng đó ngay bên cạnh nhà hàng, chút nữa khi anh đi dùng cơm sẽ nhìn thấy ngay".

Nhìn thấy rồi, còn gửi cả bằng tiếng Anh và tiếng Trung, cô thư ký này thật đúng là biết học hỏi.

Anh nở nụ cười thỏa mãn, phó tổng giám đốc Lí ngồi bên cạnh hiếu kì: "Chí Đông, có chuyện gì vui sao?".

Liếc nhìn người ngồi phía sau qua gương chiếu hậu, Thành Chí Đông đưa tay vỗ vai anh ta: "Chúng ta vừa kháng Nhật thành công, lẽ nào không phải là chuyện vui?".

Phó tổng giám đốc Lí toát mồ hôi. Công ty chúng ta là công ty nước ngoài, hơn nữa anh cũng chẳng phải là người Trung Quốc chính thống, đúng là chủ nghĩa yêu nước kì quái của Hoa Kiều.

Bữa tiệc đặt toàn những món ăn nổi tiếng, phòng ăn rất tráng lệ, hoa văn trên rèm cửa đều là màu vàng, ánh đèn chiếu lung linh khiến viền cạnh bàn ăn được mạ vàng sáng lấp lánh, phải cẩn thận nếu không rất dễ bị hoa mắt chóng mặt.

Rèm cửa sổ được vén sang hai bên, góc view hai trăm bảy mươi độ, có thể quan sát toàn bộ từ đường phố phồn hoa cho tới một mặt của tòa nhà cao tầng sừng sững bên cạnh. Nhìn từ trên xuống có thể thấy xe đỗ chật kín hai bên con đường nhỏ giữa hai tòa nhà cao tầng.

Giữa buổi tiệc Thành Chí Đông đứng dậy nói lời cáo từ:

"Thật ngại quá, tôi mới nhớ ra là có việc gấp cần phải giải quyết, mọi người cứ ăn từ từ, phó tổng Lí, phải tiếp đãi ngài Yamada chu đáo đấy".

Hả? Mọi người đều nghệt mặt ra nhìn.

Anh bước đi rất dứt khoát, ra tới cửa còn quay đầu lại dặn dò phục vụ: "Phiền cô kéo rèm cửa sổ vào".

Anh vừa xuống tới tầng trệt thì nhìn thấy cô đang đi về phía chiếc Volvo S40 màu đỏ, con đường nhỏ giữa hai tòa nhà khá hút gió, vạt áo khoác màu kem của cô bị thổi tung, để lộ đôi chân thon dài, đôi giày cao gót màu nâu rất giản dị.

Ôi, giữa bao nhiêu loài động vật trong tòa nhà văn phòng này, cô đúng là hạc giữa bầy gà. Anh cảm thấy mình giống như chàng trai mới lớn đứng đợi người con gái mình thích ở cổng trường trung học ngày nào, nhìn thấy cô ấy ôm sách từ xa đi tới, vuốt vuốt mái tóc, trái tim liền đập loạn nhịp.

Làm thế nào bây giờ, cứ thế bước tới gọi tên cô ư?

"Chào cô, tôi có ấn tượng rất tốt về cô, có thể mời cô uống cà phê không?".

Người Trung Quốc gọi đó là lưu manh thì phải - Anh tự gạt bỏ.

Chỉ vì chần chừ, cô đã đi gần tới chỗ đỗ xe, con đường nhỏ chỉ thấy xe là xe, người đi bộ qua lại không nhiều, mắt anh hoa lên, từ con ngõ nhỏ sâu hút bên cạnh, một người đàn ông lực lưỡng lao ra, gào thét điều gì đó bằng tiếng Thượng Hải với cô.

Giống như mặt trăng hiu quạnh đột nhiên có một đoàn người ngoài hành tinh tới thám hiểm, khám phá, những người rỗi việc hóng chuyện chỉ trong tích tắc không biết từ đâu kéo tới đông như kiến, vây thành một vòng tròn tới con kiến cũng không thể chui vào, khiến anh không thể nhìn rõ được bên trong đang xảy ra chuyện gì, Thành Chí Đông vội vàng lao tới, chạy rất nhanh, thiếu chút nữa bị một chiếc xe vừa quẹo đến đâm phải, anh đấm một cái xuống đầu chiếc xe taxi, không kìm được bật ra: "Shit!".

Khi anh chen lấn vào trong, những tiếng la ó vang lên: "Làm gì vậy? Đừng chen nữa".

Lúc cuống lên anh tuôn ra một tràng tiếng Anh toàn từ lóng.

Vào được bên trong mới biết vì sao mọi người lại kích động như vậy, người đàn ông vừa rồi đang nằm ngã dưới đất, chân tay co rút, Diệp Tề Mi đứng đó cúi đầu nhìn anh ta, một tay giữ điện thoại bên tai, có vẻ đã hết kiên nhẫn, chân khẽ gõ nhịp, tay kia cầm một thứ gì đó hình cái gậy, khiến anh không nén được nuốt nước miếng cái ực.

Cái đó hình như là dùi cui điện cầm tay. Anh tự cảm thấy may mắn vì vừa rồi đã không bộp chộp tới bắt chuyện.

Một tiếng khóc ré lên, Thành Chí Đông thiếu chút nữa đã quay đầu lại túm chặt lấy cái cổ vừa phát ra thứ âm thanh kinh dị ấy, mắt anh lại hoa lên, một người phụ nữ đầu tóc rũ rượi lao vào trong vòng tròn đó, khóc như xé tim xé phổi, dùng sức cố đẩy cô.

"Đều tại cô mà ra cả, giờ thì chồng tôi thật sự muốn li hôn với tôi rồi, cô còn dám đánh chồng tôi nữa!".

Khuôn mặt dữ tợn này trông rất quen, khuôn mặt này mới tuần trước còn khóc không ra hơi ở Hiệp hội bảo vệ phụ nữ, kéo vạt áo trước lên cho cô xem những vết sẹo xấu xí bên trong, giờ lại ngoạc mồm ra như muốn ăn tươi nuốt sống cô ngay lập tức.

Diệp Tề Mi hơi ngạc nhiên, chân lùi lại phía sau theo bản năng, đôi giầy cao gót bước hụt xuống, Diệp Tề Mi ngã mạnh xuống đất, vật đang cầm trong tay bị bắn ra rất xa. Đám người đứng xem vội vàng tản ra.

Quá nhiều người, anh đã đẩy đám người chắn đường trước mặt nhưng vẫn không kịp cứu cô, chỉ nhìn thấy người đàn bà kia lại định lao tới kêu khóc ầm ĩ, chậc, vẫn còn mặc nguyên đồ ngủ.

"Không được cử động!".

Nghe không hiểu những gì cô ta gào rú, anh thét lên một tiếng.

Cử động thế nào được! Người ta đã bị anh tóm cổ rồi còn đâu, đám người đứng xem như muốn vỗ tay, vụ ồn ào hôm nay thật kinh điển, còn hay hơn cả đóng phim.

"Chồng chị tấn công tôi giữa phố, tôi chỉ tự vệ, tôi đã báo cảnh sát rồi".

Diệp Tề Mi lên tiếng, quả nhiên tiếng còi xe cảnh sát hú vang rất gần.

"Haizz". Không còn gì vui để xem nữa, đám người đang bu quanh đấy thở dài.

Anh chạy tới nhặt điện thoại bị văng ra giúp cô, ngã mạnh đây, tuột cả pin, cô đang cố gắng đứng dậy nhưng không được.

Anh ngồi xuống, cúi đầu nhìn vào chiếc tất rách toạc của cô, trên chân có vết xước, đôi chân nhỏ xinh nuột nà thế mà…

Thành Chí Đông húng hắng ho, tha thứ cho anh, dù gì anh cũng là đàn ông mà.

"Sao rồi?".

"Bị trẹo chân".

"Tôi đỡ cô nhé?".

Tim Thành Chí Đông như nở hoa, ánh mắt vốn đang bực bội nhìn đôi vợ chồng kì quái kia giờ bỗng thay đổi.

Ông anh vẫn đang nằm dưới đất, bà chị còn đang mặc nguyên bộ đồ ngủ kia, mặc dù hành động của hai người đúng là rất thô lỗ, thiếu chút nữa thì đã được gọi là biến thái, nhưng thời gian, địa điểm lại rất đúng lúc đúng chỗ, có được kết quả này anh rất thỏa mãn.

"Cảm ơn". Cô vẫn rất kiệm lời.

Cô đang định đưa tay cho anh thì bỗng được xốc nách kéo dậy. Động tác này hồi nhỏ ba hay làm, có điều nếu là ba, bước tiếp theo sẽ là bế bổng cô lên cao, trời xanh mây trắng trôi qua trước mắt.

Cô còn chưa kịp nghĩ gì thêm thì chân phải không chịu được sức nặng của cơ thể khiến cô suýt ngã, đành phải dựa vào người anh. Người đàn ông này rất cao lớn, ngực cũng rất ấm áp.

Một viên cảnh sát đi tới nói: "Theo chúng tôi về đồn lấy lời khai, họ sẽ bị tạm giam mười lăm ngày".

"Tôi không sao, thôi bỏ đi".

Cô đẩy Thành Chí Đông ra, tập tễnh bước lên phía trước: "Bạo lực là sự khiếm khuyết về tính cách, nếu một người đàn ông liên tục đánh chị, thì sau này cũng không thể ngừng đánh, tôi vẫn đề nghị nên li hôn, chị hãy suy nghĩ cho kĩ đi".

Tiếng khóc lại vỡ òa ra: "Nhưng ở Thượng Hải tôi chỉ có anh ta, li hôn rồi tôi biết đi đâu?".

Cô thò tay vào túi lấy ra một tấm danh thiếp: "Trên này có địa chỉ, điện thoại của Hiệp hội trợ giúp phụ nữ, chị cầm lấy".

"Cô vẫn còn muốn nghe lời cô ta?". Người đàn ông kia chân tay run rẩy, nhưng vẫn quát rất to.

Diệp Tề Mi không thèm nhìn anh ta, nói với cảnh sát: "Tôi đề nghị bắt giam anh ta".

Đừng mà! Một người gào khóc to hơn, người kia đờ dẫn.

35

Cuối cùng những người đứng xem tới phút chót cũng tản đi, cô quay sang nhìn thấy anh vẫn đứng đợi bên cạnh.

"Cảm ơn anh".

"Cô đi được không? Có cần tôi đưa cô về nhà không?".

Cô chỉ vào chiếc xe của mình: "Tôi lái xe".

"Có lái được không?". Anh nhìn xuống chân cô, tiếc thật, vẻ đẹp của chân cô đã bị phá hoại, mắt cá chân của cô vừa đỏ vừa sưng, haizz, thật khiến anh đau lòng.

Diệp Tề Mi bắt đầu quan sát anh ta thật kĩ, một người đàn ông xa lạ, ăn mặc rất thoải mái, có điều giá của chiếc đồng hồ trên tay anh ta còn đắt hơn giá trị chiếc xe cô đang đi, hơn nữa vừa rồi còn đưa tay ra giúp đỡ, chắc không có gì nguy hiểm.

Nhưng tính cô vốn rất cẩn thận, đây đâu phải là thế giới chân thiện mỹ gì.

"Đừng sợ, tôi là người tốt".

Bị cô nhìn, anh tự động cung khai, nghĩ thế nào còn rút bằng lái xe trong ví ra cho cô xem: "Tôi biết lái xe".

Tâm trạng cô đang rất phức tạp, nhưng tình huống này quả là hài hước, không nhịn được cô phì cười.

Chúa ơi, anh đã nhìn thấy cô cười như thế này khi ngồi xổm dưới đất nhìn cô bé ăn xin trong ánh sáng biển hiệu của tiệm bánh hấp nhân mặn hôm đó, đuôi áo khoác quệt xuống đường dính đầy bụi đất, cũng chính chiếc áo này đây... ảo ảnh như ùa về, mắt Thành Chí Đông mờ đi.

Ghế lái bị đẩy về phía sau khá nhiều, cũng hết cách, chân anh hơi dài mà. Bên trong xe giống y như những gì anh đã nghĩ, không hề được trang trí, chỉ có một ngôi sao nhỏ bằng thủy tinh được treo ở gương chiếu hậu, *những ngôi sao sáng lấp lánh*[*], thảm rồi, tự nhiên anh muốn hát.

Cô ngồi trên ghế lái phụ lắp lại điện thoại đã bị tung ra, chiếc áo khoác ngoài cũng không che được chỗ rách ở tất, nhìn có vẻ nhếch nhác.

"Có cần đi bệnh viện không?".

"Không cần, trẹo chân thôi mà, về nhà chườm đá là được".

"Vậy có muốn đi uống một ly không?".

Chuyển chủ đề nhanh thật, cô không kìm được ngẩn người quay sang nhìn anh, anh ngồi đó mỉm cười, như đang ngắm một bông hoa.

Uống một ly... cũng được, hôm nay cũng muốn uống một ly.

Lúc xuống xe anh đưa tay ra đỡ cô, cô cũng hào phóng đón nhận, khi rút tay lại theo thói quen cô nói lời cảm ơn. Quán bar nhỏ nên không đông lắm, ban nhạc và ca sĩ cũng có chút lười biếng, đang chơi một giai điệu du dương nhẹ nhàng, rất phù hợp để vừa uống vừa nói chuyện.

Cô đột nhiên nhớ đến tấm bằng lái xe quốc tế: "Anh là Hoa Kiều?".

---

[*] Lời bài hát thiếu nhi *Ngôi sao nhỏ*.

"Ừ, tên Trung Quốc của tôi là Thành Chí Đông, làm ở KJ, head office của khu vực châu Á đặt ở Thượng Hải, vì thế tôi mới thường tới đây".

"Tôi tên Diệp Tề Mi, là luật sư".

Phía trên quầy bar treo một giàn ly thủy tinh, ánh đèn chiếu khúc xạ lên mặt cô, đôi lông mày đen nhánh rất có thần, còn chưa uống mà anh đã thấy mình chuếnh choáng say.

Động tác uống rượu của cô rất dứt khoát, vừa uống vừa lặng lẽ ngồi nghe nữ ca sĩ da đen hát, nhấp từng chút từng chút, chỉ khi Thành Chí Đông hỏi cô mới quay đầu sang nhìn anh chăm chú, suy nghĩ một lát rồi trả lời.

Khi người vào bar bắt đầu đông, hai người mới thoải mái hơn.

"Có thường xuyên gặp những chuyện như vậy không? Vụ như vậy mà cô cũng nhận sao?".

"Không, tôi chỉ thỉnh thoảng tới Hiệp hội bảo vệ phụ nữ, một dạng làm công ích ấy, rất nhiều người không thể thuê được luật sư, hơn nữa tôi cũng không có nhiều thời gian".

Hiểu rồi, nhưng vấn đề đáng quan tâm hơn ở câu hỏi sau cơ: "Bạn trai cô không lo lắng sao?".

Diệp Tề Mi liếc nhìn anh, không cần phải nói dối: "Tôi chưa có bạn trai".

Tốt lắm! Tim như đang bắn pháo hoa, Thành Chí Đông cười rất vui vẻ.

"Tôi cũng còn độc thân, bay đi khắp nơi, không dừng lại được".

"Bay khắp nơi?".

"Trước đây phụ trách khu vực châu Âu, giờ chuyển sang phụ trách khu vực châu Á, phải đi rất nhiều nước, cũng đã từng có bạn gái, mới đầu thì không sao, sau này nghe điện chỉ thấy khóc lóc, trách tại sao anh lúc nào cũng không ở đây, tại sao chưa quay về? Rất phiền phức, thế là độc thân".

"Không muốn dừng lại?".

"Tôi thích cuộc sống như thế, đến một nơi hoàn toàn xa lạ, việc gì cũng phải tự mình làm, thiết lập quan hệ ngoại giao với chính phủ nơi đó, thiết lập mối quan hệ với người ở đó, cuối cùng là được nhìn thấy tất cả mọi việc đi vào quỹ đạo, cảm giác rất tuyệt, tiếc là ở châu Á cũng chẳng còn lại mấy nước, sau này sẽ chuyển sang châu Phi". Anh mường tượng, háo hức muốn được thử sức.

"Vậy thì anh không thích hợp để lập gia đình", cô không khách sáo.

"Đúng, vì vậy tôi theo chủ nghĩa độc thân".

Rất thẳng thắn, cũng là một phẩm chất tốt, cô tán đồng gật đầu: "Tôi cũng vậy".

Anh nhướn mày, cô kiên nhẫn giải thích: "Tôi chuyên thụ lý các vụ án li hôn, gặp nhiều rồi, thấy không còn hứng thú".

"Cô đã yêu bao giờ chưa?".

Cái này có được gọi là xúc phạm không nhỉ?

"Đương nhiên là đã từng". Diệp Tề Mi không do dự đáp.

Thật ra nhiều năm trước, một anh khóa trên ở trường đại học trước khi đóng sầm cửa bỏ đi đã tức giận gào lên với cô:

"Chủ nghĩa độc thân? Cô đừng dùng cái cớ vớ vẩn ấy để qua mặt tôi, Diệp Tề Mi, tôi sẽ chống mắt đợi xem cả đời này cô có kết hôn hay không!".

Thời buổi này còn có người đàn ông oán trách vì không có danh phận, những gì cô nói không nhận được sự đồng tình của bất kì ai, tốt nhất là không nói.

Hợp quá, trực giác của anh quả không sai, cô ấy chính là người phù hợp nhất, tác phong của Thành Chí Đông từ trước tới nay vẫn rất thẳng thắn nhanh gọn, anh tỏ ra hết sức chân thành, thành khẩn nhìn thẳng vào mắt cô, "Chúng ta rất giống nhau, nếu đã như vậy, có muốn tìm một partner không?".

Hai người im lặng, khoảng cách gần như vậy, lông mi của cô rất dài, anh có thể nhìn thấy hình ảnh của chính mình trong đôi mắt sáng ấy.

"Không được". Cô trả lời rất thẳng thắn, anh sụp đổ.

"Tại sao?".

"Tôi có nguyên tắc, không chơi tình một đêm, sợ AIDS".

Cô nói xong quay người bỏ đi, bước đi hơi tập tễnh, nhưng vẫn sải bước đi nhanh thoăn thoắt, bóng dáng dịu dàng đó mang lại cho anh cảm giác bị áp đảo rất lớn, tới khi Thành Chí Đông vượt qua được trở ngại về tâm lý chạy đuổi theo thì chỉ kịp nhìn thấy đuôi của chiếc xe Volvo lao vút đi.

Về đến nhà Diệp Tề Mi lấy đá chườm, chườm xong lên giường nằm lại nhớ tới vẻ mặt lúc sau cùng của người đàn ông đó.

Cô hơi giận, nghe xem anh ta nói cái gì. Nhưng vừa lật người cô lại bật cười, loại người này chắc chưa nếm mùi vị bị từ chối bao giờ?

Khi nhắm mắt lại cô cảm thấy có chút đắc ý, mặc dù hôm nay bị đẩy ngã giữa phố, mặc dù còn kinh động tới cả cảnh sát, mặc dù làm ơn mắc oán, mặc dù có người đã đưa ra một yêu cầu hết sức kì lạ với cô, nhưng khi nằm yên tĩnh suy nghĩ lại thấy khá thú vị.

Ngày hôm sau, gần hết giờ làm có bưu kiện chuyển phát nhanh từ Hồng Kông gửi tới yêu cầu cô ký nhận, bóc ra xem, đó là một lọ dầu bóp của một nhãn hiệu lâu đời, tìm khắp cái túi không thấy có một lời nhắn gửi nào nhưng cô biết là ai.

Ngoài anh chàng Thành Chí Đông ra thì còn có thể là ai? Cô mỉm cười.

Buổi tối còn có hẹn với đương sự, không kịp mở hộp ra xem kĩ bên trong, cô cầm cái túi ra khỏi văn phòng.

Trợ lý thấy lạ khi nhìn cô cầm chiếc túi chuyển phát nhanh vừa đi vừa cười, sáng nay khi đến văn phòng còn nhăn nhó, đi lại thì tập tễnh, hỏi thì cũng không nói là đã xảy ra chuyện gì, giờ tâm trạng sao lại vui vẻ thế kia?

Diệp Tề Mi vào xe, tiện tay vứt chiếc túi ở ghế bên cạnh. Sắp sáu giờ rồi, đường tắc kinh khủng, xe xếp thành hàng dài.

Gõ gõ ngón tay theo nhịp trên vô lăng một cách thiếu kiên nhẫn, cô quay sang nhìn chiếc túi rồi quay lại nhìn dòng xe vẫn đang bất động không nhích lên được thêm tí nào, cuối cùng không kìm được, cô cắn môi thò tay ra sờ cái hộp.

Hộp đựng lọ dầu xoa bóp này đậm chất Trung Quốc, cô gái với hai bím tóc dài mặc võ phục, sau lưng còn thò ra hai chuôi kiếm. Cô mở ra xem, bên trong là một chiếc lọ to màu đỏ, kèm theo đó là một tấm thiệp nhỏ, bên trên từng nét chữ Trung Quốc viết có vẻ rất vất vả: "Không phải tình một đêm, tôi cũng sợ AIDS", phía sau là một dãy số điện thoại, ý đồ quá rõ ràng, không hề úp mở.

Đường vẫn rất tắc, trong ma trận toàn xe là xe có người đã bắt đầu chửi đổng, người đó vừa quay đầu sang nhìn thì giật nảy mình, chúa ơi, cô gái trong chiếc xe Volvo bên cạnh tay cầm một lọ dầu xoa bóp cười rũ rượi.

Kiên trì không chịu từ bỏ đây - người đàn ông tên Thành Chí Đông này đúng là rất thú vị. Nhưng vừa mới đấy mà đã ở Hồng Kông rồi, đúng là một sky walker đích thực.

Đợi mãi không thấy Diệp Tề Mi gọi điện, sự háo hức ban đầu của Thành Chí Đông giờ đã biến thành nỗi chán nản thất vọng.

Khi ở Nhật bị khách hàng túm đi uống rượu tâm sự: "Chí Đông, thật ngưỡng mộ cậu, lúc nào cũng tự do tự tại".

Người đàn ông trung niên Nhật Bản uống nhiều tới mức líu lưỡi, túm chặt lấy tay anh để trút bầu tâm sự.

Trên đường còn có một cô gái chạy tới kéo anh, tiếng Nhật nói nghe rất sexy.

Một bên là ông chú lảm nhảm lải nhải, một bên là cô gái đi chân trần trong gió lạnh, phiền, thế giới này quá là hỗn loạn.

Trong đầu đầy ắp những hình ảnh của cô ấy, muộn thế này rồi, cô ấy liệu có đi ăn đêm không? Liệu có cười dịu dàng vẫy gọi đứa bé đó? Còn cả đôi chân nhỏ xinh kia nữa... Haizz, hay là bỏ qua Hàn Quốc về thẳng Thượng Hải nhỉ?

Rũ bỏ phiền phức bên phải bên trái, Thành Chí Đông đi lên phía trước, ngẫm nghĩ thế nào, bước chậm lại, cứ thế này quay về, liệu có được không?

Buồn bực ghê, Thành Chí Đông cảm thấy đau đầu nhức óc.

Sáng sớm thứ sáu cô lại nhận được bưu kiện chuyển phát nhanh, một phong bì tài liệu được gửi từ Thượng Hải. Không ghi tên người gửi, chắc là tài liệu cần dùng cho vụ án nào đó sắp tới, Diệp Tề Mi vội đi tới tòa án, tiện tay vứt lên bàn cũng không mở ra xem.

Sau khi xong việc quay về, cô vừa ngồi xuống thì trợ lý đi vào.

"Chuyện gì thế?".

"Luật sư Diệp, vừa rồi có mấy cuộc gọi tới tìm chị, em đã ghi lại cả đây".

Cô đưa tay ra nhận, hờ hững liếc qua một lượt, nhìn thấy số điện thoại cuối cùng rất lạ, nhắn lại một câu cũng rất kì quái: "Đã xem chưa? Nếu không hồi âm, tôi coi như cô đã ngầm đồng ý, ok?".

Diệp Tề Mi chỉ vào số điện thoại đó hỏi: "Ai gọi đến vậy?".

Cô trợ lý đăm chiêu suy nghĩ: "Là một người đàn ông, hỏi anh ta cũng không để lại tên, nói là chị sẽ biết".

Cô suy nghĩ một lúc, bảo trợ lý ra ngoài trước, nhìn chằm chằm vào số điện thoại đó trí não tua như chiếu film, hình như cũng có chút ấn tượng, nhưng không thể nhớ ra được, lẽ nào muốn đe dọa? Làm luật sự thường xuyên gặp phải những chuyện như vậy, cô cũng quen rồi.

Cô đặt tờ giấy đó xuống, cầm phong bì được chuyển tới buổi sáng xé ra xem, bên trong là một quyển sổ mỏng, báo cáo tình trạng sức khỏe, ở bìa còn dán ảnh.

Đó là một tấm ảnh thẻ bốn nhân sáu, người đàn ông trong ảnh không cười, vẻ mặt có chút miễn cưỡng.

Trợ lý ngồi bên ngoài đang cắm cúi gõ chữ, bỗng nghe thấy tiếng cười phá lên, lạ lẫm ngẩng đầu nhìn, lẽ nào là luật sư Diệp?

Qua lớp kính cửa cô nhìn thấy Diệp Tề Mi đang cho tài liệu vào phong bì, không thể nào, cô lại cúi đầu cặm cụi đánh máy, haizz, công việc khiến người ta nhanh già, áp lực lại lớn, cô còn trẻ thế này mà đã bắt đầu mắc chứng lãng tai.

Diệp Tề Mi cuối cùng cũng hiểu vì sao mình lại cảm thấy có ấn tượng với dãy số điện thoại đó, lọ dầu xoa bóp tác dụng rất tốt, cô tiện tay để ở tủ giày cạnh cửa ra vào, mỗi lần ra ngoài lại liếc mắt nhìn nó bất giác mỉm cười.

Nhét quyển sổ báo cáo về tình trạng sức khoẻ vào lại phong bì, cô bắt đầu làm việc.

Bình thường cô làm việc rất hiệu quả, chút việc nhỏ này chỉ cần một tiếng đồng hồ là có thể hoàn thành, hôm nay dềnh dàng thế nào, từ ba giờ cho tới năm giờ mới hoàn thành xong một nửa, rõ ràng là không tập trung, chốc chốc lại bị phân tâm bởi chiếc phong bì bên cạnh.

Cô vứt bút xuống, phì cười, với tay lấy điện thoại, Thành Chí Đông tiên sinh, anh quả thật rất lợi hại, tôi phục rồi.

Lúc nhận được điện thoại anh đang họp, hết người này tới người khác cẩn thận dè dặt lên báo cáo. Điện thoại rung, ban đầu anh không để ý, nhưng nghĩ đến cô liền nhấn nút nghe.

"A lô?".

Tiếng đầu tiên đã khiến anh chấn động, cuối cùng, cuối cùng…

Chỉ cần kiên trì thì sắt cũng mài thành kim được.

Trong phòng không ai nói gì, mọi người đều chăm chú theo dõi nét mặt của anh. Cuộc điện thoại quan trọng đến thế nào mà tổng giám đốc Thành nghe rồi không nói câu gì, xong rồi, lẽ nào head office của khu vực châu Á bị giải thể…

Làm một động tác hất tay dứt khoát ra hiệu cho mọi người cứ tiếp tục, Thành Chí Đông cầm điện thoại bước ra ngoài.

Không có ai nói gì, Diệp Tề Mi nhìn điện thoại, rõ ràng đã bắt máy rồi mà, thôi bỏ đi, cô đang định cúp máy thì đầu dây bên kia có tiếng nói vọng tới: "Em đã xem chưa?".

"Xem rồi", cô lại muốn phì cười, "Anh Thành, anh rất khỏe mạnh".

"Cảm ơn". Anh lập tức đáp.

"Ngày mai anh có ở Thượng Hải không?".

"Có, cuối tuần này anh ở Thượng Hải, cùng ăn cơm nhé?".

"Để tôi xem lại lịch đã! Ngày mai chỉ rảnh buổi trưa".

"Vậy được, anh đang họp, họp xong sẽ gọi lại cho em!".

Thành Chí Đông sợ cô đổi ý, lập tức nhận lời, hành lang không có ai, ngắt máy xong không kìm được nắm chặt tay nói: Yes.

Đàm phán xong với quan chức Việt Nam cũng không khiến anh vui đến thế, Diệp Tề Mi chính là Diệp Tề Mi, gần một tháng mới... trái tim Thành Chí Đông lại một lần nữa tràn ngập ánh nắng mặt trời ấm áp.

Chương 3

To be continued

Không ngờ sáng sớm tỉnh dậy được ngắm nhìn gương mặt đàn ông đang say ngủ lại là một việc thú vị như thế, Diệp Tề Mi đã hạ quyết tâm ngay lúc ấy.

Cho xe vòng lên dốc, trong bãi đã đỗ chật xe, người bảo vệ mặc đồng phục đứng ở cửa vẫy tay, khi Diệp Tề Mi đưa xe vào vị trí có liếc sang chiếc xe đỗ bên cạnh, Audi Q7, lại còn là A84.2 nữa chứ, trái đất đang nóng lên mày biết không?

Lúc bước vào cửa quay cô thấy khu hải sản tươi sống có rất nhiều người đang ngồi chờ xếp chỗ, cô gái mặc chiếc váy dài kiểu Trung Quốc đứng ở đó mỉm cười:

"Xin hỏi chị đã đặt chỗ chưa ạ?".

"Chắc là rồi, chị kiểm tra giúp một người họ Thành".

"Anh Thành đã đến, mời chị đi theo tôi".

Cô bước tới thì nhìn thấy anh đang ngồi ở đó chăm chú nghiên cứu thực đơn, vẻ mặt rất nghiêm túc như đang đọc một tác phẩm nổi tiếng thế giới, cô ngồi xuống chào:

"Hey".

Nghe tiếng cô Thành Chí Đông liền ngẩng đầu lên, mắt anh chàng mở to hết cỡ.

Cô thuận tay vắt chiếc áo liền mũ bằng vải len thô lên thành ghế, bên trong cô mặc một chiếc áo phông trắng đơn giản và một chiếc quần thể thao rộng bằng vải nilon, chân đi giày thể thao màu xám xanh, đầu mũi giày tròn cong xinh xắn lộ ra ngoài ống quần.

Diệp Tề Mi mặc đồ thể thao... thật đúng là ngoài sức tưởng tượng, lần đầu tiên gặp người con gái đi hẹn hò lần đầu mà lại đi giày thể thao.

"Em vừa đi chơi thể thao về à?". Nhìn dáng vẻ cô ấy rất tươi tắn sảng khoái.

"Không, chiều nay tôi có hẹn với bạn đi đánh bóng". Diệp Tề Mi cười, "Anh gọi đồ xong chưa?".

"Chưa, em chọn món đi".

Diệp Tề Mi vui vẻ đón lấy menu, chọn đại vài món:

"Sủi cảo nhân tôm, nem hải sản, sườn lợn hấp mơ".

Cô phục vụ đứng bên đợi, nét mặt tươi cười.

"Được rồi", anh bắt đầu miêu tả với cô ta, "Có một món chiên, vỏ ngoài rất giòn".

49

"Anh muốn nói tới món bánh bao chiên giòn phải không ạ?"

Cô liếc nhìn anh rồi chỉ vào menu: "Món này phải không?".

Anh cúi đầu nhìn: "Bên trong có sò và thịt".

"Vâng, đúng thế". Cô gái gật đầu khẳng định, Diệp Tề Mi đánh dấu vào menu.

"Còn có một loại bánh, rất xốp".

Anh tiếp tục chỉ: "Cái này là?".

Anh liếc nhìn cô rồi lại quay sang nhìn cô phục vụ, cô gái hiểu ý rất nhanh:

"Ý anh muốn nói tới bánh hành?".

Nói xong lại bổ sung thêm: "Bên trên có rắc hành lá thái nhỏ".

Diệp Tề Mi nhanh chóng đánh dấu xong, vừa đánh dấu vừa mím môi cười, nhớ tới những dòng chữ được viết một cách vất vả trên tấm thiệp, menu này đối với anh mà nói chắc khó hơn gấp nhiều lần.

Không sao, cô cũng là người hiểu biết, không làm khó anh nữa.

Đồ ăn được mang lên, bày đầy một bàn. Thứ bảy là ngày quán ăn kiểu Hồng Kông náo nhiệt đông đúc nhất trong tuần, đa số các bàn là gia đình hoặc bạn bè tụ tập, thi thoảng lại có trẻ con chạy chơi trong quán, tiếng nói chuyện xen lẫn tiếng cười vui vẻ. Không khí rất tốt, hai người nói chuyện với nhau cũng thoải mái hơn, tới khi Diệp Tề Mi nhớ ra đưa tay lên xem đồng hồ thì đã gần hai tiếng trôi qua.

"Tôi phải đi rồi".

Giọng cô dứt khoát, "Anh Thành, hôm nay thật sự rất vui".

Giọng nói và nét mặt dứt khoát thẳng thắn, Thành Chí Đông không kịp suy nghĩ, lập tức mở miệng: "Đi đánh bóng à? Anh đi cùng có được không?".

Cô nhìn lướt anh một lượt, người đàn ông này lúc nào cũng ăn mặc rất tùy tiện, "Anh đâu có đi giày thể thao". Diệp Tề Mi không khách khí nói thẳng.

"Trên xe anh có". Anh đắc ý nói rồi giơ tay gọi thanh toán.

Kết quả anh đi thẳng tới mở cửa chiếc Q7, Diệp Tề Mi đứng bên cạnh, liếc mắt nhìn anh một cái.

"Chúng tôi đánh tennis, giày của anh chỉ dùng để chơi golf". Cô lại tiếp tục không khách khí, Thành Chí Đông cứng họng.

Diệp Tề Mi quay đầu mở cửa xe của mình ngồi vào trong, đánh xe rất thuần thục, sau đó lại dừng lại, hạ kính xe xuống: "Anh Thành", hất hất cằm vào chiếc xe của anh, "Đây là 4.2".

"Em thích không?". Anh tỏ vẻ vui mừng.

"Trái đất đang nóng lên, anh có biết không?". Nói xong không nấn ná thêm phóng chiếc xe đỏ lao vụt đi.

Trái đất nóng lên? Khó khăn lắm mới hiểu ra vấn đề, Thành Chí Đông ngất xỉu.

Khi đến nơi hẹn Kế Lôi Lôi đã đợi cô ở đó, cô ấy mặc một chiếc váy tennis màu trắng ngồi dưới ô nói chuyện với huấn luyện viên, nhìn thấy cô liền trách:

"Tề Mi, hôm nay cậu đến muộn quá".

"Xin lỗi, mình vừa đi ăn với một người".

Mắt Kế Lôi Lôi sáng bừng, phấn khích hỏi, "Ai? Cậu thường không làm việc vào cuối tuần. Có phải là bạn trai mới không?".

Bạn trai mới? Lại nhớ đến bộ dạng cầm thực đơn mà như đang cầm danh tác thế giới của Thành Chí Đông, Diệp Tề Mi nhe răng cười: "Không phải, một người bạn mới quen thôi. Bắt đầu chưa? Hôm nay không được bỏ chạy giữa chừng đâu đấy".

Cũng phải gần một tháng sau Thành Chí Đông mới gặp lại cô, vừa biết chắc chắn giờ bay anh liền gọi điện cho cô: "Đi xem phim không? Hai tiếng nữa anh có mặt ở Thượng Hải".

Sau vụ trái đất nóng lên đó, anh chàng này thỉnh thoảng lại gọi điện cho cô chỉ để nói vu vơ vài ba câu, gì mà ở Việt Nam rất nóng, Hàn Quốc trời lúc nào cũng âm u, Nhật Bản lại đang tắc đường, người nhặt bóng ở Philippines hăng hái quên mình nhảy cả xuống nước để nhặt bóng... khiến cô nhớ lại hồi nhỏ xem series chương trình "Thế giới thật kì diệu", không, phải là châu Á thật kì diệu mới đúng.

Mỗi lần gọi chỉ nói vài ba phút, cô cũng không thấy phiền. Hôm nay đột nhiên hỏi một câu như thế, Diệp Tề Mi nhíu mày nhìn đồng hồ, mới thứ năm, cũng sắp hết giờ làm rồi.

"Không nói gì có nghĩa là ngầm đồng ý, ok?".

Lại là câu đó? Thú vị, Diệp Tề Mi cười, trả lời dứt khoát: "Được, khi nào đến thì gọi điện cho tôi".

Lần này Thành Chí Đông trực tiếp lái thẳng xe tới nơi hẹn để đón cô, khu phía tây thành phố rất yên tĩnh, hai bên đường râm mát, người qua lại ít, xe của cô đỗ ở đầu ngõ.

Q7 khá cao, từ cửa xe có thể nhìn thấy cô đang bận rộn thao tác trên máy tính, mái tóc mềm mại vén sau tai, để lộ vành tai trắng xinh.

Diệp Tề Mi vừa nghe điện thoại vừa sửa đơn khởi tố, nghe thấy bên ngoài có tiếng động, ngẩng đầu liền nhìn thấy anh, cô nói: "Hi".

Làm thế nào đây? Tim anh đập nhanh hơn, ngoài ba mươi tuổi anh lại một lần nữa được cảm nhận sự rung động ngờ nghệch tuổi mới lớn.

Anh vừa mừng vừa lo.

Rạp chiếu phim rất gần, trên cùng một con đường, dù khá yên tĩnh nhưng đèn điện sáng trưng từ trong ra ngoài. Đỗ xe xong, anh vòng qua mở cửa, hai chân cô nhẹ nhàng tiếp đất, đôi tất da chân mỏng để lộ đường cong hoàn mỹ của đôi chân. Thành Chí Đông lại húng hắng ho.

Đã khá muộn nên quầy bán vé không đông. Anh đứng trước quầy nhìn tờ poster lớn được dán ở đó: "Nam Kinh? Nam Kinh?".

"Anh biết à?". Cô tỏ ý hoài nghi.

Anh cảm thấy hơi bị sỉ nhục, chỉ vào tấm ảnh đen trắng trên poster: "Thảm sát".

"Hay đấy". Diệp Tề Mi tán dương.

Cô bán vé không nhịn được cười: "Đây là bộ phim tham gia liên hoan phim, chỉ có ở rạp chúng tôi, hai người có muốn xem không?".

Cuối cùng hai người xem Thảm sát Nam Kinh thật, làm lại dưới góc nhìn của người Mỹ, càng xem về sau họ càng lòng đầy căm phẫn, một người nhíu mày một người nắm chặt tay, bắt đầu thảo luận về việc nước yếu bị kẻ khác ức hiếp.

Khi nói cô hơi nghiêng người về phía anh, vài sợi tóc rơi xuống, vương mùi nước hoa thanh dịu, mặc dù đang nhíu mày, nhưng khuôn mặt trắng hồng trong bóng tối vẫn mang lại cảm giác dịu dàng cho người khác.

Trên màn ảnh người người hoảng sợ kinh hãi, bên tai ầm ầm tiếng súng lẫn tiếng la hét, nhưng lúc này đột nhiên

Thành Chí Đông chẳng nghe chẳng nhìn thấy gì hết, trái tim anh bắt đầu nóng lên, hơi thở cũng nặng nhọc hơn.

Đến đoạn đoạn đặc tả cận cảnh một đứa trẻ kêu khóc thảm thiết gọi mẹ, Diệp Tề Mi lắc đầu:

"Chiến tranh, chết nhiều nhất là đàn ông, tổn thương nhất là phụ nữ".

"Về nhà anh nhé?". Anh buột miệng.

Lần này đúng là một bước nhảy vọt qua cả eo biển Đài Loan, hỏng rồi, Diệp Tề Mi trừng mắt nhìn anh.

Thời gian chờ đợi dài như một thế kỉ, cuối cùng cô cũng trả lời. Cô nhìn anh, chỉ lên màn ảnh: "Đại thảm sát!".

… Thành Chí Đông không nói được gì.

Lúc hết phim đi ra mới biết, khán giả hôm nay đều là những người đã có tuổi, ai cũng khóc. Chỉ có hai người bọn họ là biểu hiện kì lạ, rõ ràng không nhập tâm xem phim.

Ra tới cửa rạp thì nghe thấy tiếng mưa rào rào, không biết đã mưa từ bao giờ, có vẻ rất to, dưới ánh đèn cao áp màu vàng những giọt mưa ào ào trút xuống trông rất tráng lệ.

Xe chỉ đỗ cách đấy vài bước chân, "Đợi một chút". Nói xong anh liền xông vào màn mưa.

Hình như có tiếng chuông điện thoại, Diệp Tề Mi vội vàng cho tay vào túi tìm, mãi mới tìm thấy, lấy được ra thì chuông đã tắt.

Khi ngẩng đầu lên, cô bật cười, cửa xe bên ghế phụ đang mở, anh đứng dưới mưa, trông nhếch nhác khốn khổ nhìn cô chờ đợi.

Diệp Tề Mi vội chạy tới ngồi vào xe, cửa được đóng lại, quay đầu sang thì thấy anh đã ngồi bên cạnh, người ướt sũng, nước vẫn đang chảy từ trên tóc xuống.

Không thể trách cô được, cách đối xử đầy galant thế này trong nước rất hiếm gặp nên cô vẫn chưa quen.

"Xin lỗi, tôi không nhìn thấy".

Cô cười dùng khăn giấy lau cho anh, những ngón tay vừa lướt qua má đã bị anh nắm chặt, không nói gì, cũng không nghĩ ngợi gì cúi xuống hôn cô.

Hơi thở thơm mát, cánh tay anh ôm rất chặt, nụ hôn mạnh mẽ như muốn nuốt tươi cô.

To gan thật… nhưng cô lại thấy có cảm giác.

Diệp Tề Mi không kìm được khẽ kêu lên một tiếng, liền bị anh hít một hơi mạnh hơn: "Crazy, anh rất thích em".

Môi bị hôn đỏ như lửa, nhưng lời nói ra vẫn rất rõ ràng: "Tên em không phải là Crazy".

"Anh biết, em là Diệp Tề Mi", sau đó giọng anh như lạc đi thành khẩn nhắc lại lời đề nghị: "Về nhà anh nhé?".

Cô không nói gì, chớp chớp mắt nhìn anh. Cổ họng như bị bóp nghẹt, đôi môi mềm mại đỏ tươi này thật hấp dẫn, anh lại muốn hôn nữa.

Còn chưa kịp hành động, cô đã đưa tay tỏ ý stop: "Không được".

"Tại sao?". Anh hỏi thẳng.

"Em có nguyên tắc, ít nhất phải hẹn hò trên ba lần mới được".

Có thứ nguyên tắc đó sao... cuối cùng Thành Chí Đông cũng phải phục.

Sao mà trông chán đời vậy, Diệp Tề Mi không nhịn được cười, bổ sung thêm một câu:

"Ngày mai anh còn ở Thượng Hải không?".

Còn đang mải liếm láp vết thương vừa rồi, anh nhất thời nghe không rõ: "Hử?".

"Mai là cuối tuần, có muốn gặp nhau không?".

Tình hình thay đổi nhanh quá, Thành Chí Đông không kịp thích ứng, "Ngày mai, ngày mai anh ở nhà máy...".

"Nếu không có thời gian thì để lần sau đi". Cô định dứt khoát kết thúc vấn đề.

Người con gái này... chỉ thiếu điều muốn túm lấy cô ấy hét lên hai tiếng, không biết là nên chúc mừng hay suy sụp nữa, nét mặt anh lúc này trông rất đặc sắc.

Kết quả là ngày hôm sau cả hai người đều có việc đột xuất.

Lúc chuẩn bị rời nhà máy Thành Chí Đông nhận được báo cáo khẩn cấp, dây chuyền sản xuất mới nhất vừa được gửi tới sau khi lắp đặt không chạy thử được, anh tức giận gọi đám kĩ sư nước ngoài vào phòng họp, khi đi ra mặt bọn họ đều trắng bệch.

Anh lại nhìn đồng hồ, hỏng rồi, gọi điện thoại cho cô, không ai nghe máy.

Tài liệu cho phiên tòa đã chuẩn bị xong thì phát hiện ra bản thoả thuận mà đương sự đưa ra là chữ kí giả mạo, Diệp Tề Mi tức giận đập tay xuống bàn, chút nữa thì ném cả tập hồ sơ vào mặt đối phương.

Tới khi xong việc nhớ ra thì trời đã đen như mực, cô với tay lấy túi chạy ra khỏi văn phòng, móc điện thoại ra xem thấy có rất nhiều cuộc gọi nhỡ.

Điện thoại vừa thông, điều đầu tiên mà cô nghe thấy là tiếng anh thở phào nhẹ nhõm: "Em không sao chứ?".

Vốn định gọi để nói lời xin lỗi, nghe anh hỏi vậy lại thấy cảm động.

Thành Chí Đông liên tục gọi điện thoại mà không có ai nhấc máy, đến điện thoại văn phòng cũng không gọi được, ban đầu anh thấy lạ, sau nhớ lại lần tận mắt chứng kiến cô gặp nguy hiểm trên phố, anh càng lo lắng, sốt ruột, giờ nhìn thấy cô nguyên vẹn đứng trước mặt, trái tim treo lơ lửng của anh mới về được đúng chỗ.

Trên phố rất ít người qua lại, dưới ánh đèn đường cô mặc chiếc quần bò skinny, đi đôi giày bệt kiểu giày ballet nhỏ nhắn, bên trong áo khoác là chiếc áo phông rộng thùng thình, xương bả vai nhỏ xinh hơi nhô lên trông rất đáng yêu, mỗi lần gặp cô anh đều có niềm vui bất ngờ, lần nào cũng khiến anh phải kinh ngạc.

"Hôm nay em đi làm à?".

"Đương nhiên là đi làm". Diệp Tề Mi quay đầu chỉ vào tòa nhà văn phòng, "Em vừa ra".

"Em mặc thế này tới văn phòng sao?". Anh lạc hậu rồi.

Đây là biểu hiện gì thế? Như đang nhìn thấy người ngoài hành tinh không bằng, Diệp Tề Mi cười lớn: "Hôm nay có hẹn nên em vừa thay".

Cô ấy nói hôm nay có hẹn, còn đặc cách mang theo quần áo để thay, vui chết đi được, Thành Chí Đông cũng nhoẻn miệng cười.

Muộn nên cả hai người đều đang rất đói, gặp nhà hàng đầu tiên liền chạy ngay vào. Cắn một miếng sandwich kiểu Mỹ, Thành Chí Đông lắc đầu: "Anh làm còn ngon hơn".

"Gì cơ?". Diệp Tề Mi cắn nửa miếng bánh bao nhướn mày.

Đôi mắt sáng long lanh, đang gặm bánh bao mà vẫn có sức cám dỗ đến thế, Thành Chí Đông uống một ngụm cà phê để trấn tĩnh lại: "Sáng mai sẽ làm cho em ăn".

Anh không ngừng nỗ lực từng giây từng phút...

Không đồng ý cũng không từ chối, Diệp Tề Mi quay đầu đi cười.

Ăn xong vừa bước ra khỏi cửa nhà hàng, một chú cún con từ đâu chạy tới, dây da buộc ở cổ trông rất đẹp bị kéo lê đằng sau, phía sau có người vừa chạy theo vừa gọi: "Bảo Bảo, Bảo Bảo!".

Diệp Tề Mi ngạc nhiên mừng rỡ nói: "Chó xinh quá!", sau đó phì cười, "Sao lại gọi là Bảo Bảo nhỉ?".

Anh phản ứng nhanh, một chân giẫm ngay lên sợi dây, chú chó nhỏ chạy tiếp thì bị kéo giật lại, kêu lên oăng oẳng, quay đầu lại nhìn họ với ánh mắt hết sức ấm ức.

Chủ nhân chú chó cảm ơn rối rít, vừa kéo đi vừa vờ tỏ ra tức giận vỗ đầu nó mắng yêu: "Bảo Bảo hư, xem mày lần sau còn dám chạy lung tung nữa không".

Nhìn theo bóng họ cô lại mỉm cười: "Nó tên là Bảo Bảo".

"Cái tên này hay lắm sao?". Anh thấy lạ.

Cô không nhịn được phì cười thành tiếng, "Tên ở nhà của em cũng là Bảo Bảo".

Nói xong biết là mình đã lỡ miệng, quả nhiên người bên cạnh đang cười nghiêng ngả.

Sau đó hai người lại tới quán bar nhỏ lần trước, cậu phục vụ quầy vẫn còn nhớ họ, lúc mang rượu tới còn giơ ngón tay lên làm hiệu với Thành Chí Đông, ý nghĩa của nó thì cả thế giới này đều biết, người anh em, anh giỏi quá.

Cuối tuần nên quán bar cũng rất đông, ban nhạc và ca sĩ như được tiếp thêm lửa, bản nhạc jazz được hát hết sức xúc động tâm can. Hai người trò chuyện vui vẻ, anh kể về những chuyện đáng xấu hổ nhất thời đại học, lúc cô cười thi thoảng để lộ hàm răng đều tăm tắp.

Rả khỏi quán gió mát thổi vào mặt, lẽ nào đã muộn thế rồi, Diệp Tề Mi ngáp dài.

Nhìn bộ dạng chun chun mũi của cô, tim Thành Chí Đông lay động, "Về nhà nhé?".

Cô thoáng động lòng, người đàn ông này nói hai từ về nhà thật tự nhiên, thoạt nghe như đó là chuyện rất đỗi bình thường, tất nhiên phải thế.

Trước kia, những lần tụ tập có vui đến mấy, mỗi lần một mình lặng lẽ lên xe, trong lòng cô lại có một cảm giác không thể diễn tả bằng lời, giờ nhìn anh mở cửa xe, ánh mắt chờ đợi nhìn cô, tự nhiên cô lại cảm thấy vui vui.

Xe chạy rất nhanh, đèn hai bên đường lướt qua vùn vụt trước mắt, bây giờ là mấy giờ rồi? Mệt quá, chỉ muốn ngủ, cô lại ngáp cái nữa, đầu hơi nghiêng sang một bên, một bàn tay lớn ấm áp đưa tới, "Ngủ đi, đến nơi anh sẽ gọi".

"Em mà ngủ là không gọi được đâu". Tâm trạng của cô rất thoải mái, mặc dù buồn ngủ nhưng vẫn nói đùa với anh: "Người nào mà đánh thức em sẽ bị ăn đá".

"Ha ha". Anh cười lớn, "Đá đi, anh tình nguyện bị đá".

Cô buồn ngủ mờ cả mắt, bận từ sáng đến tối, vừa xong việc lại đi hẹn hò, cô hiếm khi tiêu hao thể lực liên tục như thế, tới lúc này thì không thể trụ được nữa, chỉ muốn gục đầu xuống ngủ luôn.

Lúc mệt mỏi cô cũng rất dứt khoát, vừa nói xong đã bắt đầu mơ mơ màng màng, đến nơi rồi vẫn mắt nhắm mắt mở cố gắng tự lần xuống xe, còn cứng đầu từ chối cánh tay anh đưa ra, "Đừng đỡ em".

Thực ra điều anh thực sự muốn là bế cô kia... Anh thích cô tới mức trái tim phát sốt, sao người phụ nữ này mỗi phút mỗi giây đều khiến anh khao khát không đừng được, chỉ có vài bước chân, anh phải tự mình kìm nén rất lâu mới không ôm hôn cô ngay lúc đó.

Căn hộ chung cư theo kiểu khách sạn, bên trong ngăn nắp sạch sẽ, vừa bước vào nhà anh bắt đầu lăng xăng mang cho cô áo phông và khăn tắm sạch, còn chạy vào nhà tắm xả nước vào bồn.

Phục vụ chu đáo gớm!

Giũ chiếc áo phông ra, Diệp Tề Mi cười híp mắt: "Thủy thủ Popeye?".

"Còn có cái khác, anh mới mua rất nhiều".

Anh quay đi cầm một chồng áo mới ra, cô liếc bừa một chiếc, là hình dấu phẩy, đủ mọi hình dạng kiểu cách được xếp ngay ngắn thẳng hàng, nhìn hết sức vui mắt.

Nhìn cô tròn mắt, anh hỉ hả, "Thích không? Nhà thiết kế Hồng Kông này là bạn anh, lần sau sẽ mua số nhỏ hơn cho em".

"Anh mặc cái này?".

"Anh sưu tập". Nói xong nhìn cô, đứng trước cửa nhà tắm không nhúc nhích.

"Em phải tắm đã". Cô đuổi khéo.

"Cùng tắm nhé".

Anh nhiệt tình đề nghị, câu trả lời là cánh cửa đóng sầm trước mặt.

Truyền hình vệ tinh đang phát tin tức của đài BBC, anh ngồi trên ghế sofa, tiếng nước chảy loáng thoáng vọng ra từ nhà tắm bao trùm lên tất cả, cuối cùng cũng đợi được đến lúc cô đẩy cửa bước ra, trời ơi, sự gợi cảm của thủy thủ Popeye quả nhiên là kinh thiên động địa.

"Em cần máy sấy tóc". Cô túm mái tóc còn ướt hỏi.

Anh bước lại gần đưa cho cô.

Ôi chao, mái tóc dài đen mượt thoang thoảng mùi dầu gội đầu anh thường dùng...

"Để anh sấy cho em".

"Không cần đâu". Cô bước tới cạnh anh liếc nhìn màn hình ti vi, "Ở Paris công nhân tàu điện ngầm lại bãi công à?". Vừa nói cô vừa ngồi xuống.

Anh tắm xong đi ra, tiếng phát thanh viên của đài BBC vẫn vang lên trong phòng, trên chiếc ghế sofa màu đen, cô đã ngủ từ bao giờ.

Chiếc áo phông quá lớn, ống tay áo rộng thùng thình phủ hết cổ tay, bàn tay trên mép ghế vô cùng mịn màng, mặt cô gối trên nệm ghế bằng da màu đen, càng làm tôn lên làn da trắng mịn của cô, khiến anh xao xuyến.

"Bảo Bảo". Anh cúi đầu khẽ gọi, cái tên này rất hợp với cô.

Nghĩ tới việc ba mẹ cô có thể nhìn cô từ nhỏ tới lớn, anh bắt đầu cảm thấy ghen tị.

Gọi nhỏ quá, cô không có phản ứng gì, quay mặt đi không chịu mở mắt.

Anh hết sức vui sướng, chỉ muốn nâng cô lên hôn khắp mặt, cuối cùng anh lại hôn khắp cơ thể cô.

Bị môi và răng anh cướp đoạt trắng trợn như thế, Diệp Tề Mi tỉnh hẳn, cô co chân lên định đạp, tiếc là không còn sức, người cô mềm nhũn, vừa đạp vừa cười.

Thủy thủ Popeye trên chiếc áo phông đang ngậm tẩu thuốc, chiếc cổ trắng ngần nhỏ nhắn của cô lộ ra ngoài cổ áo rộng, khoảng cách giữa hai người quá gần, mạch máu xanh dưới làn da mỏng của cô sao mà mời gọi quá.

Máu trong người Thành Chí Đông sôi lên, hai tay anh ôm chặt lấy cô bế vào phòng ngủ.

Lúc đi vào, khoái cảm thật sự quá mãnh liệt, anh không kìm được rên lên một tiếng.

Về mặt này anh hơi khó tính, đi khắp trời nam đất bắc nhưng anh vẫn rất cố chấp quyết chỉ cần một người, một người lâu dài, cố định, không có thì thôi, anh đã quen tự mình giải quyết ham muốn.

Đáng tiếc, đàn bà nhiều như thế, muốn tìm được một người ngang sức lại khó hơn lên trời, giờ anh đã tìm được, cảm giác vui sướng điên cuồng, cơ thể không thể lừa dối, họ quá hòa hợp, động tác càng lúc càng kích động, trong bóng tối chỉ nghe tiếng cô hổn hển thở gấp.

Anh rất muốn được nhìn dáng vẻ cô lúc này nên đưa tay ra bật đèn, có tiếng phản kháng: "Đừng".

"Anh muốn ngắm em".

Không đợi cô trả lời, ánh đèn bừng sáng ngay sau khi anh nhấn công tắc. Cô hít một hơi, dùng hai tay đẩy anh ra, anh nắm lấy cổ tay cô ép sang hai bên, cơ thể cô với những đường cong hoàn mỹ hiện ra dưới ánh đèn mờ ảo, do vừa vận động khá mạnh, hơi thở gấp gáp ngắt quãng, hai má ửng hồng, đôi môi vẫn đang run rẩy, nói lắp bắp: "Tắt, mau tắt đi".

Không muốn, Diệp Tề Mi dưới ánh đèn, một Diệp Tề Mi run rẩy, một Diệp Tề Mi hổ giấy, anh yêu chết đi được.

Cô ngạt thở, cuối cùng mềm nhũn ra một cách hết sức đáng xấu hổ, thở hổn hển nằm úp mặt xuống gối, toàn thân ướt đẫm.

Anh cũng thở gấp, trong lòng vẫn tràn đầy ham muốn nhưng vẫn muốn chăm sóc cô trước đã.

"Bảo Bảo, có muốn uống nước không?".

Một cánh tay của Bảo Bảo giơ lên: "Hứ!".

Hiểu ý, anh lập tức mang một ly nước tới: "Ngồi dậy uống nhé?".

Cô không động đậy.

Cô bị anh lật người lại cho uống nước, suýt chút nữa thì sặc, cô dùng chút sức lực cuối cùng lườm anh một cái. Anh cười lớn, đặt ly nước xuống với tay tắt đèn, kéo mạnh cô vào lòng.

"Vừa rồi em rất đáng yêu!". Thành Chí Đông hào phóng khen ngợi.

Người này lúc làm tình hung hăng như kẻ cướp, còn mặt dày nói vậy nữa chứ, không thèm trả lời, cô cầm cánh tay anh đang khoác trên vai mình cắn một cái, tỏ ý phản đối.

"Sao em lại cắn anh, đúng là Bảo Bảo".

Điên quá, cô nghiến răng mạnh hơn.

Ai da, hổ giấy thì cũng là hổ, anh đã đánh giá thấp cô rồi, thuận tay cù cô một cái, không ngờ phản ứng lại mạnh đến thế, cô giãy giụa, chút nữa thì ngã xuống đất.

Ha ha, không ngờ cô lại có máu buồn, anh vội vàng kéo cô trở lại, trong bóng tối Thành Chí Đông cười như bắt được vàng.

Khi đã quá mệt hai người cuối cùng mới chìm vào giấc ngủ.

Trời sáng Diệp Tề Mi thức dậy trước, cô gối đầu lên cánh tay anh, vai dựa vào ngực anh ấm ơi là ấm, cơ thể cô nằm gọn trong lòng anh.

Người đàn ông nằm bên cạnh ngủ rất say, dưới ánh nắng ban mai anh ngủ trông như một đứa trẻ, đầu tóc rối bù, khóe miệng cong cong.

Không ngờ sáng sớm tỉnh dậy được ngắm gương mặt đàn ông còn say ngủ lại là một việc vui như thế, Diệp Tề Mi đã hạ quyết tâm ngay lúc ấy.

Khi Thành Chí Đông tỉnh dậy, bên cạnh trống không. Anh nhảy dựng lên tìm khắp nhà, căn hộ tĩnh lặng như tờ. Anh quay vào phòng ngủ cầm điện thoại lên mới phát hiện trên chiếc tủ nhỏ đầu giường có một tờ giấy đặt dưới di động, một dòng chữ tiếng Anh bay bướm mềm mại, chỉ viết một câu ngắn ngủi:

"To be continued".

Anh ngồi thần ra ở đầu giường một lúc rồi bắt đầu cười như một thằng ngốc.

Cười xong anh vẫn gọi điện thoại, cô vừa nhấc máy liền hỏi em đang ở đâu? Đang làm gì?

Kiểu hỏi thế này thường rất mạo phạm phải không? Nhưng được tờ giấy nhắn cổ vũ, anh cũng quên béng mất cần hỏi khéo léo hơn.

Không ngờ lại không bị cô mắng, đầu dây bên kia vọng lại tiếng cười sảng khoái, trả lời cũng rất thẳng thắn: "Anh dậy rồi à? Em đang ở nhà, vừa tắm xong".

Tắm sáng à… Thành Chí Đông bắt đầu tưởng tượng đen tối.

"Hôm nay em có kế hoạch gì?".

"Em hẹn bạn đi chơi thể thao, còn anh?".

Nhớ ra rồi, thứ bảy cô ấy hay đi đánh tennis.

"Anh phải xuống nhà máy một chuyến, ngày hôm qua phát sinh chút rắc rối". Anh thành thật báo cáo.

"Vâng, vậy cứ thế đi".

Dứt khoát thế sao? Thành Chí Đông vội vàng nói tiếp để ngăn cô cúp máy, "Đợi đã, tối nay gặp nhau nhé? Thời gian anh ở Thượng Hải không nhiều, thứ hai phải bay đi Quảng Châu rồi".

Lại bay, sky walker đúng là sky walker, Diệp Tề Mi lặng lẽ suy nghĩ trong vài giây.

"Thế nhé? Tối anh tới đón em".

Anh tự mình quyết định, tuy nhiên cô cũng gật đầu.

Đến tối hai người mới gặp nhau, cả ngày anh ở nhà máy thử dây chuyền sản xuất mới, chậm một ngày là ném hàng chục triệu tệ tiền đầu tư xuống sông xuống bể, anh xuống nhà máy từ sáng, cả ngày ở bên cạnh để giám sát, đến Daisy cũng phải nuốt nước mắt đi làm thêm giờ, chốc chốc lại có điện thoại từ head office gọi tới liền mang ra cho anh nghe.

Các kĩ sư cắm đầu vào làm việc không dám ngẩng đầu nhìn anh, cuối cùng sau khi xong việc cũng chẳng có ai vui mừng vì mọi người đều rã rời chân tay cả rồi.

Anh đích thân chạy thử một lần, cuối cùng mới gật đầu, vỗ vỗ tay: "Được rồi, nhưng thứ hai trước khi tôi đi, Daisy sắp xếp thời gian, mọi người về head office họp".

Còn muốn giáo huấn tiếp? Tất cả mọi người quay sang nhìn Daisy, Daisy lại nhìn tổng giám đốc Thành, sếp ơi, đừng để lần nào em cũng phải chịu đựng những cái nhìn như thế chứ? Lạnh hết cả sống lưng anh có biết không?

Xong việc thì trời cũng khá muộn, lúc lên xe anh nhìn điện thoại, cô ấy đúng là vững như núi. Cả ngày mà một tin nhắn cũng không gửi. Anh gọi đi, phía bên kia có tiếng nhạc vọng lại, "Em đang ở đâu?".

"Em đang ăn cơm".

"Anh xong việc rồi, tới đón em đây".

"Vâng". Nghe giọng thì có vẻ tâm trạng cô ấy đang rất vui, anh bất giác mỉm cười.

Một lần nữa anh khẳng định sự lựa chọn hoàn hảo của mình, cô ấy thật tốt, tất cả đều rất tự nhiên thoải mái.

Cô vừa cúp máy thì thấy ánh mắt sáng như sao của Kế Lôi Lôi đang nhìn mình, "Tề Mi, ai tới đón cậu vậy?".

"Thành Chí Đông", cúi đầu tiếp tục ăn, cô thốt ra ba tiếng.

Cái tên này... sao nghe quen quen, Kế Lôi Lôi trầm ngâm suy nghĩ.

"Cậu có ăn nem cuốn không? Mình ăn hết đấy nhé", cô tốt bụng nhắc nhở bạn.

"Thành Chí Đông là ai?". Kế Lôi Lôi vội truy hỏi, hơi đâu mà quan tâm đến nem cuốn.

Cô cười nhưng không trả lời, vui vẻ ăn tiếp.

"Lẽ nào cậu đang yêu? Hôm nay còn không chịu đi xe, muốn mình tới đón, nói, có phải đã có hẹn từ trước không?".

Nuốt nốt miếng cuối cùng, Diệp Tề Mi nói thật: "Không phải, bảo cậu tới đón là vì hôm nay cả người mình đau ê ẩm, không muốn lái xe".

Hả? Ngớ người ra một lát Kế Lôi Lôi rít lên: "Cậu mau khai thật cho mình, tại sao toàn thân lại đau ê ẩm?".

Tò mò muốn chết, vì vậy khi Diệp Tề Mi nhận điện thoại rồi đứng dậy chuẩn bị đi, Kế Lôi Lôi cũng không màng tới hình tượng thục nữ của mình, dán mặt vào cửa kính nhìn xuống dưới.

Trước cửa nhà hàng, Thành Chí Đông mở cửa xe nhảy xuống, vừa ngẩng đầu lên liền bị cô ấy nhìn rõ mặt, Kế Lôi Lôi vô cùng kinh ngạc, vội vàng kéo Diệp Tề Mi lại kêu lên: "Chính là anh ta phải không?".

"Cậu quen à?". Thấy bạn có vẻ kích động, Diệp Tề Mi dừng bước.

Sao có thể không quen được, chồng trước của Kế Lôi Lôi là Chúc Nhiệm Sinh xuất thân trong một gia đình danh giá ở Hồng Kông, bố chồng cô lúc đó một lòng một dạ muốn mời Thành Chí Đông về làm việc cho tập đoàn, tiếc là người ta không đồng ý.

Vì muốn lấy lòng ông bố, Chúc Nhiệm Sinh lúc đó đã nghĩ ra trăm phương nghìn kế để tiếp cận kết giao với Thành Chí Đông, bất cứ buổi tiệc nào cũng nhiệt tình tham gia, đến kẻ đi theo như cô cũng có ấn tượng sâu sắc với anh ta.

"Tề Mi, đấy là Thành Chí Đông".

"Ừ", cô gật đầu, "Có vấn đề gì không?".

"Anh ta rất giỏi, tuy nhiên có tiếng là cuồng công việc, vẫn còn độc thân, có người còn nói anh ta bị gay, sao lại yêu cậu nhỉ?".

Người đàn ông hung hăng như kẻ cướp đó mà là gay á? Diệp Tề Mi phì cười.

Đợi cô ngồi vào xe anh mới đóng cửa rồi ngồi vào ghế lái, đường rất đông, đèn hai bên đường sáng rực, tường phía ngoài của nhà hàng được trang trí bằng trúc, ánh đèn màu xanh ngọc bích hắt từ dưới lên trên trông rất nghệ thuật.

Trong ánh sáng đèn màu, anh nhìn thấy cô đang mỉm cười, không biết điều gì khiến cô vui tới vậy, anh không kìm được vòng tay ôm lấy cô, đặt lên môi cô một nụ hôn.

Bên ngoài có người đi qua, cô vùng ra, anh nhìn lại thì thấy má cô thoáng hồng.

"Em đỏ mặt sao?". Thành Chí Đông ngạc nhiên quá đỗi, câu hỏi tự nhiên buột ra khỏi miệng.

"Anh nhìn nhầm rồi, mau lái xe đi". Cô có vẻ mất tự nhiên, quay đầu nhìn ra cửa sổ.

Hỏng rồi, mình càng ngày càng thích cô ấy, Thành Chí Đông cười híp cả mắt.

Cô quay sang nhìn anh một cái, haizz, đã cười tới mức đó còn phải cố giữ cho nét mặt bình thường thì khó lắm đây. Cô hỏi anh: "Anh ăn gì chưa?".

"Chưa, nhưng anh thường ăn tối muộn, không sao đâu".

"Vậy giờ mình làm gì?".

Bận rộn cả ngày, rồi lại vội vàng tới đón cô nên anh chưa nghĩ tới chuyện đó, anh trầm ngâm rồi đột nhiên như nghĩ ra điều gì, "Em có thích đánh golf không?".

Cô ngẩng đầu nhìn lên, bầu trời đen như mực, đến một ngôi sao cũng không có.

"Em không biết chơi golf, hơn nữa giờ cũng muộn rồi".

"Anh dạy em nhé? Tới sân tập, ở Lujiazui[(*)] có một cái đấy, gần lắm".

Cao hứng thế sao? Cũng được, Diệp Tề Mi gật đầu.

Trên xe anh đã chuẩn bị đầy đủ, tới nơi có một caddie (người nhặt bóng golf) tiến lên đỡ lấy túi gậy golf và chào hỏi anh, xem ra anh có vẻ rất thân quen với nơi này.

_____

(*) Phố tài chính nổi tiếng ở Thượng Hải.

Sắp chín giờ nhưng sân tập vẫn sáng trưng, tiếng gậy golf vụt bóng rào rào như tiếng sóng.

Nói là giữ lời, anh dậy cô đánh golf thật. Cô cầm cây gậy đánh golf dài, tư thế trông rất cứng, anh đứng đằng sau tay nắm chặt tay cô, những ngón tay nhỏ nhắn trắng hồng nắm cây gậy đánh golf màu đen trông càng nổi bật. Anh nhìn mà xao xuyến cõi lòng, còn chưa phát bóng, mồ hôi đã vã ra như tắm, cô hình như cũng cảm nhận được, quay lại trợn mắt nhìn anh: "Để em tự làm".

Không có người nắm tay hướng dẫn, cô cũng đánh được quả đầu tiên mặc dù khoảng cách hơi gần...

Đánh được vài gậy, Diệp Tề Mi bỏ cuộc, ngồi một bên quan sát anh. Khi anh vung gậy động tác rất thuần thục, mỗi lần đánh xong một quả anh đều quay lại nhìn cô vẻ mãn nguyện.

Hiếm khi nào cô lại nhàn nhã ngồi xem một người đàn ông đánh golf như thế này, cảm giác không tồi.

Tiếng đánh bóng rất dứt khoát, quả bóng nhỏ màu trắng bay vút lên, tạo thành một đường vòng cung rất đẹp, bên cạnh có tiếng vỗ tay, anh càng đắc ý, quay lại thấy cô đang cười rất tươi, theo thói quen liền nắm chặt tay nói yes.

Anh cuồng công việc á? Diệp Tề Mi cười, cô thấy anh là người rất biết hưởng thụ cuộc sống đấy chứ.

Chương 4
Thiên thời địa lợi nhân hòa

Nhưng từ khi quen biết cô, tình cảm này càng lúc càng lớn, càng lúc càng sâu đậm. Bất luận là đang làm gì, ở đâu, anh lúc nào cũng nhớ tới cô, thậm chí có những giây phút nỗi nhớ mạnh mẽ như muốn rung chuyển cả trời đất, chỉ hận một nỗi không thể mọc ra đôi cánh lập tức bay về ôm cô vào lòng.

Cuộc sống của Diệp Tề Mi cũng không thay đổi gì nhiều từ khi Thành Chí Đông xuất hiện.

Số ngày anh chàng này ở Thượng Hải mỗi tháng tính ra chỉ khoảng bốn, năm ngày, có lúc thậm chí vội vội vàng vàng tới rồi đi, chỉ ở lại một đêm khi chuyển chuyến bay. Đôi khi lại đến đúng vào lúc cô vì thụ lý một vụ án nào đó mà phải rời Thượng Hải, như thế càng khó có thời gian gặp nhau.

Tuy nhiên cô lại cảm thấy như vậy rất tốt, khó khăn lắm mới được gặp nhau nên mỗi lần đều rất nồng nhiệt say đắm. Hơn nữa mặc dù người nam kẻ bắc, chương trình châu Á thật kì diệu của anh ngày nào cũng đều đặn phát sóng, mỗi ngày có vài phút trò chuyện thư giãn như thế, cô cảm thấy rất tuyệt.

Đương nhiên chủ đề chính của cuộc sống vẫn là bận rộn với công việc, dường như chỉ ngẩng đầu một cái mùa hè đã đến.

Khi cô ra khỏi văn phòng tuy đã là lúc hoàng hôn nhưng trời vẫn còn sáng, trên đường đâu đâu cũng bắt gặp những cô gái đã bắt đầu chuyển sang mặc trang phục hè, váy áo tung bay trong sắc màu rực rỡ.

Diệp Tề Mi khởi động xe nhưng chưa phóng ra ngay mà kéo gương xuống ngắm mình trong đó, môi khẽ nở nụ cười.

Thành Chí Đông giờ chắc đang ở trên máy bay, tính thời gian thì vẫn có thể về nhà nghỉ ngơi một lát, vừa khéo.

Cửa thang máy vừa mở ra cô liền nhìn thấy một chú chó chăn cừu nhảy lồng lên lao ra từ cửa nhà đối diện, theo sau là chủ nhân của nó.

"Bối Bối, muốn xuống nhà chơi không?". Thích nó quá, Diệp Tề Mi cúi xuống đưa tay gãi gãi vào cằm nó.

Cô là người quen, lại được vuốt ve âu yếm, Bối Bối nũng nịu dụi đầu vào tay cô, hai chân trước đặt lên đầu gối cô, đôi mắt trong veo như nước.

"Cô Diệp, hôm nay về sớm à".

Người hàng xóm này là một nhà thiết kế tự do, một người đàn ông rất ôn hoà, cô thường đi sớm về muộn rất hiếm khi gặp, có gặp cũng chỉ chào hỏi xã giao vài câu.

"Vâng, buổi tối tôi có việc, về nhà chuẩn bị một chút".

Cô mỉm cười đứng dậy, mở khoá cửa xong còn quay lại vẫy tay với Bối Bối: "Tạm biệt nhé, chơi vui vẻ".

Cửa thang máy đã mở nhưng Bối Bối vẫn ngoái lại nhìn Diệp Tề Mi lưu luyến cho tới khi cô đóng cửa mới thôi. Lận Hòa mỉm cười, đưa tay khẽ kéo dây da buộc cổ Bối Bối: "Bối Bối, chúng ta đi thôi".

Vừa xuống sân bay Thành Chí Đông vội vã về nhà tắm rửa.

Xong xuôi anh lái xe phóng như bay trên đường, ra tới đường cao tốc thì lại bị mắc kẹt vì tắc, bây giờ mấy giờ rồi mà còn tắc, giao thông Thượng Hải thật là.

Anh rút điện thoại ra gọi, cô đã tới nơi, giọng nghe rất thong thả: "Vậy em đợi anh ở quán Starbucks chỗ đầu đường, có cần mua cà phê cho anh không?".

Cô ấy tốt quá, Thành Chí Đông cảm động chết đi được.

Còn chưa nói xong, cô đã bổ sung một câu: "Phải rồi, phóng nhanh vượt ẩu cảm giác rất dễ chịu, nhưng chú ý là trên đường cao tốc có gắn rất nhiều camera, đừng lái nhanh quá".

Lại còn chu đáo thế nữa, anh vừa lái xe vừa nghĩ, sao tự nhiên anh có cảm giác hàng xe dài cả ba nghìn cây này trông cũng thuận mắt nhỉ.

Cuối cùng cũng tới được nơi hẹn, anh đỗ xe ở lề đường. Cô ngồi cạnh cửa kính nhàn tản đọc một tờ tạp chí.

Starbucks trên toàn thế giới cái nào chả giống nhau, nhưng sao anh lại cảm thấy quán này cực kì đẹp nhỉ? Đứng hồi lâu ngắm nhìn dáng ngồi đó của cô, anh chỉ muốn được chụp lại một tấm.

Khi hai người về đến nhà đã là khá muộn, cô vào phòng tắm, đập vào mắt là chiếc áo có hình thủy thủ Popeye đang được vắt ngay ngắn trên thanh treo khăn mặt, cô mím môi mỉm cười, thủy thủ Popeye, em nhớ anh rồi đấy.

Cửa lại bị đẩy ra, Diệp Tề Mi quay người lại lấy tay che ngực và nói nhỏ: "Em muốn tắm".

"Anh biết".

Anh đóng cửa lại, phòng tắm rộng như vậy mà chỉ một bước anh đã tới bên cô, cảm thấy không gian trở nên bí bách, Diệp Tề Mi đưa tay đẩy anh ra: "Mau ra ngoài đi, đừng đùa nữa".

"Anh không đùa, chẳng phải em rất quan tâm tới trái đất sao, để bảo vệ môi trường chúng ta nên tiết kiệm điện và nước".

Lần này thì tới lượt cô cứng lưỡi, mất cảnh giác bị anh lôi vào trong bồn tắm.

Nước nóng từ vòi hoa sen chảy xuống, một làn khói mờ ảo bốc lên, anh như phát điên trước cơ thể cô, trong một không gian chật hẹp như thế này thật khó cưỡng lại sự ham muốn của dục vọng, anh nâng cơ thể cô lên, đến hơi thở cũng mang theo sự thèm muốn.

Môi kề môi, lưỡi quấn lấy lưỡi, mỗi lần đều như móc tim mình ra dâng cho đối phương.

Hơi thở của cô trở nên gấp gáp khó khăn, tay chân co giật một cách vô thức, không cam tâm để cơ thể mặc cho anh giày vò nhưng lại sung sướng tới cực điểm, không thể khống chế được cảm xúc, cô cắn mạnh vào vai anh một cái.

Khẽ rên lên, Thành Chí Đông cười: "Bảo Bảo, đừng nghịch thế, cái đó ăn không ngon đâu".

Diệp Tề Mi bải hoải nằm trên sofa, thủy thủ Popeye cũng nhăn mặt.

Cô cầm khăn tắm lau đầu, Thành Chí Đông bước tới vuốt mái tóc dài vẫn còn ướt đẫm của cô: "Cẩn thận cảm lạnh".

Chẳng phải tại anh hết sao!

Anh sấy tóc cho cô, vì không quen nên trông anh rất lóng ngóng.

Tóc cô bị thổi tung, rối bù đến nỗi không mở mắt ra được, muốn phản đối nhưng một bàn tay to lớn ấm áp đã đỡ lấy đầu cô, trong tiếng ù ù của máy sấy vang lên giọng nói rất nghiêm túc của anh: "Ngoan nào, xong ngay thôi".

Diệp Tề Mi đột nhiên vòng tay ôm lấy eo anh, áp chặt má vào ngực anh.

Sau khi sấy tóc xong cô lại bắt đầu ngáp, màn hình ti vi vẫn còn loang loáng phát ra ánh sáng, cô đã nhắm mắt cuộn tròn trong lòng anh, chịu thôi, đồng hồ sinh học của cô rất chuẩn.

"Em ngủ trước đi". Đồng hồ sinh học của anh cũng rất chuẩn, chút nữa anh còn phải căn cứ vào giờ ở bên Mỹ để check mail.

Cô gật đầu, loạng choạng đi vào phòng ngủ, đột nhiên nghe thấy một câu trong ti vi khiến cô lập tức đứng sững lại và hoàn toàn tỉnh táo: "Đoàn múa hiện đại Vân Môn?[(*)]".

Cô chạy lại nhìn chằm chằm vào ti vi, sau đó vô cùng vui sướng nói: "Tuần sau ở nhà hát Thương Thành họ sẽ biểu diễn vở múa nổi tiếng *Hồng Lâu Mộng* trong tour diễn vòng quanh thế giới, chúng ta đi xem nhé?".

Đây là lần đầu tiên anh thấy cô ấy đề nghị nhiệt tình như thế nên chỉ muốn lập tức gật đầu đồng ý.

Nhưng vừa định nói thì anh chợt nhớ ra điều gì đó, "Tuần sau anh không ở Thượng Hải".

"Vậy em tự đi một mình". Cô quay người tiếp tục đi vào phòng ngủ.

_____

(*) Đây là đoàn múa hiện đại đầu tiên của Đài Loan, thành lập năm 1973.

Chỉ thế thôi? Thành Chí Đông ngồi trên ghế sofa không nói được câu nào. Trước đây anh cũng đã từng có bạn gái, đây không phải là lần đầu anh gặp chuyện này nên anh đã chuẩn bị tâm lý đối đầu với tình huống tiếp theo sẽ xảy ra.

Nhưng lần này mọi việc lại xảy ra ngoài dự liệu, cô không yêu cầu, không trách móc, thậm chí cũng không nói thêm một câu.

Lạ thật, lẽ ra anh nên cảm thấy nhẹ nhõm mới đúng, tại sao tâm trạng lại khó chịu thế này.

Khi xong việc anh đi vào phòng ngủ, cô đã vùi mình trong chăn ngủ say từ lâu, chăn tuột xuống dưới vai, tay cô đặt cạnh mép giường.

Anh rất sợ nóng nên điều hòa trung tâm để nhiệt độ khá thấp, phần vai và tay lộ ra ngoài của cô lạnh toát.

Anh đắp lại chăn cho cô, lúc nằm xuống bên cạnh không kìm được lại nắm chặt tay cô, cảm giác thật ấm áp, thật thỏa mãn.

Quả nhiên cô ngủ rất say, như thế cũng không thức dậy, còn lật người, mái tóc cọ vào vai anh, cảm giác buồn buồn, một luồng điện chạy dọc khắp cơ thể.

Không ổn rồi, người con gái này có ma lực kinh hồn, sớm muộn gì anh cũng sẽ bị biến thành cầm thú mất thôi.

Ngày hôm sau không phải cuối tuần, vẫn phải đi làm, nhưng tối qua tinh thần và thể lực tiêu hao quá nhiều, Diệp Tề Mi đấu tranh mãi cũng không ra được khỏi giường.

Tấm rèm cửa sổ màu trắng được kéo lại, ánh nắng buổi sớm thưa thớt xuyên qua rèm chiếu vào phòng, anh rất thích ánh nắng mặt trời, căn hộ của anh ở tầng trên cùng, rèm cửa sổ có hai lớp nhưng lúc nào cũng chỉ kéo một lớp, mùa hè có nắng sớm, khi Diệp Tề Mi tỉnh giấc thì căn phòng đã ngập tràn ánh sáng.

Cô quay đầu sang thấy anh vẫn đang ngủ say, người này thể lực khác người, giữa đêm cô đang ngủ mê mệt vẫn bị anh ngấu nghiến xử lý một trận, khiến cô phải năn nỉ xin tha, đúng là đồ kẻ cướp.

Nhìn anh nằm ngủ ngon lành, lông mày vừa dày vừa đen, đôi vai vạm vỡ, khỏe khoắn rất ấm áp, gối của cô đã bị vứt sang một bên tự bao giờ.

Cô thấy rất vui, nhưng những buổi sáng như thế này thật hiếm có.

Hay là vì quá hiếm có nên mới vui như thế?

Tuần sau có buổi biểu diễn của đoàn múa Vân Môn, phải nhớ ghi vào lịch làm việc mới được, nếu không bận quá lại quên mất thì chết.

Cô lại đưa mắt nhìn anh, tuần sau, tuần sau anh không ở Thượng Hải.

Vốn cảm thấy mọi thứ đều rất ổn nhưng giờ đột nhiên cô lại thấy có chút tiếc nuối.

Không nên thế, đó là vấn đề của cá nhân mình, cô cố gắng lần nữa, cuối cùng cũng ra được khỏi giường.

Cô bận rộn tối ngày, đã tự nhủ là phải nhắc nhở mình, cuối cùng cũng vẫn quên.

Cho tới khi nhìn thấy tấm poster quảng cáo treo ngoài đường cô mới sực nhớ ra thì đã muộn.

Buổi biểu diễn trong tour diễn vòng quanh thế giới rất khó mua vé. Ngay cả cô trợ lý luôn tự nhận mình là vạn năng cũng đành phải nói sorry với cô.

Cô hơi buồn, lúc về tới nhà tốc độ lùi xe vào chỗ đỗ của Diệp Tề Mi chậm hơn bình thường. Cô vừa bước lên khỏi bãi để xe thì Bối Bối lè lưỡi từ đâu xông tới, nồng nhiệt chào đón.

Cô bật cười, giang tay ra ôm lấy cổ nó, cố tránh né những cái liếm láp đầy nước bọt của nó nhưng không thành.

"Bối Bối!". Chủ nhân của Bối Bối gọi.

Khó khăn lắm mới kéo được chú chó về với mình, Lận Hòa ngại ngùng nói: "Thật lạ, Bối Bối cứ nhìn thấy cô là lại hớn hở như thế".

"Không sao, tôi cũng rất thích nó". Tâm trạng khá hơn, cô đưa tay gãi gãi cằm Bối Bối.

Cô đứng lại nói vài câu vu vơ rồi quay người chuẩn bị lên nhà.

"Cô Diệp…". Anh ta gọi từ phía sau.

Cô quay đầu lại dùng ánh mắt dò hỏi, anh ta nói tiếp: "Tôi hẹn bạn tối mai cùng đi xem vũ kịch, nhưng đột nhiên cậu ấy lại có việc, nhất thời tôi không nghĩ ra ai để mời, không biết cô có thời gian không?".

Lận Hòa tính cách rất hòa nhã, bình thường khi nói chuyện đều rất từ tốn chậm rãi, cơ hội hai người trò chuyện với nhau cũng không nhiều, chỉ là những câu hỏi đáp ngắn gọn, lần đầu thấy anh ta nói một câu dài như thế, Diệp Tề Mi tỏ vẻ ngạc nhiên.

"Tôi…".

"Là đoàn múa Vân Môn, rất khó kiếm vé, nếu để lỡ thì rất phí".

Đã định nói lời từ chối, nghe đến bốn tiếng đoàn múa Vân Môn, mắt Diệp Tề Mi liền sáng lên.

Người lái xe là Lận Hòa, Diệp Tề Mi hiếm lắm mới có cơ hội giũ bỏ đôi giày bệt thường đi, chân xỏ vào đôi giày cao gót mảnh mai màu vàng.

Cách lái xe thể hiện tính cách con người, anh ta lúc lái xe cũng rất chậm rãi, cả quãng đường đều đi với tốc độ bình thường, đĩa CD mở trên xe là một loại nhạc đồng quê với tiết tấu nhanh, lúc tới đoạn đường bị tắc cũng không tỏ ra sốt ruột, còn quay sang nói với cô vài câu.

Sau khi đỗ xe xong anh ta nhảy xuống trước, không có Thành Chí Đông ngồi cạnh, cô quen tự lực cánh sinh, Diệp Tề Mi tự mình đẩy cửa xuống xe, vừa chạm vào tay nắm cửa thì đúng lúc đó cánh cửa xe được mở ra từ lực kéo bên ngoài, cô vừa ra khỏi xe Lận Hòa đã mỉm cười giơ tay đỡ, động tác rất tự nhiên.

Trong lúc đứng lại để sửa sang quần áo, đầu tóc, có vài người tóc vàng mắt xanh mặc lễ phục đi lướt qua nhưng cũng có không ít nam thanh nữ tú quần là áo lượt tràn đầy vẻ tươi trẻ. Khi đón lấy chiếc áo khoác ngoài mỏng của cô, mắt Lận Hòa như sáng bừng lên. Phía trước chiếc váy đen cô mặc kín cổ cao tường nhưng phần lưng lại được khoét khá sâu, thấp thoáng lộ ra phần xương bả vai xinh đẹp, gợi cảm.

Anh ta là nhà thiết kế, không phải chưa từng nhìn thấy người đẹp nhưng vẫn bị choáng ngợp, thốt ra lời khen ngợi.

Diệp Tề Mi cười thoải mái, chỉ đáp lại hai tiếng cảm ơn.

Vị trí ngồi rất đẹp, chính giữa ba hàng ghế đầu tiên. Cô ngạc nhiên quay sang nhìn anh ta thắc mắc: "Rút cục người bạn mà anh mời quan trọng thế nào mà khiến anh phải dốc tâm sức đến vậy?".

Lần này tới lượt Lận Hòa cười nhưng không trả lời.

Đoàn múa Vân Môn quả nhiên chấn động lòng người, ở cảnh chôn hoa, cánh hoa bay ngợp trời như tuyết rơi, cánh hoa màu hồng phấn dưới ánh sáng của đèn sân khấu càng thêm lung linh rực rỡ.

Các diễn viên múa bay nhảy trong màn hoa, lúc nhẹ nhàng lúc mạnh mẽ, đẹp đến nỗi khiến người xem hồn xiêu phách lạc.

Cả đoàn ra chào cảm ơn khán giả, khoảng cách rất gần, cô nhìn rõ những nghệ sĩ múa dưới ánh đèn sân khấu sáng trưng, họ cũng không còn trẻ nữa nhưng lại có thân hình khỏe mạnh, hai mắt sáng ngời đầy thần thái, có người cảm động tới mức nước mắt rưng rưng, đây là sân khấu của họ, họ yêu nghề và vui với nghề, xứng đáng được cổ vũ tán dương, Diệp Tề Mi là người đầu tiên đứng dậy vỗ tay.

Tiếng vỗ tay vang lên như sấm, màn đã khép vào lại phải kéo ra, cứ thế phải đến ba lần mới thôi.

Khi xe ra khỏi nhà hát Thương Thành đã là nửa đêm, hai bên đường phố xá vẫn tấp nập, từng dải đèn sáng lung linh trang hoàng trên các tán cây, tạo thành một dải ánh sáng vui mắt như muốn làm nhịp cầu nối tới tận chân trời.

"Hôm nay tôi rất vui, cảm ơn anh".

Anh ta mỉm cười, "Tôi nên cảm ơn cô mới đúng, nhờ có cô mà tôi không phải đi xem một mình".

"Tôi cũng định đi xem một mình nhưng không mua được vé". Cô trả lời rất tự nhiên, không nhìn thấy biểu hiện vui mừng trong mắt Lận Hòa.

"Đi ăn chút gì nhé, tôi thấy hơi đói".

Điện thoại của Diệp Tề Mi đổ chuông, cô làm động tác xin lỗi rồi lập tức nghe điện thoại.

"Bảo Bảo, em đang làm gì?".

"Em vừa cùng bạn ra khỏi nhà hát".

"Nhà hát?".

"Đoàn múa Vân Môn, nhớ không?". Cô nhắc.

"À, anh nhớ rồi, *Hồng Lâu Mộng* phải không, Lâm muội muội có đẹp không?".

"Không đẹp bằng em". Cô thật thà trả lời, đầu bên kia vang lên một tràng cười sảng khoái.

"Giờ đang lái xe về sao?".

"Bạn em lái, còn anh, anh ăn gì chưa?".

"On the way, em cũng biết anh ăn muộn mà".

"Vậy anh mau đi ăn đi, anh nói làm em cũng thấy hơi đói".

Chuẩn bị cúp máy anh mới chợt nhớ ra: "Em đi xem với ai? Kế Lôi Lôi à?".

"Không, em đi xem cùng với một quý ông". Cô lại thật thà khai báo.

Rõ ràng là định trêu mình đây, trước khi cúp máy anh cười lớn: "Được rồi, hai quý cô về nhà sớm đi nhé, bảo cô ấy lái xe cẩn thận".

Điện thoại ngắt rồi, Diệp Tề Mi vẫn trừng mắt nhìn nó.

"Cô Diệp…". Lận Hòa dè dặt gọi.

"Chẳng phải anh bảo đi ăn sao? Ăn ở đâu thế?". Cô ngẩng đầu, nét mặt đã trở về trạng thái bình thường, mỉm cười hỏi anh ta.

Đã khuya nhưng nhà hàng đồ ăn Ý nổi tiếng này vẫn rất đông khách, ba người bàn bên cạnh có vẻ đang có một buổi ăn tối trang trọng, trên bàn rất nhiều món, bên cạnh còn có một chiếc bánh kem hình bông hoa rất xinh.

Cô im lặng ăn, Lận Hòa cũng không nói nhiều, vị trí các bàn khá gần nhau nên bàn bên cạnh nói gì họ cũng có thể nghe rõ.

"Sau này có chuyện gì nhớ gọi điện cho anh, cố gắng sống vui vẻ". Người đàn ông đó ăn mặc rất lịch sự, giơ ly rượu lên trước.

Người phụ nữ ngồi đối diện với anh ta, trang điểm tinh tế nhưng mắt đỏ hoe, sau khi cụng ly với anh ta xong quay sang nhìn cô con gái ngồi bên cạnh.

"Cưng, con cắt bánh kem đi".

Cô bé đó chắc chỉ tầm bảy, tám tuổi, khuôn mặt trắng nõn, mái tóc đen dài, Cô bé cũng không nói gì, ngoan ngoãn đứng dậy cầm con dao nhựa cắt bánh. Lưỡi dao trong suốt sau khi được ấn vào lớp kem mềm mại không thấy được nhấc lên. Đầu cô bé cúi gằm, không nhìn rõ mặt, chỉ thấy vài giọt nước rớt xuống mặt bàn.

"Ba mẹ, ba mẹ đừng li hôn, chúng ta hãy giống như trước kia, cả ba cùng về nhà có được không? Con sẽ ngoan, sẽ nghe lời, vì vậy ba mẹ đừng li hôn, có được không?".

Không có ai trả lời, cô bé khóc nức nở, đôi vợ chồng kia có vẻ ngại ngùng, nhanh chóng thanh toán rồi đứng dậy.

Từ khi trở thành luật sư tới nay những chuyện thế này cô đã gặp nhiều, từ lâu đã thấy rất bình thường, nhưng mỗi lần nhìn thấy phản ứng của bọn trẻ con cô vẫn cảm thấy tàn nhẫn .

Nhìn theo bóng họ, Diệp Tề Mi bỏ dao dĩa xuống, nét mặt biến đổi.

Lận Hòa cũng nhíu mày: "Sao có thể làm thế trước mặt trẻ con, thật quá đáng".

Cô trầm ngâm khá lâu, sau đó nhẹ nhàng nói vài câu: "Sao lúc đầu lại kết hôn? Giờ tại sao lại li hôn? Nếu sớm biết thế này, ba mẹ có kết hôn nữa không? Nếu sớm biết sẽ có ngày chia tay, ba mẹ có sinh con ra không?".

Lận Hòa im lặng, chăm chú nhìn cô, ánh mắt dịu dàng.

Nói xong thấy thật ngại quá, Diệp Tề Mi cười: "Không phải là tôi nói đâu, là Jimmy[*]".

"Tôi biết". Anh ta gật đầu, sau đó chậm rãi nói tiếp, "Nếu con bị tổn thương vĩnh viễn, ba mẹ có đau lòng không? Nếu con tổn thương vĩnh viễn, ba mẹ sẽ lại yêu nhau lần nữa chứ?".

(*) Jimmy: Tác giả truyện tranh thiếu nhi nổi tiếng người Đài Loan.

"A, anh cũng đã đọc sao?". Cô tỏ vẻ ngạc nhiên, nụ cười rạng rỡ hơn.

Anh cũng cười, "Vâng, nhưng tôi không ấn tượng với cuốn đó bằng cuốn *Hòn Đá Xanh*".

"Hòn Đá Xanh, nỗi nhớ rung chuyển đất trời…". Cô đọc một câu, sau đó tiếp tục cần dao nĩa lên, vừa ăn vừa bổ sung thêm: "Tôi ấn tượng nhất là truyện *Cõng con voi đi làm*".

Đều không phải là những người quá bi lụy, nói tới đây cả hai đều phá lên cười.

Lúc thanh toán Diệp Tề Mi một tay lấy ví rất tự nhiên, tay kia ngăn Lận Hòa nói: "Coi như để tôi cảm ơn anh đã mời tôi xem vở múa đó, đừng có tranh với tôi nữa".

Hành động của cô rất kiên quyết, Lận Hòa cũng đành chịu.

Về đến nhà đã gần mười một giờ, cô vào phòng tắm vừa cởi xong quần áo thì có chuông điện thoại. Cô vơ vội chiếc khăn tắm quấn lên người chạy ra ngoài, cầm điện thoại rồi lại quay vào phòng tắm, nhìn thấy số cô liền bật cười, "Muộn thế này rồi, có chuyện gì thế?".

Thành Chí Đông cười: "Em còn chưa ngủ à?".

"Ngủ rồi thì nghe điện của anh thế nào được, em vừa về tới nhà".

"Vừa về nhà?". Anh ngập ngừng, sau đó hỏi dồn: "Sao muộn vậy?".

"Vừa rồi đi ăn với bạn".

"Ồ, quý ông đó sao?". Anh cười lớn.

"Đúng, đúng là quý ông đó. Anh nói xong chưa, em phải đi tắm, lạnh quá". Cô muốn cúp máy.

"Bảo Bảo". Anh thì thầm, giọng trầm ấm, "Anh nhớ em, rất nhớ".

Tay cô vẫn túm chặt khăn tắm, đứng trân trân trước gương, chỉ thấy ánh mắt mình dịu dàng hơn.

Chuyến bay tối thứ sáu, Thành Chí Đông vừa bước ra đã nhìn thấy cô đang ngồi trên chiếc ghế dài màu bạc cúi đầu lật xem tài liệu rất chăm chú.

Tối tháng sáu nên cô ăn mặc rất thoải mái, chiếc áo vải lanh chiết eo đơn giản, cổ áo truyền thống kiểu Trung Quốc, bên dưới mặc chiếc quần ống rộng màu đen, bàn chân trắng trẻo lộ ra ngoài, mái tóc dài thả tự nhiên, chiếc cổ nhỏ nhắn cúi xuống trông rất mềm mại, mộc mạc vậy thôi nhưng vẫn tỏa sáng.

Thành Chí Đông bước nhanh về phía đó, trước ánh mắt bao nhiêu người anh ôm chầm lấy cô, vừa cười vừa nựng: "Bảo Bảo".

Diệp Tề Mi vừa ngẩng lên đã bị anh hôn vào má một cái, tập tài liệu trong tay bị cái ôm của anh ép bẹp dí.

Cô vội vàng cứu đống tài liệu, vừa cười vừa đẩy anh ra: "Kẻ cướp, anh đè lên tài liệu của em rồi".

Làm sao mà để ý được nhiều như thế, đã hai tuần không gặp, anh nhớ cô muốn phát điên.

Trước khi lên máy bay anh gọi điện thoại cho cô, cô lại chủ động nói sẽ ra đón, anh vui tới mức cho phép lái xe về nghỉ mặc dù anh ta đã đi được nửa đường, anh hậm hực ước gì máy bay mọc thêm một đôi cánh nữa.

Lúc lên xe thấy anh chuẩn bị mở cửa phía ghế lái, Diệp Tề Mi can ngăn: "Anh còn mệt không? Để em lái".

"Anh lái". Anh đã bắt đầu đẩy ghế ra phía sau.

Không tranh cãi với kẻ cướp nữa, Diệp Tề Mi cúi đầu ngồi vào ghế phụ. Anh nhẹ nhàng thành thạo chuyển sang đường cao tốc, phóng như bay trên đường.

Đối diện với nhà hàng là một bãi cỏ lớn, vào các buổi tối mùa hè tiếng nhạc rộn rã không ngừng, rất nhiều người ra đó chọn chỗ đất trống làm sàn nhảy.

Ăn xong hai người đi qua đó lấy xe, từng đôi từng đôi nhảy rất say sưa, đều là các bác tuổi trung nhiên đầu đã điểm bạc,vừa xoay nhịp nhàng theo điệu nhạc vừa cười tươi hết cỡ.

Cảm thấy quá ngưỡng mộ, Diệp Tề Mi mỉm cười: "Họ thật vui vẻ".

"Chúng ta cũng có thể như thế". Anh nhướn mày, vòng tay ôm chặt eo cô, xoay một vòng.

Nụ cười mỉm biến thành nụ cười hết cỡ, cô gục đầu vào vai anh.

Họ ra khỏi đám đông, con đường rợp bóng cây được trang trí đèn sáng lấp lánh, chân như đang bước trên một dòng sông bạc.

Anh vẫn ôm chặt eo cô, cô ngẩng đầu lên nhìn anh, bắt gặp ánh mắt anh cũng đang nhìn mình đăm đăm, ánh mắt sáng rực.

Khóe miệng cô cong lên, tốt quá, hai chúng ta làm cho nhau vui vẻ.

Sáng hôm sau rời khỏi giường thì đã gần mười giờ, không phải cô không muốn dậy sớm... nhưng cuối tuần, hang ổ của kẻ cướp có luật lệ của kẻ cướp.

Hậu quả của việc say đắm nồng nàn là giờ ăn sáng và ăn trưa bị anh tiêu diệt. Thành Chí Đông vừa cười vừa đưa cốc sữa cho cô: "Xin lỗi, lần sau anh sẽ kiềm chế".

Kiềm chế thế nào? Diệp Tề Mi nhớ lại cuộc giao tranh ác liệt lúc sáng sớm nhưng nếu mỗi lần đều mãnh liệt đến chết đi sống lại như thế, cô sợ có ngày mình sẽ bị anh ăn tươi nuốt sống mất.

"Như vậy sẽ rất phiền, em phải uống thuốc tránh thai khẩn cấp". Cô nhíu mày lườm anh một cái.

Còn lườm sao? Anh mỉm cười, đặt cốc sữa xuống, thò tay béo má cô: "Được rồi mà, anh đã nói xin lỗi rồi, sẽ không có lần thứ hai, ok?".

Vốn định ca cho anh một bài, nhưng lúc này anh rất dịu dàng, tươi cười nhẹ nhàng an ủi cô.

Nhìn bộ dạng nô tài của anh, Diệp Tề Mi không kìm được bật cười, cô đưa tay nắm chặt tay anh, áp má vào đó, rồi dịu dàng hôn vào lòng bàn tay anh.

Buổi chiều sắc trời có vẻ âm u, Thành Chí Đông nhận được điện thoại, sân golf bên bờ biển khai trương, mấy người bạn mời anh tới phát bóng khai mạc buổi lễ.

Anh nhiệt tình nhận lời rồi kéo cô lên xe.

"Em mệt". Cô chỉ nói gọn một câu.

Đúng là rất mệt. Gần đây cô rất đau đầu về một vụ án, hai vợ chồng nhà đó đều kiên quyết giành quyền nuôi con, có cả tài sản ở nước ngoài, chỉ nguyên việc đi thu thập chứng cứ thôi cũng vất vả không khác gì việc đào núi lấp biển.

Tinh thần đang rất tệ giờ lại bị anh "giày vò" một trận lại càng mệt mỏi hơn.

Hơn nữa cô cũng không có hứng thú với việc chơi golf, đi cũng chẳng để làm gì.

"Ngủ nữa sao?". Anh đưa tay ra véo má cô một cái, "Bảo Bảo, vài hôm nữa anh phải đi rồi, thời gian rỗi thì ở bên anh đi".

Nhìn bộ dạng chuyện này là đương nhiên của anh, Diệp Tề Mi không thèm nói gì nữa.

Thấy cô im lặng, Thành Chí Đông vươn sang vuốt lông mày cô: "Đừng có nhíu mày, anh muốn em gặp bạn anh, coi như cho anh được nở mày nở mặt đi, có được không?".

Đây chẳng phải là... những lời đường mật của của một cái lưỡi không xương hay sao? Nhưng sao khi được nói ra từ miệng Thành Chí Đông lại có cảm giác rất chí lý, rất xuôi tai.

Cô còn định nói gì đó nhưng anh đã khởi động xe, "Không nói gì coi như ngầm đồng ý, ok, xuất phát".

"Kẻ cướp". Cô lầm bầm.

"Gì cơ?". Thành Chí Đông không nghe rõ, anh vừa lái xe vừa đưa tay nắm chặt tay cô, "Bảo Bảo, như thế này em không biết anh hạnh phúc thế nào đâu".

Trái tim như bị bóp khẽ trong lồng ngực, lạ quá, mũi sao có cảm giác cay cay, Diệp Tề Mi đành quay mặt nhìn ra ngoài cửa xe để khống chế cảm xúc này.

Thân xe Q7 khá cao, tốc độ lại nhanh, phong cảnh hai bên đường cao tốc lướt qua vù vù, trong xe tiếng nhạc du dương, anh quay sang nhìn lần nữa thì cô đã ngủ từ bao giờ.

Ánh mắt anh bỗng trở nên dịu dàng, anh đưa tay vặn nhỏ âm lượng.

Cuộc sống của anh từ trước tới nay vẫn rất tốt, công việc bận rộn lại có tính thách thức, bạn bè kết giao ở khắp nơi trên thế giới, ham thích thể thao, những lúc nhàn rỗi cũng không hề vô vị, vì vậy chuyện tình cảm với anh mà nói chỉ được coi là một phần của cuộc sống, thậm chí còn là một phần có cũng được không có cũng xong, có thì tốt không có cũng chẳng sao.

Nhưng từ khi ở bên cô, phần đó ngày một lớn, ngày một sâu đậm.

Bất luận anh đang làm gì, ở đâu, lúc nào anh cũng nhớ tới cô, thậm chí có những giây phút bỗng nhiên nỗi nhớ mạnh mẽ ào ào ập đến, chỉ hận không thể mọc thêm đôi cánh lập tức bay về ôm cô vào lòng.

Thứ tình cảm đó có phần nguy hiểm nhưng anh thấy rất hạnh phúc, bởi vì cô ấy xứng đáng với tình cảm đó của anh.

Rời khỏi đường cao tốc, anh dừng lại trước cái đèn đỏ đầu tiên.

Cô tỉnh dậy, mắt nhắm mắt mở liếc ra ngoài cửa xe, giọng ngái ngủ: "Đến rồi sao".

"Vẫn chưa, nhưng cũng sắp rồi". Anh đưa tay vuốt lại tóc cho cô.

Diệp Tề Mi vẫn còn buồn ngủ, theo bản năng cô giang tay ôm lấy vai anh dụi dụi má vào đó: "Xa quá".

Trời ơi, anh phát điên vì cô nàng này mất.

Nhất thời không kiềm chế được, chân vẫn đạp phanh, nhưng hai tay anh đã nâng mặt cô lên hôn.

Sự xuất hiện của Diệp Tề Mi khiến bạn bè của Thành Chí Đông đều vô cùng kinh ngạc.

Đúng là trái đất tròn, trong đám bạn đó có vài người cô thấy hơi quen mặt, cho dù không quen họ thì cũng trực tiếp hay gián tiếp quen biết vợ họ.

Mọi người không được chuẩn bị tâm lý trước, còn tưởng Thành Chí Đông mang em sinh viên xinh đẹp trẻ trung nào tới ra mắt, sau khi nhận ra cô, mặt mũi ai nấy tối sầm lại.

Lúc phát bóng khai mạc, cô đứng xem cùng một đám phụ nữ đang buôn chuyện rôm rả, lọt vào tai toàn là thời trang năm nay thế nào, chất liệu quần áo của nhãn hiệu thời trang nào tốt ra sao, hoặc chỗ nào vừa về một lô hàng mới từ Milan…

Khi họ bắt đầu bàn tới việc loại đá quý nào phù hợp với lễ phục, cô quyết định tự cứu lấy mình, xa xa nhìn thấy Thành Chí Đông đang chuẩn bị gậy golf, cô từ bỏ ý định thông báo với anh, quay người đi về phía trụ sở câu lạc bộ.

Sân golf rất lớn, cỏ xanh rì ngút mắt, sau khi ra khỏi đám đông ồn ào đó, cô cứ men theo con đường nhỏ đi về phía trước, xung quanh rất tĩnh mịch, cô cảm thấy rất sảng khoái.

Đến khi ngẩng đầu lên cô mới phát hiện mình đã đi lạc, cuối rừng cây nhỏ không phải là trụ sở câu lạc bộ như cô nghĩ. Một chiếc hồ phản chiếu bầu trời trong vắt, yên tĩnh và xinh đẹp, bên hồ còn có ghế đá, phía xa có người đang ngồi câu cá, chú chó nằm rạp bên cạnh trông rất lười biếng.

Cô còn chưa kịp bước lại gần tiếng chó sủa vang vang đã vọng đến, chú chó đó nhảy phốc lên rồi lao về phía cô, cô còn đang sững sờ thì chú đã xộc tới gần, cô cúi đầu nhìn, ngạc nhiên thốt lên: "Bối Bối, sao mày lại ở đây?".

Phía xa Lận Hòa từ từ đứng dậy, nhìn thấy cô cũng thoáng ngạc nhiên, sau đó lập tức nở nụ cười. Diệp Tề Mi kéo Bối Bối đi về phía anh, cúi đầu nhìn chiến lợi phẩm của anh, cô kinh ngạc: "Anh câu được nhiều cá quá".

Anh cười thành tiếng: "Cảm ơn lời khen ngợi của cô, Bối Bối chẳng biết thưởng thức, ngồi nhìn cả buổi mà chẳng có phản ứng gì cả".

Lần trước cùng đi xem múa sau đó lại đi ăn đêm, Diệp Tề Mi và anh bạn hàng xóm trò chuyện khá vui vẻ, nghe anh đùa vậy Diệp Tề Mi cúi xuống vỗ vỗ vào lưng Bối Bối, vui vẻ nói: "Bối Bối, sao không nể mặt ba chút nào thế, mày gặp rắc rối lớn rồi đấy".

Anh cũng cười, sau đó hỏi: "Cô tới chơi golf à?".

"Không, tôi đi cùng bạn thôi, tôi không biết đánh golf. Còn anh?".

"Tới đây câu cá", anh vừa nói vừa giơ chiếc cần đang cầm trong tay lên, mỉm cười. "Đi cùng bạn sao giờ lại tới chỗ này có một mình?".

"Những quý bà quý cô đó không có tiếng nói chung với tôi, vì vậy tôi đi dạo loanh quanh".

Quý bà, quý cô? Mắt Lận Hòa sáng lên, hôm nay là lễ khai trương của câu lạc bộ golf này, khách mời không phải là đại gia thì cũng là người có địa vị, điều này anh biết, có điều không ngờ Diệp Tề Mi lại xuất hiện ở đây, đã thế lại còn tụ tập cùng các bà các cô đó. Thật khó tưởng tượng ai có sức hấp dẫn lớn đến mức có thể khiến sư tử đồng ý ở cùng với gia cầm như vậy?

Anh thầm nghĩ trong lòng, vẻ mặt vẫn bình thản, lơ đãng hỏi tiếp: "Họ đã nói những gì? Vô vị lắm sao?".

"Không, họ nói rất say mê cuốn hút, vấn đề là từ phía tôi". Cô gõ gõ vào đầu mình: "Không có cách nào khác, vì có não nên tuyệt vọng".

Không nhịn được anh phá ra cười, tay như bị ai giật, chỉ kịp nghe thấy cô vui mừng hét lên: "Mau kéo lên, mau kéo lên, cá cắn câu rồi, có cá kìa".

Đúng là có cá, còn là một con trắm cỏ lớn nặng mấy cân, dây cước bị kéo thẳng tưng, cần câu bị sức nặng kéo võng xuống. Việc này không vội vàng được, anh chăm chú giữ cần khoảng hơn mười phút, con cá giãy giụa một hồi cũng kiệt sức, lúc đó anh mới từ từ kéo con cá vào bờ. Chưa bao giờ tận mắt nhìn người khác câu cá, lần đầu đã gặp tình huống thú vị như thế này, Diệp Tề Mi rất thích thú, đến Bối Bối cũng vui mừng chạy tới chạy lui.

Anh ra hiệu cho cô dùng vợt vớt cá, cô cố vớt nhưng lần đầu bị trượt, lần thứ hai dùng lực hơi mạnh hơn, cả nửa người vươn ra hồ, cỏ trên bờ trơn trượt, anh vừa nhìn đã biết là không ổn liền ném cần câu xuống lao tới kéo cô.

Nhưng muộn mất rồi, cô và cả cái vợt đều lao xuống nước, một tiếng "ùm" khá lớn vang lên.

Thành Chí Đông sau khi phát bóng liền quay đầu lại tìm cô trong tiếng vỗ tay tán dương. Anh nhìn khắp lượt nhưng không thấy bóng dáng cô đâu trong đám quý bà quý cô quần là áo lượt sặc sỡ đó.

Đoán chắc cô vừa đi ra ngoài, bên cạnh có người giục, anh đánh tiếp hai gậy nữa. Anh quay lại tìm lần nữa vẫn không thấy cô, tâm trạng bất an, anh cất luôn gậy golf vào túi, bước nhanh lại gần hỏi: "Tề Mi đâu?".

Các quý bà quý cô đang tám chuyện hăng say, bị anh đột ngột hỏi như vậy, mặt nghệt ra.

"Các cô không nhìn thấy cô ấy đi đâu sao?". Sao chẳng ai nói gì, anh bực bội.

A, Thành Chí Đông nhíu mày rồi, đẹp trai quá...

Lúc ấy một cô gái mới ngẩng đầu lên, ngón tay thon nhỏ chỉ hướng cho anh: "Cô ấy đi rồi, hình như đi đường đó".

Anh vội đi theo hướng được chỉ, không quên nói lời cảm ơn.

Cô nàng đó mơ màng: "Các cô có nghe thấy không? Anh Thành nói cảm ơn đấy".

Thành Chí Đông vừa đi vừa gọi vào di động của cô, không ai nghe máy.

Càng lúc anh càng lo lắng, chân đi như chạy, chuông điện thoại reo, anh lập tức bắt máy, đầu bên kia giọng nói gấp gáp: "Anh Thành, anh có thể quay về trụ sở câu lạc bộ ngay không?".

"Có chuyện gì?".

Đầu dây bên kia ngập ngừng, sau đó thận trọng giải thích: "Cô Diệp... ừm, đang ở phòng y tế".

Anh sững người, hét vào máy: "Shit! Rút cục đã xảy ra chuyện gì?".

Cái hồ đó thoạt nhìn thì có vẻ sạch và nông nhưng thực tế dưới đáy hồ có rất nhiều bùn, nước phải sâu hơn hai mét. Diệp Tề Mi không biết bơi, sự việc xảy ra lại khá bất ngờ, sau khi sảy chân vừa mở miệng liền bị sặc nước.

Lận Hòa lo lắng phát điên, vội vàng lao xuống cứu người, ngay cả Bối Bối cũng nhảy xuống theo, lúc lên bờ cả ba đều ướt như chuột lột.

Bây giờ là tháng sáu đầu hè, nhiệt độ không cao lắm, cô lại ăn mặc phong phanh, vừa lên bờ gió lạnh thổi qua, không nói được gì đã hắt hơi liên tục, vừa lạnh vừa sợ, môi cô bắt đầu run lập cập.

Khi về tới trụ sở câu lạc bộ, Diệp Tề Mi lần đầu tiên nếm trải mùi vị của sự xấu hổ cực điểm.

Ngày khai trương lại xảy ra chuyện lớn như vậy, tất cả các nhân viên tiếp đón trong câu lạc bộ đều lo lắng, sợ hãi, bận rộn chạy tới chạy lui để phục vụ cho cô. Mất mặt muốn chết, tắm xong Diệp Tề Mi không muốn bước ra ngoài.

Có điều dù sao cũng không thể cứ ở mãi trong nhà tắm được, Lúc Thành Chí Đông tới nơi, cô đã mặc bộ quần áo do nhân viên câu lạc bộ mang tới, tóc ướt rượt, vừa cầm ly sữa nóng vừa nói chuyện với người bên cạnh.

Thành Chí Đông hoàn toàn không cảm nhận được sự có mặt của người khác, anh túm lấy cô nhìn kĩ một lượt từ trên xuống dưới: "Họ nói em bị ngã xuống nước, có sao không?".

Mặt đỏ bừng lên, một tay cô cầm ly sữa nóng, tay kia ngăn hành động kì quặc của anh lại: "Anh đừng làm thế, người ta nhìn đấy".

Người ta? Anh quay đầu sang, cuối cùng mới nhìn thấy Lận Hòa đang ngồi bên cạnh và cả con chó đang nhìn anh mắt long sòng sọc kia nữa.

Lận Hòa ngồi trên chiếc ghế sofa bên cạnh, cũng đã thay quần áo, thấy hành động của họ thân mật như vậy, Lận Hòa hơi sững người lại.

"Đây là Lận Hòa, hàng xóm nhà em, vừa rồi em không cẩn thận ngã xuống nước, chính anh ấy đã cứu em lên". Diệp Tề Mi do dự không biết có nên giải thích nguyên nhân vớ vẩn làm mình rơi xuống nước hay không, giọng vô thức chậm hẳn lại.

Đối với Thành Chí Đông và Lận Hòa mà nói, lần đầu mặt đối mặt trong tình huống như thế này, bản năng đàn ông trong mỗi người đều phản ứng nhanh hơn lý trí, nhưng vì tính cách không giống nhau, nên một người thì bộc lộ ra ngoài chút ít, còn người kia thì quen giấu kín.

Cánh tay Thành Chí Đông siết chặt hơn, anh ôm lấy eo cô, quay người lại nói với Lận Hòa: "Anh Lận, tôi là Thành Chí Đông, cảm ơn anh hôm nay đã cứu Tề Mi".

Lận Hòa đứng dậy mỉm cười: "Chúng tôi vốn là hàng xóm, hơn nữa Tề Mi vì giúp tôi vợt cá nên mới ngã xuống nước, tôi còn thấy ngại nữa".

Vợt cá? Thành Chí Đông nhíu mày, nghiêng đầu nhìn cô.

Sóng ngầm đang nổi lên, Diệp Tề Mi sững người. Các cơ bắp trên người Thành Chí Đông như căng ra, sao cô lại không cảm nhận được? Hơn nữa, việc này mà nói ra cũng rất vô vị, càng giải thích càng tệ, nên cô cũng thẳng thắn thừa nhận: "Đúng vậy, vừa rồi em đi loanh quanh, gặp anh Lận Hòa và Bối Bối, thấy anh ấy ngồi câu cá rất thú vị, thế là đến giúp một tay, không ngờ lại bất cẩn ngã xuống nước, khiến anh Lận Hòa không những không câu được cá mà còn phải nhảy xuống cứu người". Diệp Tề Mi chỉ chỉ vào mình, mình trông bê bết thế này, chắc không cần phải nói phần tiếp nữa nhỉ?

Nghe nhắc tới tên mình, Bối Bối phấn khích sủa gâu gâu như muốn kể công, bị nó cọ cọ vào người, Diệp Tề Mi bật cười, cúi xuống vuốt ve nó: "Đúng đúng, Bối Bối cũng nhảy xuống nước cứu em nữa, sorry, tao quên mất mày".

Cô chơi đùa vui vẻ với Bối Bối, còn hai người đàn ông thì chẳng nói gì, không nghe thấy họ trò chuyện, Diệp Tề Mi ngẩng đầu lên, còn chưa kịp mở miệng đã ho sặc sụa, bắn cả sữa ra.

Thành Chí Đông xót xa, không còn để ý được việc gì nữa, quay lại chào Lận Hòa rồi kéo cô ra ngoài, vừa đi vừa nói: "Nhiễm lạnh rồi phải không, xem em lần sau còn dám đi lung tung nữa không?".

"Chán chết đi được, này, anh đừng kéo nữa. Không được ôm, kẻ cướp". Tiếng tranh cãi xa dần, Bối Bối quay đầu lại nhìn chủ nhân, ánh mắt trách móc.

Nhìn theo hướng họ đi một lúc lâu, Lận Hòa mới cúi xuống vỗ vỗ vào lưng Bối Bối, không cười nhưng giọng vẫn rất ôn hòa: "Đừng cuống, cuống gì chứ".

Ra khỏi sân golf anh lái thẳng xe tới bệnh viện, chỉ cảm lạnh chút xíu, anh hoàn toàn là chuyện bé xé ra to, bác sĩ kê luôn đơn thuốc còn bị anh chất vấn: "Sao ông lại làm việc không cẩn thận thế, không cần kiểm tra tổng thể thật chứ? Không cần ở lại bệnh viện để theo dõi sao?".

Lần này tới lượt Diệp Tề Mi phát điên, cô trừng mắt nhìn anh: "Đừng làm xấu mặt em nữa, về nhà".

Anh còn định nói thêm gì nữa, nhưng hai chữ "về nhà" của cô như từ tai rơi xuống tim anh, cả trái tim như được lấp đầy bởi một thứ gì đó rất mềm mại, dịu dàng, dễ chịu tới mức muốn nổ tung.

Anh ngẩng đầu lên nhìn cô, thấy cô cũng đang nhìn lại, bắt gặp ánh mắt của anh giọng cô dịu đi: "Không sao đâu, em rất ổn".

Tục ngữ có câu "Không nên ăn quá no, không nên nói quá nhiều". Tối đó Diệp Tề Mi bắt đầu sốt, hơn nữa lại đúng vào nửa đêm. Khi Thành Chí Đông giật mình tỉnh dậy có cảm giác như mình đang ôm một hòn than, đời này cái gì anh cũng không thiếu, chỉ thiếu kinh nghiệm chăm sóc người khác. Ôm người con gái mình yêu toàn thân nóng bừng trong lòng, trái tim anh đau như bị ai bóp nghẹt, nhưng lại luống cuống không biết làm gì, lòng hối hận muốn chết.

Anh lập tức bật ngay dậy mặc quần áo, Diệp Tề Mi cũng đã tỉnh, đôi mắt mơ màng, người cuộn tròn lại.

Trước nay sức khỏe của cô rất tốt, nói năng hành động dứt khoát, hiếm khi nào bị ốm. Nhưng vừa ốm một cái là thấy ngay sự khác biệt, trông cô rất đáng thương, hai má đỏ rực, sốt cao đến nỗi chân tay mềm nhũn, cổ họng đau rát, nói cũng khó khăn, chỉ một câu "Anh làm gì vậy" mà phải cố một lúc lâu mới thều thào thốt được ra.

Đang lo lắng nên động tác của anh rất nhanh gọn, "Em sốt rồi, chúng ta phải đi bệnh viện".

"Không đi". Khó khăn lắm mới tỉnh táo hơn một chút, cô quyết liệt từ chối. Diệp Tề Mi tự đưa tay sờ lên trán mình, đúng là rất nóng, nhưng chẳng qua chỉ sốt thôi mà, có cần làm to chuyện thế không?

Anh đã mặc quần áo chỉnh tề, nghe cô nói vậy liền cúi xuống giáo huấn: "Không được, nhất định phải đi, sốt tới mức này, nhỡ bị ngớ ngẩn thì sao?".

"Anh mới ngớ ngẩn!". Cô lập tức phản kích bằng giọng khàn đặc.

Anh điên tới mức bắt đầu tuôn ra một tràng tiếng Anh xì xà xì xồ.

"Thành Chí Đông, em hiểu đấy!". Không ngờ anh lại còn nói chỉ có kẻ ngốc mới lên cơn sốt vào mùa hè, cô giận dữ nói: "Vì em ngã xuống nước mới…".

Anh đã mang áo của cô lại gần, nhướn mày: "Nếu em không giúp người khác vớt cá, liệu có rơi xuống nước không?".

Diệp Tề Mi tức quá bật người ngồi dậy, vì động tác quá mạnh nên cô choáng váng ngã lăn xuống đất.

Thành Chí Đông lao vội tới như tên bắn nhưng cũng không kịp cứu cô, khi anh bế cô từ dưới đất lên, chỉ cảm thấy người cô nóng hừng hực như một cái lò, anh không còn tâm trí nào mà tức giận nữa: "Bảo Bảo, em không sao chứ?".

Dựa đầu vào ngực anh, Diệp Tề Mi vẫn còn giận dỗi: "Không liên quan tới anh".

"Anh xin lỗi, là anh không tốt, hôm nay nhìn thấy người đàn ông đó, anh cảm thấy không không vui, vì vậy mới nói năng linh tinh như thế".

"Hàng xóm thôi mà, không phải anh ghen đấy chứ?".

"Ghen? Ý em nói là đố kị?". Anh suy nghĩ một lát rồi gật đầu: "Đúng, anh ghen".

Anh thẳng thắn như vậy khiến cô không còn gì để nói, nhìn anh một lúc cô mới mở miệng, "Chỉ là hàng xóm thôi mà, tình cờ gặp. Còn nữa, không cần phải đi bệnh viện, uống thuốc là được rồi".

Anh vẫn muốn kiên quyết nhưng khi bắt gặp ánh mắt kiên định của cô, mặc dù đang ốm nhưng vừa nhướn mày đã khiến anh phải cúi đầu khuất phục. Thành Chí Đông hết cách, đành cúi đầu thỏa hiệp: "Được, nếu uống thuốc mà vẫn không hạ sốt thì nhất định phải đi bệnh viện đấy".

Diệp Tề Mi ngồi ở đầu giường nhìn anh chạy ra chạy vào, nước hơi nóng, cô uống vội nên lại ho, ngẩng đầu lên bắt gặp ánh mắt lo lắng của anh, cô cầm cốc nước mỉm cười với anh như muốn trấn an.

Anh nằm xuống, ôm lấy cô nhưng bị cô đẩy ra: "Cẩn thận kẻo bị lây đấy".

Cơ thể anh ôm trong lòng nóng rực và mềm mại, lần đầu tiên anh có cảm giác cô thật sự cần có người chăm sóc, Thành Chí Đông không nói gì, ôm cô càng chặt hơn: "Anh rất khỏe, em lây cho anh đi".

"Đồ ngốc!". Cô cười, khàn giọng mắng yêu anh.

Đúng, anh là đồ ngốc, nếu không vì sao vừa nghe tin em có chuyện, trái tim anh lại đập loạn lên như thế? Nếu không vì sao vừa bắt gặp ánh mắt người đàn ông đó nhìn em liền hận một nỗi không thể tống cổ anh ta lên chín tầng mây? Sao chỉ tưởng tượng có một người cứ mở cửa ra là được nhìn thấy em, anh đã cảm thấy bất an?

Thuốc hạ sốt bắt đầu ngấm, Diệp Tề Mi cuộn tròn trong lòng anh say ngủ.

Còn anh lại mất ngủ lần nữa, cả đêm chong mắt ngắm cô.

Sáng hôm sau Thành Chí Đông tỉnh dậy trước, thấy cô đã hạ sốt, anh cười rất thỏa mãn.

Người Diệp Tề Mi mềm nhũn, cô nằm bẹp trên đống chăn không muốn nhúc nhích chút nào.

Anh cũng không quấy rầy cô, anh dậy đi tắm, lúc ra vừa lau tóc vừa dặn dò: "Em cứ ngủ tiếp đi, anh ra ngoài check mail".

Cô mơ màng "Ừm" một tiếng rồi lật người ngủ tiếp.

Thành Chí Đông mở máy tính bắt đầu làm việc, cách một lúc lại vào xem cô thế nào.

Ánh sáng trong phòng rất yếu, cô đắp chăn kín mít chỉ để hở nửa khuôn mặt, mái tóc dài đen mướt, lông mi dài và cong. Anh nhìn cô cuộn tròn vào một góc giường, căn hộ rộng rãi này vì có cô nên khiến anh có cảm giác khắp nơi như được lấp đầy, thậm chí cả trong lồng ngực cũng đầy ắp.

Đột nhiên cảm thấy khóe môi nong nóng, Diệp Tề Mi nhắm mắt đưa tay đẩy anh: "Em đang ngủ mà".

"Ngủ đi, anh không làm phiền em nữa". Anh hôn thêm một cái nữa rồi mới quay người đi ra.

Vài phút sau cửa phòng lại bật mở, anh mang theo máy tính xách tay vào ngồi lên giường. Anh cúi đầu thấy đôi mắt mở to của cô, mỉm cười nói: "Em ngủ đi, anh muốn lúc nào cũng nhìn thấy em".

Sống mũi cay cay, Diệp Tề Mi vùi đầu vào chăn. Một khi tình cảm trở nên mãnh liệt, xa nhau sẽ cảm thấy nhớ nhung khôn cùng, rồi bắt đầu oán trách là tại sao không thể sớm tối bên nhau, cứ tiếp tục sẽ trở thành một vòng tuần hoàn luẩn quẩn, không thể giải quyết, cảm động quá sẽ khó có thể khống chế được tình cảm. Cô không thích bị tình cảm ảnh hưởng, có lẽ một ngày nào đó không xa bản thân cô sẽ biến thành một người phụ nữ chỉ thích oán trách.

Anh tiếp tục làm việc, không nghe thấy cô trả lời vì cô lại ngủ mất rồi.

Check một lượt email xong anh nghiêng người xuống, mỉm cười thì thầm vào tai cô: "Bảo Bảo, em còn định ngủ tới mấy giờ nữa? Anh đói rồi".

Ai ngủ đâu, nhưng mà ngại dậy, cô cuộn người chặt hơn, vùi sâu hơn vào trong chăn.

"Vẫn muốn ngủ?". Anh cười ha ha, hai tay đặt trên eo cô, lòng bàn tay nóng sực áp lên da cô, chầm chậm du ngoạn.

Diệp Tề Mi không còn chút hơi sức nào nữa, cô cong người kêu lên: "Đừng có làm bừa, em dậy đây".

Nghĩ anh là cầm thú chắc. Thành Chí Đông rụt tay lại, vừa cười vừa cù cô. Vốn có máu buồn, cô vừa kêu toáng lên vừa tránh né, vừa thở hổn hển xin tha: "Chí Đông, Chí Đông! Anh tha cho em đi mà".

Không phải chưa từng được người khác gọi tên, nhưng vào giờ khắc này, tự nhiên anh cảm thấy hạnh phúc tới phát sợ. Làm thế nào bây giờ? Anh sợ mất đi người phụ nữ này, anh sợ sau này sẽ không còn những giây phút như thế này nữa. Bên tai vẫn vang lên tiếng kêu của cô, anh đã ôm chặt cô vào lòng hôn tới tấp, môi răng quyện vào nhau rất mãnh liệt, cô kinh ngạc kêu lên một tiếng, loáng thoáng nói được một câu: "Đau...".

Thành Chí Đông hôn nhẹ nhàng hơn, trán tựa vào trán cô, giọng bất an chưa từng thấy, "Bảo Bảo, em sẽ ở bên anh bao lâu?".

Nghĩ là mình nghe nhầm, Diệp Tề Mi nghi hoặc nhìn anh, không đợi cô hỏi lại, anh đã lập tức trở lại bình thường: "Dậy thôi, chúng ta đi ăn cơm".

Chắc chắn là cô nghe nhầm, Diệp Tề Mi hiếm khi nghe lời, ngoan ngoãn ra khỏi giường.

Đúng là hiếm thấy, thời gian Thành Chí Đông ở lại Thượng Hải lần này là hơn một tuần lễ. Ngày đi còn tranh thủ thời gian chạy qua tòa nhà mà Diệp Tề Mi làm việc, gọi điện giục cô xuống gặp.

"Chuyện gì thế? Em đang bận". Cô kẹp điện thoại vào vai để nghe, tay vẫn bận rộn không ngớt.

"Năm phút thôi".

Cô vội vàng đi xuống, anh đã đợi bên ngoài xe từ bao giờ, lái xe cũng không dám ngồi trong xe, đứng bên cạnh nhìn ngó với ánh mắt hiếu kì.

"Sao thế? Chẳng phải anh phải ra sân bay gấp sao?".

Anh không nói nhiều, quay người lấy đồ trong xe, đưa cho cô một cái túi to đầy ắp.

"Là gì thế?". Cô vừa hỏi vừa mở ra xem, từng hộp từng hộp thuốc tây xếp chồng lên nhau, còn có cả cao sơn trà nữa, xách một túi nặng trĩu cả tay.

"Cảm thấy khó chịu thì phải đi bệnh viện ngay, nhưng anh đoán thể nào em cũng sẽ cố chịu đựng, nếu buổi tối lên cơn sốt lần nữa thì ít nhất trong nhà cũng có thuốc". Anh nói xong vội vàng định đi.

Tặng thuốc à! Diệp Tề Mi dở khóc dở cười, người Trung Quốc đâu có làm vậy, đúng là chỉ có anh mới làm được những việc như thế. Nhưng cô lại cảm thấy rất hạnh phúc, trái tim xao xuyến, ánh mắt Diệp Tề Mi trở nên dịu dàng.

Cửa xe lại mở ra, cánh tay Thành Chí Đông đã bị cô giữ lại, lái xe vẫn đứng bên cạnh, cô nói rất nhỏ: "Chí Đông, cẩn thận nhé".

"Ừ, em cũng thế". Anh quay người lại bẹo má cô, "Đừng rơi xuống nước lần nữa đấy".

Diệp Tề Mi lập tức nhướn mày, lừ mắt nhìn anh.

Anh cười rất tươi, nhẹ nhàng vòng tay ôm lấy cô: "Bye bye".

Lúc đi lên lầu Diệp Tề Mi vẫn giữ nụ cười trên môi, trợ lý nhìn thấy rất hiếu kì liền hỏi: "Trong túi có cái gì mà làm luật sư Diệp vui dữ vậy?".

Liếc mắt nhìn chiếc túi đang cầm trên tay, Diệp Tề Mi mím môi: "Không có gì, toàn là thuốc thôi".

Cười ngọt ngào thế chỉ vì một túi thuốc á? Dạo này biểu hiện của luật sư Diệp càng ngày càng khó hiểu.

Gần đây công việc ngập đầu ngập cổ, xong việc Diệp Tề Mi ngẩng đầu lên thấy đã sắp hết giờ, buổi tối còn hẹn gặp đương sự, cô cảm thấy rất mệt mỏi, ngồi trước bàn làm việc day day thái dương.

Cô cầm túi ra khỏi văn phòng đúng lúc nghe thấy trợ lý đang gọi điện thoại, giọng nhẹ nhàng thỏa hiệp: "Vậy em sẽ mua sườn về, thống nhất thế nhé".

Diệp Tề Mi mỉm cười với cô ấy, trợ lý mới kết hôn chưa được nửa năm đã có phong thái của một bà chủ gia đình đảm đang lắm rồi, hết giờ là vội vội vàng vàng về nhà, nghe tới phải làm thêm giờ là vẻ mặt như bị ép uống thuốc độc.

Trợ lý nhận ra cô đang nhìn bèn giơ hai tay ra tỏ vẻ bất đắc dĩ, "Luật sư Diệp đừng cười tôi, ở nhà ngày nào cũng có người đợi ăn cơm".

"Cười cô? Có người hàng ngày ăn cơm cùng mình tốt biết bao. Tôi ngưỡng mộ cô còn không hết ấy chứ".

Trợ lý tròn mắt nhìn cô, mặt lộ rõ vẻ nghi hoặc: "Ngưỡng mộ tôi? Luật sư Diệp, chị vừa xinh đẹp lại vừa giỏi giang, không biết bao nhiêu người coi chị là thần tượng, chị lại đi ngưỡng mộ tôi?".

Diệp Tề Mi vẫy tay cười cười: "Thôi nhé, giờ thần tượng phải ra ngoài bán mạng vì công việc đây, còn cô về nhà để thưởng thức món sườn non đi, bye bye".

Sau khi đàm phán xong mọi chuyện thì đã chín giờ tối, Diệp Tề Mi mệt mỏi rã rời. Khó khăn lắm mới lết được về đến nhà, vừa ra khỏi nhà xe cô ngẩng đầu lên nhìn, mỗi khung cửa sổ của tòa nhà đều có ánh đèn, có đèn có nghĩa là có người thân đang chờ đợi, đáng tiếc là cô không có.

Chiếc túi trên tay nặng trình trịch, đột nhiên muốn nghe giọng của Thành Chí Đông, cô rút điện thoại ra. Điện thoại vừa thông, một cái bóng tròn tròn quen thuộc đột nhiên lao tới từ trong bóng tối, cô chưa kịp nói gì thì hai chân Bối Bối đã nhảy lên đầu gối cô, không giữ được thăng bằng, cô suýt nữa bị ngã, di động rơi xuống đất.

"Bối Bối, đừng nghịch!". Xung quanh rất yên tĩnh, trong tiếng kêu ư ử làm nũng của Bối Bối, giọng Lận Hòa vọng tới.

"Bối Bối, đồ xấu xa!", Diệp Tề Mi vừa cười vừa vỗ vỗ vào đầu nó và cúi xuống nhặt điện thoại.

Cô gọi lại cho anh, đầu bên kia là tiếng báo máy bận, cô đoán anh đang gọi lại cho mình bèn ngắt cuộc gọi luôn.

Lận Hòa đã đi tới trước mặt cô, trước hết là kéo Bối Bối về phía mình, biết mình đã làm sai, nó cúi đầu đứng yên.

"Được rồi, tao không sao, lâu lắm không gặp, Bối Bối chắc là nhớ tao hả". Diệp Tề Mi ngồi xổm xuống an ủi nó.

"Cô làm việc muộn thế này sao?".

"Ừm, gần đây tôi khá bận". Cô đứng dậy trả lời, chiếc túi khá nặng, phải đổi sang tay kia.

"Để tôi xách giúp cô". Anh rất tự nhiên đưa tay ra, Diệp Tề Mi không kịp ngăn lại, đúng lúc đó chuông điện thoại reo.

Cô vừa bấm nút nghe đã thấy giọng Thành Chí Đông lo lắng vang lên: "Sao điện thoại vừa thông đã ngắt máy thế? Xảy ra chuyện gì rồi?".

"Không có gì, vừa rồi Bối Bối nhảy lên người em, do không cầm chắc nên bị rơi". Cô giải thích, Bối Bối nghe thấy nhắc tới tên mình liền ngẩng đầu lên, sủa vang một tiếng.

"Bối Bối? Là một con chó sao?". Anh cũng đã nghe thấy tiếng sủa, thực ra lúc bắt máy anh đang lái xe, mặc dù vừa "a lô" một tiếng thì đã bị ngắt máy, nhưng trong điện thoại vẫn mơ hồ nghe thấy tiếng Lận Hòa, anh bất giác nhíu mày.

"Vâng, vừa tới nhà thì gặp Lận Hòa và Bối Bối. Thôi, em lên nhà đã, chút nữa nói tiếp". Lận Hòa đứng cạnh nên cô thấy không tiện.

"Bảo Bảo". Biết là cô luôn cúp máy rất dứt khoát, Thành Chí Đông vội gọi lớn.

"Vâng?". Lẽ nào anh muốn nấu cháo điện thoại trước mặt người khác? Diệp Tề Mi hơi mất kiên nhẫn.

Anh thực sự rất lo lắng, tuy nhiên anh biết làm như vậy cũng không giải quyết được vấn đề, cuối cùng khả năng kiềm chế đã chiến thắng, Thành Chí Đông ép mình phải dừng lại, "Thôi, anh đang lái xe về khách sạn, chút nữa gọi lại cho em sau".

Muộn thế này mà anh vẫn đang ở trên đường, biết là cách xa muôn trùng, nhưng giọng nói của anh vẫn truyền tới tai cô đầy rõ ràng và mạnh mẽ, Diệp Tề Mi mỉm cười: "Anh lái xe cẩn thận nhé".

Cuộc điện thoại ngắn gọn chỉ vài ba câu đã xong, Lận Hòa vốn định rút lui thì cô đã kết thúc cuộc gọi.

Lận Hòa đứng bên cạnh nhìn cô, bình thường Diệp Tề Mi nói chuyện khá ngắn gọn, nhưng giọng điệu nói chuyện điện thoại vừa rồi rất nữ tính, thật hiếm khi được nghe thấy. Đoán cũng biết đối phương là ai, người đàn ông đó để lại ấn tượng khá sâu sắc trong anh.

Lận Hòa trước nay vốn không tranh với đời là bởi vì không có thứ anh muốn nhưng lần này thì khác. Dù muộn một bước nhưng không sao, anh không phải là người dễ dàng từ bỏ.

Nào biết anh đang nghĩ gì, chiếc túi vẫn ở trong tay anh, Diệp Tề Mi đưa tay ra nhận lại: "Thật ra cũng không nặng lắm, để tôi tự xách được rồi".

"Tôi cũng phải lên nhà mà, cùng đi thôi". Anh không trả lời thẳng vào vấn đề, tự bước lên đi trước.

Thôi bỏ đi, người ta cũng là có ý tốt, Bối Bối chạy qua chạy lại giữa hai người, lúc quẹt thẻ mở cửa Diệp Tề Mi vẫn còn đang nựng nịu nó.

"Hôm đó sau khi về nhà cô không sao chứ?". Cửa kính ở sảnh lớn khá nặng, Lận Hòa vừa giúp cô đẩy cửa vừa hỏi.

Đừng nhắc tới ngày hôm đó nữa, cá không vớt được còn rơi xuống hồ, thật mất mặt, cô ngượng ngùng nói: "Nhiễm lạnh một chút nhưng giờ thì ổn rồi".

"Vậy thì tốt, cô vì giúp tôi vớt cá mà rơi xuống nước, tôi rất lo". Cửa thang máy mở ra, họ cùng bước vào.

"Phải rồi, sao anh lại ra đó câu cá, có thường đi không?".

"Tôi rất thân với ông chủ của sân golf đó, thỉnh thoảng mang Bối Bối tới chơi, nó thích những nơi rộng rãi, ở đấy phong cảnh cũng đẹp".

Diệp Tề Mi nhớ lại, "Đúng là rất đẹp, đặc biệt là trụ sở câu lạc bộ mới xây đó".

Mắt anh sáng lên: "Cô thích sao?".

Đã đến tầng nhà cô, cửa thang máy lại mở ra, Diệp Tề Mi nhìn anh, vừa bước ra ngoài vừa trả lời: "Vui như vậy, không phải là do anh thiết kế đấy chứ?".

Hiếm khi nào anh cười sảng khoái như thế, anh gật đầu đáp: "Đúng, là do tôi thiết kế".

Sau vài lần như vậy hai người ngày càng thân thiết, một thứ sáu nọ Lận Hòa gõ cửa nhà Diệp Tề Mi, hình như có việc cần nhờ vả.

"Tề Mi, tôi có một công trình thiết kế ở Thanh Phố ngày mai khai trương, muốn mang Bối Bối đi cùng, nhưng sợ tới đó đông người quá không tiện, có thể nhờ cô giúp không?".

Bối Bối nhìn thấy cô đã sán lại gần, đầu dụi lấy dụi để vào chân cô, vừa ấm vừa buồn. Không nhịn được cười, Diệp Tề Mi cúi xuống vỗ vỗ vào đầu nó: "Không sao, ngày mai tôi sẽ trông nó, Bối Bối, muốn ăn gì nào? Tao mời mày".

Lận Hòa cũng cười: "Không cần phải phiền đến thế, đồ ăn tôi đã chuẩn bị hết rồi, thực ra tôi định mời cô ngày mai cùng đi, đấy là một khu nghỉ dưỡng, thiết kế không tồi, phong cảnh cũng đẹp, tới đó cô có thể vừa dắt theo Bối Bối vừa đi dạo".

"Vậy còn anh?".

"Nghi lễ cắt băng khánh thành tôi phải có mặt, sợ không trông được nó".

Diệp Tề Mi nghĩ thấy cũng đúng, trong lễ cắt băng khánh thành xuất hiện một con chó thì không phù hợp lắm. Ngày mai vừa hay cô cũng chẳng có kế hoạch gì, Diệp Tề Mi cười, gật đầu: "Cũng được, Bối Bối ngoan, ngày mai cho mày đi ngắm cảnh nhé".

Diệp Tề Mi là người nói là làm, hôm sau tới khu nghỉ dưỡng, cô dắt Bối Bối đi dạo khắp nơi.

Lận Hòa giới thiệu khu nghỉ dưỡng này thiết kế không tồi, phong cảnh đẹp, thật ra anh đã quá khiêm tốn.

Nơi này đúng là một khu vui chơi giải trí ở ngoại ô vô cùng hào nhoáng. Mùa xuân bốn bề được bao phủ bởi những tán cây bách xanh thẫm, mặt hồ trong sáng như gương, đường đi bằng phẳng uốn lượn, kéo dài tới mọi ngóc ngách của khu nghỉ dưỡng, lại còn có một trại ngựa nữa, ngại đi bộ nên Diệp Tề Mi lái thẳng xe của Lận Hòa vào bên trong chầm chậm đi quanh khu nghỉ dưỡng một vòng.

Cuối con đường có một bãi cỏ, cỏ lên xanh rì mượt mà. Cô đỗ xe ở bên đường, vừa mở cửa xe Bối Bối đã vội vàng lao ra ngoài, sung sướng chạy nhảy khắp nơi.

Vì là ngày nghỉ, lại là đi chơi nên Diệp Tề Mi ăn mặc rất thoải mái, quần bò và áo có mũ, khác hoàn toàn với những bộ đồ công sở nghiêm nghị hàng ngày.

Trên xe của Lận Hòa có để cả những đĩa nhựa, cô lấy ra chơi trò ném đĩa với Bối Bối, Bối Bối phấn khích chạy vòng vòng quanh cô.

Chỗ này rất yên tĩnh, xung quanh lại không có người, cô và Bối Bối vui vẻ chơi ném đĩa một cách hết sức thoải mái.

Mới đầu động tác của cô còn chưa thuần thục, ném hai lần đều rất gần, có lần còn suýt ném vào cái mặt háo hức của Bối Bối, may mà nó phản ứng nhanh, nghiêng đầu né được, sau đó quay lại nhìn cô với ánh mắt oán trách, nhìn thấy vẻ mặt đó của Bối Bối cô không nhịn được bật cười, ôm nó vuốt ve nựng nịu nói xin lỗi mãi.

117

Sau vài lần cô đã lên tay, sau đó phối hợp càng lúc càng ăn ý, lúc Lận Hòa tìm đến nơi cô đã đang thở dốc vì mệt, đầu mướt mồ hôi, cùng Bối Bối nằm dài trên bãi cỏ, Bối Bối dùng chiếc lưỡi dài và ướt rượt của mình liếm mặt cô liên tục, cô vừa lấy tay đẩy nó ra vừa cười rạng rỡ, nụ cười dưới ánh nắng mặt trời tỏa sáng lấp lánh.

Từ xa anh đã nhìn thấy cảnh tượng xúc động đó, nhìn một lúc bước chậm dần rồi đứng lại, im lặng không muốn lên tiếng, cũng không muốn đi tới làm phiền cô.

Anh biết cô là một cô gái không dễ theo đuổi, anh biết bên cạnh cô đã có Thành Chí Đông, anh cũng biết mình không có nhiều khả năng chiến thắng, có thể cuối cùng anh sẽ chẳng có được gì. Nhưng nếu đối tượng là cô anh nguyện dốc toàn tâm toàn lực thử một lần, nguyện kiên nhẫn chờ đợi, cũng nguyện chấp nhận thất bại.

Bối Bối đã nhìn thấy chủ bèn chạy như bay tới, sau đó thân mật dụi dụi đầu vào lòng anh.

Diệp Tề Mi cũng đứng dậy, vẫy tay với anh.

Lận Hòa cười đáp lại rồi đi về phía cô.

Không sao, thiên thời địa lợi nhân hòa anh đều có cả, không lý nào lại thua.

Chương 5

Anh sẽ không như vậy, em cũng thế

"Nếu anh có tình cảm với người khác thì cứ nói thẳng với em, em có thể hiểu được, không nói có nghĩa là bắt cá hai tay, em mà biết thì...".

"Em sẽ làm gì?".

"Anh nói xem?". Cô nhướn mày, chỉ nói nửa chừng nhưng ý tứ thì sâu xa.

Mùa xuân ở Thượng Hải đúng là rất ngắn ngủi, có cảm giác như chỉ trong một đêm nhiệt độ đã tăng lên đột ngột, Diệp Tề Mi vừa sợ nóng nhưng cũng vừa sợ lạnh, trước nay luôn trải qua mùa hè trong sự chịu đựng cực khổ, màu đỏ tươi bắt mắt của chiếc xe S40 dưới ánh nắng nhìn thì đẹp thật, nhưng ngồi vào trong đó để nếm trải cảm giác nóng nực thật không dễ chịu chút nào.

Bốn giờ chiều, cô vẫn đang trên đường từ tòa án về văn phòng, con đường phía trước hơi nóng bốc lên hầm hập, cảnh vật như mờ ảo méo mó đi, ánh mặt trời chiếu thẳng vào trong xe, phải ngồi cố định trên ghế lái nên có muốn cũng không tránh được, kể cả có đeo kính râm cũng vẫn phải nheo mắt.

Đầu cô hơi ong ong, bắt đầu thấy khó chịu, cô muốn vào siêu thị mua nước bèn đỗ xe vào vệ đường. Bên đường là một cái hồ nhân tạo mặt nước không gợn sóng, ngày hè nóng nực, thế mà vẫn có rất nhiều người tụ tập quanh hồ để nghỉ ngơi, thư giãn. Xa hơn một chút, cô liếc thấy một tòa nhà bằng kính trong suốt, mới tinh, bên trong có tiếng nhạc vọng ra, thảm đỏ được trải một đoạn khá dài, rất nhiều thanh niên nam nữ ăn mặc trang trọng lịch sự tấp nập ra vào.

Tổ chức sự kiện vào một ngày nóng bức thế này, cô phục họ quá.

Siêu thị tọa lạc nơi góc phố, ở đó không cho đỗ xe, vừa mở cửa xe hơi nóng hầm hập đã phả thẳng vào mặt cô, cô thở dài, cố gắng bước nhanh về phía trước.

Ánh mặt trời rực rỡ chói chang chiếu thẳng xuống đầu, chỉ một đoạn ngắn khoảng năm trăm mét mà cô có cảm giác hoa mắt chóng mặt, khó khăn lắm mới tới được trước cửa kính của siêu thị, chỉ còn một bậc cầu thang nữa nhưng cô không còn chút sức lực nào để nhấc chân lên nữa.

Mồ hôi ướt đẫm áo, bên tai vang lên những tiếng ù ù, hình như có người vây quanh, cô nghĩ không ổn rồi, nhưng không còn cảm giác gì nữa, ngã khuỵu ra đất cũng không thấy đau.

Có người chạy tới, kêu lớn: "Trời ơi, có người say nắng rồi".

Mấy đôi nam nữ đang bước trên thảm đỏ bên kia đường, nghe thấy có tiếng kêu thất thanh, một giọng nữ yểu điệu cất lên "Anh Lận, bên kia xảy ra chuyện gì vậy?".

Lận Hòa nhìn theo ánh mắt của cô ta, bên đó đã có vài người đi đường vây lại, qua khe hở thưa thớt có thể nhìn thấy một người đang nằm dưới đất.

"Anh Lận?". Không thấy anh trả lời, cô gái đứng bên cạnh đặt tay lên vai anh. Người đàn ông bên cạnh cô ta là kiến trúc sư Lận Hòa tiếng tăm lẫy lừng trong giới kiến trúc, càng đáng quý hơn là tính tình anh rất ôn hòa lại đẹp trai, cô ta đã thầm ngưỡng mộ từ lâu.

Cô gái đó còn đang ngẩn ra thì kiến trúc sư Lận Hòa đã chạy về phía đám đông như một cơn gió, cánh tay cô ta vẫn đang ở trên không trung, lặng người nhìn anh chạy tới nơi xảy ra sự cố, anh gạt đám đông ra.

Chẳng phải người ta nói người đàn ông này bàng quan với thế tục, là một người tao nhã không vương bụi trần hay sao? Sao lại thích hóng chuyện như thế, khóe miệng cô ta hơi giật giật.

Diệp Tề Mi chỉ ngất đi trong giây lát rồi lập tức mở mắt, cố gắng ngồi dậy, tiếc là tay chân cô mềm nhũn, thử liền hai lần đều không được. Có ai đó chen vào và quỳ xuống cạnh cô, đưa tay ra nhẹ nhàng đỡ cô dậy: "Tề Mi, Tề Mi".

Trước mắt vẫn hơi mờ ảo nhưng cô nhận ra được người quen, đây cũng không phải lần đầu cô cảm nắng nên rất có kinh nghiệm, giọng yếu ớt nhưng khá rõ ràng: "Cho tôi xin một ly nước".

"Được". Anh chưa bao giờ nhìn thấy cô đáng thương như lúc này, Lận Hòa bế cô lên, đi thẳng về phía phòng triển lãm.

Cô muốn từ chối nhưng đầu óc nặng trịch, không nói được gì. Chuông điện thoại reo nhưng lúc này nghe như từ đâu xa xăm vọng tới.

"Tề Mi, cô có điện thoại, có nghe không?". Cô không nói gì, hai mí mắt lại nặng nề khép lại.

Lận Hòa hoàn toàn không còn tâm trạng mà để ý tới chiếc điện thoại nữa, vội vàng bế cô chạy như bay vào phòng nghỉ trong phòng triển lãm trước ánh mắt kinh ngạc của mọi người.

Sao không có ai nghe máy? Nhìn lại số máy trên điện thoại lần nữa, Thành Chí Đông bấm nút gọi, bên ngoài có tiếng gõ cửa nhẹ nhàng, thư ký đi vào nói gì đó bằng tiếng Anh.

Tiếng Anh của cô thư ký này phải nghe thật chăm chú mới hiểu, anh đặt điện thoại xuống, nói lại với cô ta vài câu, đợi cô ta ra ngoài lại gọi tiếp, lần này cuối cùng cũng đã có người nhấc máy nhưng lại là giọng đàn ông: "Xin lỗi, Tề Mi hiện giờ không thể nghe máy".

Giọng nói này… anh vẫn nhớ. Tim thoáng thắt lại, anh đứng phắt lên.

Lận Hòa cúp máy luôn, cánh cửa phía sau lại mở ra, anh quay người lại nhíu mày, vai đã bị tay ai đó vỗ nhẹ: "Người anh em, cậu diễn vở anh hùng cứu mỹ nhân giữa phố phải không? Sau này chắc tiếng tăm lẫy lừng lắm đây".

Người vừa bước vào là chủ nhân của phòng triển lãm này, họ Thái tên Chính Hiền, sinh ra trong lụa là gấm vóc, đúng là tuýp người chỉ biết ăn chơi nhảy múa, tiền tiêu như nước. Nơi này chính là món quà dành tặng cho cô nhân tình có chút khí chất nghệ thuật ở Thượng Hải của anh ta, anh ta nói món quà này vừa nho nhã lại rất ý nghĩa.

Ngày khai trương, anh ta bay thẳng từ nước ngoài về, không ngờ lại được tận mắt chứng kiến một màn kịch hay ho như thế, bản tính ham vui, anh ta lập tức bỏ mặc đám người vớ vẩn bên ngoài để vào đây góp vui.

"Cô ấy là bạn mình, cậu không ra ngoài tiếp đón khách khứa hay sao?". Thân với người này đã lâu, nên anh cũng không khách khí.

Giả vờ như không nghe thấy, Thái Chính Hiền bước nhanh về phía ghế sofa, cúi đầu xuống ngắm nghía tỉ mỉ.

Diệp Tề Mi vừa uống nước, đang nằm nhắm chặt mắt chờ cho cơn choáng váng qua đi, cơ thể mềm nhũn nằm trên ghế, mặt lấm tấm mồ hôi, sắc mặt xanh xao như không còn giọt máu nào, đến môi cũng trắng bệch, đôi lông mi dài và cong cụp xuống phủ lên làn da trắng xanh, càng khiến người khác động lòng.

"Chậc, chậc…". Thái Chính Hiền lắc đầu thở dài, "Cậu vô tình đi trên phố thôi cũng nhặt được người đẹp, sao mình lại không có được vận may đó chứ?".

Lận Hòa nhăn mày bước tới, còn chưa kịp nói gì thì Diệp Tề Mi đột ngột mở mắt, đôi mắt trong sáng nhìn thẳng vào Thái Chính Hiền đang cúi đầu quan sát cô, cô vừa hồi phục ý thức, tuy sức vẫn còn yếu nhưng Thái Chính Hiền vẫn rùng mình trước ánh nhìn của cô.

"Tề Mi, cô tỉnh rồi à?".

"Ừm". Cảm nắng chỉ là chuyện nhỏ, nhưng mới bị ánh nắng mặt trời chiếu một lúc mà mồ hôi đã túa ra đầm đìa, mất nước rồi bất tỉnh, cơ thể cô đã yếu ớt đến mức này từ bao giờ, Diệp Tề Mi nhíu mày, "Vị này là?".

Giới thiệu qua loa một câu, Lận Hòa chặn ngay Thái Chính Hiền đang định thao thao bất tuyệt lại, trực tiếp tiễn anh ta ra tận cửa.

Anh quay lại thấy cô đã ngồi dậy, trên trán vẫn lấm tấm mồ hôi, ngày hè oi ả, cô chỉ mặc một chiếc áo sơ mi mỏng, lúc này lưng áo đã ướt đẫm một mảng, dính chặt vào da thịt, đến cả lớp ren của nội y bên trong cũng thấp thoáng hiện ra trước mắt.

Trong phòng bật điều hòa mát lạnh nhưng lúc này lòng bàn tay anh lại rịn mồ hôi, bước chân đang hướng về phía trước ngập ngừng chậm lại.

"Cảm ơn anh, lại được anh cứu một lần nữa, thật ngại quá". Cầm cốc nước uống thêm ngụm nữa, Diệp Tề Mi điều hòa lại hơi thở, cảm ơn anh.

"Không cần khách sáo, mấy ngày nay sức khỏe của cô có vấn đề phải không? Nếu cảm thấy không khỏe nên ở nhà nghỉ ngơi, như vừa rồi rất nguy hiểm".

"Không sao, đột nhiên bị cảm nắng thôi mà. Trước đây tôi cũng từng bị rồi".

Lần trước mà cô nói chính là đợt tập huấn quân sự trước khi bước vào năm thứ nhất đại học, đứng nghiêm giữa trời nắng chói chang, lại không ăn sáng nên cô ngất xỉu rất oanh liệt, được đưa thẳng vào phòng y tế cho uống nước đường, uống xong khỏe luôn. Nhưng lần đó quá mất mặt, cả đời cô không thể quên.

Không ngờ chỉ vài năm sau, việc này lại tái diễn ngay trên đường phố, haizz, cách lần bị ngã xuống nước vì vớt cá chưa đầy một tháng, người đàn ông này lại một lần nữa được chứng kiến một cảnh tượng xấu hổ của cô, hàng xóm ơi là hàng xóm, Diệp Tề Mi quyết định lần sau trước khi ra khỏi nhà cô sẽ đeo mặt nạ.

"Tôi đưa cô tới bệnh viện kiểm tra nhé?". Khuôn mặt cô vẫn trắng bệch, nếu lúc đó không có anh, không biết sẽ xảy ra chuyện gì, nghĩ tới thôi anh đã thấy sợ.

Nghe giọng nói lo lắng của anh, Diệp Tề Mi ngẩng đầu lên, định nói điều gì đó nhưng đột nhiên cảm thấy hình như mình đã quên một việc gì quan trọng, tay cô bắt đầu lần tìm.

"Cô tìm gì thế?".

"Vừa rồi có phải điện thoại của tôi reo liên tục không?". Cô tiếp tục tìm.

"À, tôi cầm đây". Lận Hòa đưa cho cô, thấy cô nhìn màn hình, khẽ mím môi định ấn số, ngón tay vừa bấm số lại ngẩng lên nhìn anh: "Xin lỗi, tôi phải gọi điện thoại".

"Cô cứ nghỉ ngơi đi, chút nữa tôi quay lại". Nhìn cô chăm chú thêm chút nữa, Lận Hòa quay người đi ra ngoài.

Thấy anh đã đóng cửa, Diệp Tề Mi mới tiếp tục bấm số, chuông đổ một lúc lâu không có người nghe, sao thế? Không phải là anh giận đấy chứ, Thành Chí Đông.

Gọi lại, tín hiệu báo máy bận, cô cúp máy, thôi để về văn phòng trước đã, xem xem có thể sắp xếp thời gian đi kiểm tra tổng thể không, sức khỏe là cơ sở cho cách mạng, từ nhỏ cô đã được dạy dỗ thế mà.

Cả căn phòng này được làm bằng kính trong suốt, dưới ánh nắng mặt trời nhìn lấp la lấp lánh, ánh sáng hắt vào bên trong khá dịu, kính được đặc chế, khá kín đáo, ghế sofa kiểu dáng đơn giản, rõ ràng mang phong cách hậu hiện đại, trước khi đi cô còn ngoái lại nhìn một lượt, đúng là một nơi đẹp đẽ trang nhã, nhìn lướt một cái cũng thấy thật mãn nhãn.

Cô tiếp tục bước ra ngoài, tay vừa chạm vào tay nắm cửa thì chuông điện thoại reo, vừa mới bắt máy nói được câu: "A lô?" giọng Thành Chí Đông đã xộc thẳng vào tai: "Bảo Bảo! Vừa rồi đã xảy ra chuyện gì thế?".

Ăn nói kiểu gì vậy? Cô nhíu mày: "Vừa rồi em không tiện nghe điện thoại, anh gọi nhiều thế, tìm em có việc gấp sao?".

Thành Chí Đông điên lắm, lửa bốc ngùn ngụt.

Đoán cũng biết vẻ mặt anh lúc này, Diệp Tề Mi nhướn mày: "Anh đang làm gì vậy? Em còn có việc, không nói gì nữa em cúp máy nhé".

"Anh đang trên đường ra sân bay!". Anh nói gần như hét, điếc tai quá, theo bản năng Diệp Tề Mi dịch điện thoại ra xa.

Cô ngỡ ngàng: "Sao anh hét to thế?".

"Anh gọi điện mà em không nghe máy". Anh vừa giận vừa cuống, xe phóng như bay trên đường cao tốc, sân bay thấp thoáng hiện ra phía trước.

"Vừa rồi em không nghe được". Cô cũng bực bội nữa.

"Không phải", Thành Chí Đông bực bội không biết nên giải thích thế nào, "Không nghe thì có thể gọi lại sau, nhưng vừa rồi có người khác nghe máy giúp em, anh sợ em xảy ra chuyện".

Giọng anh lo lắng, trái tim cô như tan chảy, không giận anh nữa, Diệp Tề Mi lập tức giải thích: "Vừa rồi em bị cảm nắng, bị ngất trên phố, vì thế mới không nghe được điện thoại".

Anh không nói gì, im lặng một lúc.

"Giờ đã khỏe rồi", cô bổ sung thêm, "Vừa may có anh Lận Hòa cũng đi đến đó, em nghỉ ở chỗ bạn anh ấy một lúc, giờ không sao rồi".

Vẫn không có tiếng trả lời, cô gọi: "A lô?" rồi nhìn vào màn hình điện thoại, cái máy này gần đây bị rơi suốt, không phải hỏng rồi đấy chứ?

"Chí Đông?". Máy vẫn thông mà, Diệp Tề Mi gọi một tiếng thăm dò.

"Anh đến sân bay rồi, gặp nhau nói tiếp". Anh cúp máy.

Daisy đang xách túi chuẩn bị về thì có điện thoại, lúc cầm ống nghe lên tâm trạng vẫn rất vui, vừa nghe thấy giọng nói từ đầu dây bên kia, cổ cô lập tức thẳng đơ như một phản xạ có điều kiện, sau khi nghe xong thì sững sờ, cảm giác lạnh hết sống lưng.

"Tối nay đến Thượng Hải? Tổng giám đốc Thành, không phải anh đang ở Việt Nam sao?". Không phải vậy chứ? Sao cô có dự cảm rất không lành. Đã xảy ra chuyện gì mà anh ấy phải bay gấp về Thượng Hải như thế, anh ấy lo lắng vội vã quay về chắc chắn là xảy ra chuyện lớn rồi, như vậy mấy ngày tiếp theo cô sẽ phải làm thêm giờ cho tới khi chết vì mệt sao?

Anh nói rất ngắn gọn, sau khi kinh ngạc một hồi cuối cùng cô cũng hiểu đại khái tình hình, tiếp đó cô hỏi lại đầy nghi hoặc: "Sao? Đặt vé vào sáng sớm mai ạ?".

Đã đến giờ lên máy bay, Thành Chí Đông không nói thêm nữa, xác định lại lần nữa rồi cúp máy.

Hành khách xung quanh đều là khách du lịch trên đường trở về Thượng Hải, ai cũng xách túi lớn túi nhỏ, chỉ có anh là đi tay không, mọi người đều quay lại nhìn anh với ánh mắt lạ lẫm, thắc mắc.

Không buồn để ý tới vẻ mặt của người khác, anh bước nhanh lên máy bay.

Từ lúc nghe thấy câu nói đó, tâm trạng anh đã trở nên hết sức tồi tệ: "Xin lỗi, Tề Mi hiện giờ không thể nghe điện thoại".

Cô ấy không thể để người khác tùy tiện cầm điện thoại của mình lên nghe nên phản ứng đầu tiên của anh là nghĩ cô đã xảy ra chuyện.

Cảm nắng, ngất xỉu giữa phố, anh lại không ở bên.

Hai người dù có yêu nhau đến đâu thì cũng không thể ở bên cạnh nhau hai mươi tư trên hai mươi tư giờ, điều này ai mà chẳng biết, nhưng cô ngất giữa phố, anh không ở bên cô lúc ấy mà lại là một người khác.

Giọng nói của người đàn ông đó anh nhớ rất rõ, Tề Mi... anh ta dám gọi thân mật như thế sao, nghe điện thoại rất ngang nhiên, anh ta dựa vào cái gì mà làm vậy?

Tâm trạng Thành Chí Đông rối như tơ vò. Đây không phải là vấn đề anh có thể giải quyết một mình, chỉ có tận mắt nhìn thấy cô, tận tay chạm vào người cô anh mới hoàn toàn yên tâm.

Dù có bị cảm nắng thì cũng phải làm cho xong việc, Diệp Tề Mi quay về văn phòng tiếp tục những việc đang làm dở, khi nhận được điện thoại của Thành Chí Đông cô đang ra khỏi tòa nhà văn phòng.

"Anh đến Thượng Hải rồi, em đang ở đâu?".

Câu đầu tiên đã khiến cô phải tròn mắt ngạc nhiên, vừa rồi anh mới nói là tới sân bay, cô tưởng anh tới sân bay là để đến một nước khác, không ngờ anh lại bay thẳng về Thượng Hải. Chẳng phải anh mới đi tuần trước sao? Sao đã quay về rồi, trước giờ đâu có khi nào nhanh như vậy, cô vẫn không thể hiểu nổi: "Anh quay về làm gì? Công ty có chuyện sao?".

"Em đã đến bệnh viện chưa?". Anh không trả lời mà hỏi thẳng sang vấn đề khác.

"Gì cơ? À, cảm nắng thôi mà, tại sao phải đến bệnh viện?". Diệp Tề Mi vẫn đang kinh ngạc, tiếp tục truy hỏi: "Anh quay về làm gì?".

"Em đang ở đâu?". Anh cũng truy hỏi, tiếp tục phớt lờ câu hỏi của cô.

Rút cục là đã xảy ra chuyện gì? Đầu óc Diệp Tề Mi trở nên hỗn loạn, "Em vừa tan sở, đang đi xuống".

"Cảm nắng sao em không chịu nghỉ ngơi, mau quay về văn phòng đợi anh, nửa tiếng nữa anh tới nơi". Cô nàng này nghĩ mình là Lola[*] đầu thai chắc? Thành Chí Đông cúp máy luôn, cơn tức giận lại ập đến.

(*) Nhân vật trong truyện tranh *Đảo hải tặc* của Nhật.

Cô cầm điện thoại sững sờ đứng đó, chả lẽ anh chàng này lao về vì cô ngất xỉu sao? Thật hay giả đây? Diệp Tề Mi đứng lặng trong cơn gió hè chiều muộn, mặc dù vừa bị anh cúp máy đột ngột nhưng cô không cảm thấy bực bội, hoàn toàn không giận chút nào.

Chuông điện thoại lại reo, cô giật mình nghe máy, đầu dây bên kia vẫn là Thành Chí Đông, anh nói rất chậm: "Vừa rồi anh lo lắng quá, lẽ ra không nên cúp máy. Bảo Bảo, em ở đó đợi anh đến được không?".

Cô nhìn mọi người đi qua đi lại, nơi này rất đỗi thân thuộc với cô, nhưng thật lạ, đột nhiên cô như cảm nhận được một mùi vị ngọt ngào đang lan tỏa trong không khí. Diệp Tề Mi nắm chặt điện thoại, dịu dàng nói: "Em vẫn ở đây, không đi đâu cả".

Khi sắp tới tòa nhà Diệp Tề Mi làm việc, Thành Chí Đông lại gọi điện, nhưng tín hiệu báo máy bận.

Thực ra lúc này Diệp Tề Mi đang đứng cạnh cửa sổ, tay vẫn cầm điện thoại, đầu dây bên kia Lận Hòa vừa nói được một câu, cô đã nhìn thấy chiếc Q7 đang lao vào con đường phía trước tòa nhà với tốc độ khá nhanh, vội vàng trả lời Lận Hòa.

"Tôi không sao, tôi đã về văn phòng ngay sau đó, vừa xong việc".

"Làm muộn thế này sao? Liệu cơ thể cô có chịu được không? Tôi có một người bạn là bác sĩ, vừa rồi tôi đã liên hệ với cậu ấy, có tả sơ qua tình hình của cô, cậu ấy nói tốt nhất là đến bệnh viện kiểm tra tổng thể một lần, nếu cô có thời gian, đi kiểm tra xem sao được không?".

Giọng nói trong ống nghe rất dịu dàng nhưng mắt cô chỉ còn nhìn thấy người nào đó vừa đẩy cửa xe bước ra ở dưới đường, Diệp Tề Mi không để lọt vào tai lời nào.

"Kiểm tra? Không cần đâu, tôi sẽ tự sắp xếp, xin lỗi, giờ tôi có hẹn, nói chuyện sau nhé, ok?".

"Được, vậy cô chú ý cẩn thận nhé". Anh cũng rất dứt khoát, không nói thêm nữa.

Cô cúp máy rồi đi ra ngoài, chân bước khá nhanh, cửa thang máy vừa mở suýt chút nữa cô đã đâm sầm vào người bảo vệ đang đi ra.

Cô nghiêng người tránh, đột nhiên cảm thấy cánh tay ấm nóng, cô đã bị ai đó giữ chặt, bên tai vang lên giọng nói thân thuộc: "Cẩn thận".

Cô quay sang nhìn anh mỉm cười, đôi môi xinh đẹp hơi cong lên, mắt sáng long lanh.

Đúng là kì tích, anh đã lo lắng bất an vài tiếng đồng hồ rồi, nhưng vào giây phút này, lục phủ ngũ tạng như đều trở về vị trí của chúng, dễ chịu tới mức muốn thở dài. Anh nắm chặt cánh tay nhỏ nhắn của cô tự nhiên đến nỗi quên cả buông ra. Bàn tay kia cũng giơ lên áp vào trán cô.

Cô kéo tay anh xuống: "Em không sốt".

"Đi thôi". Anh dứt khoát kéo cô đi ra ngoài.

"Đi đâu?".

"Gặp bác sĩ".

"Bác sĩ có gì đáng gặp, đẹp trai phong độ như Lưu Đức Hoa sao?". Tâm trạng đang rất vui vẻ, Diệp Tề Mi còn trêu chọc anh.

"Bảo Bảo!". Cơn giận dữ lại ập tới, Thành Chí Đông chỉ còn thiếu điều bế bổng cô lên ném vào xe. Anh bay từ Việt Nam về Thượng Hải không phải để tức chết trước mặt cô.

Ai da, anh trừng mắt rồi. Sao lại có cảm giác người đàn ông đang đứng trước mặt mình lúc này đáng yêu đến thế, Diệp Tề Mi cười tươi hết cỡ: "Được rồi, em đã hẹn sáng mai sẽ tới bệnh viện kiểm tra, muộn thế này rồi bác sĩ người ta cũng phải về nhà, đúng không?".

"Ngày mai? Sáng sớm mai anh phải lên máy bay rồi". Cô ngồi ngay bên cạnh anh, nụ cười như chiếu sáng cả khoang xe, Thành Chí Đông không cảm thấy mệt chút nào, anh chỉ muốn được mãi ngắm nhìn cô như thế.

Diệp Tề Mi lại sững sờ lần nữa, cô tròn mắt nhìn anh.

Do cô quá kiên quyết nên Thành Chí Đông cũng đành từ bỏ kế hoạch đi khám bệnh nửa đêm của mình, hai người đi ăn nhẹ rồi về nhà nghỉ ngơi.

Nằm xuống giường anh giang tay ra theo thói quen, khi cô vừa ngả mình nằm xuống đã bị anh kéo sát vào người.

"Này!".

Anh thở dài: "Anh không phải là cầm thú, kia mới là". Trên ti vi đang chiếu phóng sự "Một năm theo chân đàn khỉ" của kênh Discovery, con khỉ đầu đàn oai phong lẫm liệt, bên cạnh nó thê thiếp thành đàn.

Cô bật cười, im lặng xem một lúc. Anh lại thắc mắc, "Tiến hóa? Tiến hóa là gì?".

Diệp Tề Mi nhất thời không nghĩ ra từ đó nên trả lời ngắn gọn, "Là khỉ biến thành người!", sau đó cô hỏi lại, "Anh có tin không?".

Anh suy nghĩ một lúc rồi lắc đầu.

Vai anh chắc nịch, gối lên đó cô cảm thấy thật dễ chịu, cô vừa dụi dụi vào vai anh vừa cười nói: "Trước đây em không tin, nhưng khi gặp anh thì em tin rồi".

Nói kiểu gì vậy? Thành Chí Đông kéo cô lên người mình, làm mặt khỉ với cô, "Người đàn ông của em là do khỉ biến thành, thế mà em cũng yêu sao?".

Trong ti vi con khỉ đầu đàn kêu khẹc khẹc, mặt anh lại đang rất gần, cô cười nghiêng ngả, đột nhiên như nhớ ra chuyện gì, hai tay ôm lấy mặt anh, nghiêm nghị nói: "Do khỉ biến thành cũng không sao, nhưng không được học cách sống bầy đàn của chúng, nếu anh có tình cảm với người khác thì cứ nói thẳng với em, em có thể hiểu được, không nói nghĩa bắt cá hai tay, em mà biết thì sẽ...".

"Làm gì?".

"Anh nói xem?". Cô nhướn mày, chỉ nói nửa chừng nhưng ý tứ thì sâu xa .

Anh không nói gì, sau đó ngồi thẳng lên nhìn vào mắt cô.

"Làm gì vậy?". Lần này tới lượt cô thắc mắc.

"Tề Mi, anh sẽ không làm vậy, em cũng không được". Vẻ mặt Thành Chí Đông hết sức nghiêm túc, không thân mật gọi cô Bảo Bảo nữa.

Những lời này... có đúng là do một người đàn ông quen sống tự do như anh nói ra không?

Một Diệp Tề Mi miệng lưỡi đanh thép trên tòa lúc này lại sững sờ, không nói được một lời.

Thấy cô im lặng, Thành Chí Đông thấy lạ. Anh ôm chặt eo cô, hung hăng nói: "Không nói gì? Không nói tức là ngầm đồng ý, không được hối hận đâu đấy".

Cô bật cười: "Đúng là logic của kẻ cướp".

Thành Chí Đông lật người, kẹp chặt cô trong hai cánh tay mình, ánh mắt anh nhìn cô đầy phức tạp.

Người phụ nữ này khiến đôi cánh của anh như sinh ra một sợi dây xích vô hình, bay xa đến thế nào cũng vẫn bị giữ lại, trái tim anh như lơ lửng giữa không trung, chỉ khi ở bên cô ấy mới có thể tiếp đất an toàn. Cảm giác đó đến anh cũng không tin là có thể xảy ra với mình thì làm sao có thể bảo anh giải thích?

Hoàn toàn không cảm thấy sự giằng xé trong mắt anh, thân hình cao lớn của anh ép xuống càng chặt, Diệp Tề Mi cười giơ tay ra đẩy. Anh chống hai khuỷu tay xuống giường nhưng mặt lại vùi vào cổ cô, cô mơ hồ cảm thấy anh đang nói gì đó nhưng giọng nói quá nhỏ, không sao nghe rõ được.

"Đừng đè nữa, em ngạt thở mất".

Anh lật người sang bên cạnh, tắt ti vi, tắt điện rồi khẽ nói: "Ngủ thôi".

Cô thật sự rất mệt nên không nói gì, cuộn tròn người và khép mi lại.

Cô nàng này nói ngủ là ngủ thật. Anh trọn mắt trong bóng tối, nhìn chằm chằm vào khuôn mặt cô nghiến răng nghiến lợi.

Cô bật cười, vòng hai tay ôm cổ anh, áp má lại gần, "Kẻ cướp, anh cũng biết sợ sao?".

"Sợ? Sao anh lại sợ?". Anh cãi.

Ái chà, lòng tự tôn của đàn ông trỗi dậy rồi đây, cô nhận lỗi: "Thôi được rồi, là em hiểu lầm, ngủ đi". Diệp Tề Mi quay đi tiếp tục ngủ.

Đáng ghét, anh ôm chặt lấy cô, cảm thấy mình thật thất bại.

"Được rồi, chẳng phải đã nói là em ở đây sao". Diệp Tề Mi ôm lại anh.

Giọng cô rất nhỏ, nhưng khi truyền vào tai lại như có tiếng vọng rất lớn, thực ra câu nói này không đầu không cuối nhưng anh hiểu. Anh nhẹ lòng, xiết tay lại ôm cô thật chặt trong lòng.

Má áp vào ngực anh, cảm thấy hơi khó thở nhưng Diệp Tề Mi lại mỉm cười. Tình cảm của người đàn ông này rất rõ ràng, anh chưa bao giờ che giấu tình cảm của mình trước cô, sự lo lắng của anh về Lận Hòa sao cô có thể không hiểu chứ.

Cô thực sự muốn nói thẳng với anh rằng muốn Diệp Tề Mi từ bỏ chỉ có thể là vì cô không còn tình cảm với anh nữa, chứ chắc chắn không thể do tác động bên ngoài.

Cô còn muốn nói với anh vòng tay anh thật ấm áp, cô rất thích, chỉ muốn lười biếng lựa chọn sự im lặng.

Diệp Tề Mi ngẩng đầu điều chỉnh lại tư thế, tìm một tư thế thoải mái nhất rồi nhanh chóng chìm vào giấc ngủ.

Chương 6

Đừng ràng buộc lẫn nhau

Cuộc sống của người đàn ông này chính là không ngừng chinh phục những điều mới mẻ, cô thích nhìn thấy anh năng động sôi nổi, nhìn thế giới bằng con mắt đầy tự tin, chưa bao giờ cô nghĩ đến một ngày nào đó, anh sẽ dừng bước bên cạnh mình, trở thành một người chồng bình thường không chút hoài bão như bao người đàn ông khác.

Thành Chí Đông đến vội vàng đi cũng vội vàng, sáng hôm sau anh phải ra sân bay từ rất sớm.

Nói là dành cả ngày để đi kiểm tra sức khỏe tổng thể, nhưng buổi sáng cô cũng tới văn phòng sắp xếp công việc. Sau khi xong xuôi đến được bệnh viện cũng đã là một giờ chiều.

Cũng may bác sĩ Diệp Tề Mi hẹn hôm nay chính là bạn cô, vừa bước xuống xe cô vừa gọi điện cho bạn.

Bác sĩ Lí Vân là chị học khoá trên với cô hồi trung học, hai người đã quen biết nhiều năm, ban đầu chị ấy làm pháp y, sau chuyển ngành sang làm bác sĩ bình thường.

Chị ấy kết hôn sớm, cuộc sống gia đình hạnh phúc viên mãn nên cảm thấy mình cần phải có trách nhiệm với tất cả những phụ nữ chưa kết hôn trên thế giới này, vài năm trước đã tích cực lo lắng cho việc đại sự cả đời của cô, vì chuyện đó mà Diệp Tề Mi không dám chủ động liên lạc với chị bạn học này nữa.

"Em đến rồi à, chị đã chuẩn bị xong cả rồi. Đã thông báo cho tất cả những bác sĩ nam còn độc thân ưu tú nhất trong bệnh viện, bọn họ đang rất háo hức, mong chờ sự xuất hiện của em. Phải rồi, có một anh chàng tiến sĩ vừa từ nước ngoài trở về, chuyên nghiên cứu về xương sống, là chuyên gia nhất nhì trong nước, lại đẹp trai nữa".

Đầu dây bên kia ha ha cười lớn, Diệp Tề Mi cũng nhoẻn miệng cười, trả lời rất rõ ràng: "Không cần đâu chị, giờ em đã có người chăm sóc rồi".

Phải đến mười phút sau Diệp Tề Mi mới nhận ra là mình đã lỡ lời.

Lí Vân trước kia vốn là bác sĩ pháp y, cuộc sống đầy kích thích. Sau khi chuyển ngành, hàng ngày chỉ khám cho bệnh nhân đau đầu sổ mũi, buồn tẻ đến mức khiến chị than vắn thở dài suốt. Lâu lắm mới có một đề tài buôn dưa hấp dẫn thế này, đối tượng lại còn là nhân vật có tiếng trong giới tư pháp Diệp Tề Mi, sao chị có thể dễ dàng bỏ qua chứ?

Vì thế, chị luôn theo sát cô trong suốt quá trình kiểm tra sức khỏe, hai mắt sáng long lanh.

Bị hỏi tới phát đau đầu, Diệp Tề Mi đành trả lời qua loa vài câu, ngược lại chị bạn học lại rất nhiệt tình, "Trời ơi, hai người đã quen nhau cả nửa năm rồi, lần trước chị có làm mối cho một cô y tá trong viện, ba tháng sau đã kết hôn luôn, thời đại bây giờ người ta làm cái gì cũng phải nhanh, Tề Mi, bao giờ thì mời chị uống rượu mừng đấy?".

Gì kia? Diệp Tề Mi hoàn toàn không hiểu tư duy của chị bạn, ngớ người ra hỏi: "Tại sao phải kết hôn?".

Há? Như nghe thấy người ngoài hành tinh nói chuyện, Lí Vân cũng ngớ người hỏi lại: "Không kết hôn thì yêu làm gì?".

Y tá đi tới, "Chị Diệp, giờ mời chị qua khám phụ khoa".

"Chị, em đi đây". Cứu tinh tới rồi, Diệp Tề Mi lập tức đứng dậy đi theo y tá.

Sau khi kiểm tra toàn bộ cũng mất gần hai tiếng đồng hồ, Lí Vân kéo cô vào trong văn phòng của mình, khép cửa lại rồi trừng mắt nhìn cô.

Than thầm trong lòng, Diệp Tề Mi chỉ chỉ ra ngoài cửa: "Chị, chị không phải cứu người sắp chết, giúp người bị thương sao?".

"Đừng có đánh trống lảng, hôm nay là ngày nghỉ của chị, vì em chị mới đến".

Tốt thế sao? Cô hơi cảm động, lập tức chân thành cảm ơn chị, "Thật ngại quá, em mời chị ăn cơm nhé, giờ đi luôn được không?".

"Cơm thì phải ăn rồi, nhưng không cần vội". Lí Vân phẩy tay, tiếp tục nói: "Tề Mi, em cũng biết chị biết ơn mẹ em thế nào…".

Không phải chứ? Lại nữa rồi, mặt Diệp Tề Mi tối sầm. Mẹ cô là giáo viên trung học, năm đó khi Lí Vân còn đang đi học, ba mẹ không hợp nhau nên động chút là cãi vã, ẩu đả, chị lại học rất giỏi, mẹ cô yêu mến cô học sinh này vô cùng, vì thế thường xuyên đưa chị về nhà để chị có nơi yên tĩnh ôn thi tốt nghiệp, sau đó Lí Vân thi đỗ đại học Y một cách thuận lợi, mọi người vẫn thường xuyên qua lại hỏi thăm nhau, tình cảm của chị và người nhà cô rất tốt.

Cô mở miệng định nói thì Lí Vân đã khoát tay: "Lần trước chị về thăm cô, cô nói giờ chẳng thiếu thứ gì, chỉ lo việc chồng con của em, chị đã hứa với cô là nhất định sẽ giới thiệu cho em một chàng trai tốt. Em có người yêu không nói với chị cũng không sao, nhưng tại sao lại nói không kết hôn? Lẽ nào anh chàng đó có vấn đề?". Lí Vân nói một hồi rồi bắt đầu suy diễn lung tung.

Diệp Tề Mi liếc nhìn tờ báo đặt trên bàn, tiêu đề to in đậm, "Đàn ông trung niên đã có vợ lừa tình thiếu nữ trẻ ngây thơ chưa có gia đình". Cô vẫn được tính là thiếu nữ trẻ ngây thơ chưa có gia đình sao? Bao nhiêu người đàn ông trung niên nhìn thấy cô đều vắt chân lên cổ mà chạy, cô muốn họ lừa còn không được ấy chứ.

Diệp Tề Mi thở dài, chị à chị rất tốt, chỉ có điều chúng ta đang ở hai thế giới khác nhau, nên có nói cũng không hiểu được...

"Không phải, chẳng qua bọn em đều rất hài lòng với mối quan hệ hiện nay, thấy không cần thiết phải kết hôn".

Nói vậy là sao? Nghe như sét đánh giữa trời quang, Lí Vân túm lấy cô ra sức khuyên bảo: "Kết hôn sẽ có cảm giác an toàn, không kết hôn em không nghĩ đến sau này sao?".

Cô nhìn lại chị với ánh mắt lạ lẫm, "Kết hôn thì không cần lo sau này sao? Hai người đều rất bận, cũng không thể thay đổi cuộc sống và công việc vốn có của mình, có thể ở bên nhau thì cứ thế mà tận hưởng, thời gian còn lại không can thiệp vào cuộc sống của nhau, không nên vì một người khác mà miễn cưỡng bản thân mình, mối quan hệ như thế chẳng phải rất tốt hay sao?".

Không còn gì để nói, Lí Vân đã bị đánh gục hoàn toàn bởi đống lý luận dài tràng giang đại hải của cô. Một lúc sau, chị mới tiếp tục: "Không đúng, suy nghĩ của em có vấn đề".

"Thôi được rồi", cô thừa nhận luôn, "Em có vấn đề, giờ chúng ta đi ăn cơm được chưa?".

Vẫn còn muốn nói tiếp nhưng Lí Vân chợt nhớ ra một chuyện quan trọng hơn: "Đi ăn cơm, Vương Khải nhà chị đã đặt chỗ rồi, chút nữa bác sĩ Mai sẽ đưa chúng ta tới đó".

"Sao lại phải đưa đi? Em lái xe tới đây mà".

"Không phải chị đã bảo em đừng lái xe đến sao? Không đi xe của em, cứ để lại đây cũng được".

Lí Vân suýt chút nữa thì hét ầm lên, lần này chị đã quyết tâm phải tiêu thụ được cô em học khóa dưới khiến mọi người đứng ngồi không yên này ra thị trường, đã dặn đi dặn lại là đừng lái xe tới, làm gì có anh chàng nào lại thích một cô gái vừa ăn cơm xong đi ra ngoài tự mình lái xe phóng vút đi, đến cơ hội làm người hộ tống cũng không có. Vừa rồi nghe cô em nói đã có bạn trai chị rất mừng, giờ sau khi hiểu được tình hình, cho dù có phải đẩy phải kéo cũng phải đưa cô ấy trở về thế giới bình thường.

Bị chị kéo ra ngoài, Diệp Tề Mi vội vàng ngăn cản: "Em còn chưa lấy kết quả kiểm tra sức khỏe mà".

"Không nhanh thế đâu, phải ngày mai".

"Bác sĩ Mai là ai? Em không ngồi xe người lạ lái".

"Người ta là tiến sĩ tốt nghiệp đại học Harvard, chuyên gia về cột sống, người khác muốn còn không có cơ hội mà ngồi kia kìa".

Hả? Diệp Tề Mi cố đứng lại, nếu không phải hành lang có nhiều người đi lại, thì cô đã ôm chặt lấy cây cột gần đấy để thể hiện sự phản kháng rồi, "Em không muốn, em chỉ đi ăn với chị thôi".

Lí Vân đứng lại, quay đầu nhìn cô, chậm rãi nói: "Em không ăn? Vậy tối nay chị sẽ đi gặp cô, rồi cùng họ tới thăm em cả thể".

Không phải chứ? Đem ba mẹ ra gây áp lực với cô, Diệp Tề Mi đau đầu quá.

Bác sĩ Mai đeo kính gọng vàng, da trắng, nói năng từ tốn, trông rất nho nhã. Mới ba mươi tuổi đã trở thành một chuyên gia về cột sống đầy uy tín, cũng gọi là có công danh sự nghiệp.

Đời người được cái này thì mất cái kia, cái giá phải trả cho thành công ngày hôm nay là suốt mấy năm liền cuộc sống của anh chỉ gắn liền với con đường từ bệnh viện tới trường từ trường tới bệnh viện, chỉ hai nơi đó, rất có quy luật.

Phạm vi sống nhỏ, những người anh tiếp xúc hàng ngày đa phần là các chuyên gia học giả đã có tuổi, vì thế mà cho tới hôm nay chiếc ghế bên trái ghế lái vẫn còn trống, anh cảm thấy rất cô đơn.

Lần này nhận lời mời về nước công tác, ngoài việc thấy phát triển sự nghiệp ở trong nước rất tốt ra, còn nguyên nhân khác lớn hơn đó là ba mẹ già của anh ở nhà đã coi việc anh tới giờ chưa kết hôn là việc làm bất hiếu, chỉ còn thiếu nước cầm bảng đến công viên Nhân Dân thay con tham gia hoạt động xem mặt tập thể nữa thôi.

Hoạt động đó anh cũng có may mắn được mục sở thị một lần, hàng trăm ông già bà cả đầu tóc bạc phơ cầm theo một tấm bảng trên đó liệt kê một loạt nào là tên tuổi, chiều cao, cân nặng, thu nhập... của con mình đi lại quanh công viên, đương nhiên bên trên có dán cả ảnh.

Nghĩ đến ngày mình cũng bị đem ra mổ xẻ trước bàn dân thiên hạ như thế, anh không thể giậm chân đứng im được nữa, gật đầu đồng ý hoàn thành sứ mệnh lịch sử của mình.

"Bác sĩ Mai, chào anh". Vài cô y tá đi qua chào anh, anh cười đáp lại rồi đi thẳng về phía trước, bọn họ tươi cười vẫy tay với anh.

Quẹo qua góc hành lang anh nhìn thấy ngay bác sỹ Lí người giúp anh bố trí bữa cơm hôm nay đang dắt theo một cô gái đi rất nhanh, lưng cô gái lạ đó nhỏ nhắn nhưng khá thẳng, bị kéo đi như lao về phía trước, chiếc đai áo sơ mi không tay bay phấp phới, khiến người ta không thể rời mắt.

Không phải chưa từng gặp người đẹp bao giờ, nhưng cô ấy quả là có một cột sống thật hoàn hảo! Cô ấy chắc chắn từ nhỏ đã quen ngẩng đầu ưỡn ngực, bệnh nghề nghiệp lại tái phát rồi.

Anh bất giác bước nhanh hơn, vừa đi vừa gọi: "Bác sĩ Lí".

Lí Vân quay đầu lại kinh ngạc, "Bác sĩ Mai, cậu đến rất đúng lúc", chị vừa chào hỏi anh vừa phải nắm chặt tay Diệp Tề Mi như sợ cô thừa cơ chạy mất.

"Tề Mi, vị này là Mai Dật, bác sĩ Mai, đây là Tề Mi, em học khóa dưới với tôi".

Cổ tay bị nắm rất chặt, nghe thấy tiếng người ta chào Diệp Tề Mi cũng quay đầu lại nhìn người đàn ông kia một cái.

Thở dài, việc đã đến nước này, cô đành đưa tay ra trước, "Bác sĩ Mai, chào anh, rất vui được biết anh".

Mặt trời đang rất đẹp, ánh nắng xuyên qua dãy cửa kính trên hành lang, chiếu lên những ngón tay thon nhỏ, móng tay cắt ngắn sạch sẽ, nhìn sáng trắng của cô ấy.

Anh đưa tay ra, nhẹ nhàng nắm lấy, rõ ràng máy lạnh trong bệnh viện vẫn đang chạy tốt, vậy mà Mai Dật lại chảy mồ hôi.

Đặt chỗ ở nhà hàng Nhật, phòng ăn nhỏ mà trang nhã, tường được trang trí bằng những bức tranh Ukiyo-e(*). Diệp Tề Mi liền ngồi xuống trước bức tranh tường đó, ăn món cá biển mỏ dài một cách từ tốn, Mai Dật ngồi đối diện, chăm chú quan sát cô tới mức quên cả động đũa.

Lí Vân và chồng nói chuyện một lúc mới cảm thấy hình như có gì không ổn, đã gần ăn xong bữa cơm nhưng hai người kia chẳng nói với nhau được mấy câu. Lí Vân nháy mắt, Vương Khải lập tức hiểu ý vợ, lập tức đứng dậy nhăn nhó như có lỗi: "Haizz, vợ chồng tôi còn có việc, chắc phải đi trước, hai bạn cứ từ từ dùng bữa".

"Em cũng phải đi rồi, ngày mai còn phải đi làm, bữa cơm này em mời".

―――――――――――

(*) Dịch ra tiếng Việt nghĩa là "Những bức tranh của thế giới nổi" là một loại tranh trên gỗ của Nhật Bản ra đời trong khoảng thế kỷ từ 17 đến 20, trong đó mô tả những chủ đề về phong cảnh, những câu chuyện trong lịch sử, về các nhà hát hay các khu vui chơi giải trí.

Diệp Tề Mi còn thẳng thừng hơn, nói xong đứng dậy luôn.

Phục vụ bàn nghe thấy nói thanh toán liền cầm một khay nhỏ đi tới, mặc dù mặc kimono, nhưng bước chân lướt nhẹ như sương khói.

Mai Dật nắm lấy cơ hội: "Để tôi, cô Diệp, nếu vợ chồng bác sĩ Lí có việc, vậy chút nữa cho phép tôi tiễn cô về?".

Ý nghĩ đầu tiên là muốn mở miệng từ chối, nhưng chân đột nhiên đau nhói, bàn chân dưới gầm bàn đang bị một bàn chân khác giẫm lên, cô ngẩng đầu lên bắt gặp ánh mắt đầy uy hiếp của Lí Vân, miệng như đang nói "Cô giáo Tiền".

Ấy! Chị à, em phục chị rồi đấy.

Sau khi bóng hai vợ chồng Lí Vân cười cười vẫy tay khuất khỏi tầm mắt, Mai Dật vừa lái xe vừa cổ vũ bản thân mở miệng bắt chuyện, nhưng giọng nói bên cạnh đã vang lên: "Bác sĩ Mai".

"Cứ gọi tôi là Mai Dật".

"Xe tôi để ở bệnh viện, có thể đưa tôi về đó lấy xe không?".

Ừm... cô gái này rất có khí chất, anh cảm thấy có áp lực. Nhưng trước khi bác sĩ Lí rời đi có dặn, nếu thích Diệp Tề Mi thì nhất định phải theo đuổi thật quyết liệt. Lại một lần nữa phải lấy hết dũng khí, Mai Dật nói: "Muộn thế này rồi, để tôi đưa cô về".

"Sáng sớm mai tôi phải đi làm, còn phải qua bệnh viện để lấy kết quả kiểm tra".

"Khoảng mấy giờ? Ngày mai là ngày nghỉ của tôi, có thể qua đón cô đi làm, tiện thể mang kết quả kiểm tra qua cho cô luôn".

Nghe thấy anh nói vậy cô hơi quay người lại, tròn mắt nhìn thẳng vào anh: "Như thế thì phiền phức quá".

"Không sao, tôi đâu có thấy phiền". Anh mỉm cười.

Không thể thương lượng. Môi cô hơi mấp máy rồi cất giọng rất rõ ràng: "Xin lỗi, nhưng tôi thấy rất phiền".

Biểu hiện của cô rất kiên quyết, Mai Dật bị hạ gục hoàn toàn.

Chỉ là ăn bữa cơm thôi nhưng Diệp Tề Mi cảm thấy rất mệt mỏi, đến việc thở cũng rất mệt nhọc, cuối cùng cũng được yên tĩnh một mình.

Diệp Tề Mi ngồi vào xe khởi động máy, với lấy tai nghe đeo lên tai và bấm điện thoại, tiếng chuông đầu dây bên kia đổ vang, một tiếng, hai tiếng, ba tiếng…

"Bảo Bảo, anh đang họp, chút nữa anh gọi lại cho em được không?". Thành Chí Đông nhấc máy, giọng anh rất nhỏ.

Sáng vừa mới bay sang, buổi chiều gọi điện cho anh còn nói vừa đến nhà máy, đến lúc này vẫn còn làm việc, anh đúng là người thép, "Được, vậy anh họp đi".

"Đợi chút, em đang làm gì? Đã ăn cơm chưa?".

"Em ăn rồi, chẳng phải anh đang họp sao? Còn nói nữa".

Anh trả lời đơn giản: "Họ là người Việt Nam, không hiểu tiếng Trung đâu".

Diệp Tề Mi phì cười, cảm giác tâm trạng thật nhẹ nhõm, "Thôi nhé, anh họp đi".

Thành phố này ngày đêm đều phồn hoa náo nhiệt, giờ mặc dù đã khá muộn, nhưng xe cộ vẫn đi lại tấp nập. Cả ngày bận rộn, buổi chiều lại phải ở bệnh viện chịu đựng đủ cuộc kiểm tra, tối thì vô cớ bị lôi đi ăn một bữa cơm mà chẳng biết mình đang ăn gì, nhưng lúc này hai bên đèn đường loang loáng lướt qua, bên tai vang lên mấy câu chuyện trò ngắn ngủi bình thường nhưng lại khiến khóe môi cô khẽ mỉm cười, nhìn gì cũng thấy vui mắt.

Thì ra không phải là bữa cơm không ngon, mà là ăn với không đúng người.

Về tới nhà thấy một tờ giấy dính ở cửa, nét chữ rất đẹp, là của Lận Hòa viết, anh ấy đã liên hệ với vị bác sĩ mình quen, bên trên còn ghi địa chỉ và số điện thoại.

Nhớ lại hôm qua đang nói chuyện lại cúp máy nhanh như thế, Diệp Tề Mi cảm thấy ngại ngùng, nhìn đồng hồ thấy vẫn chưa quá muộn, giật tờ giấy trên cửa quay sang gõ cửa nhà Lận Hòa.

Phía bên trong vọng ra tiếng chó sủa, cửa vừa mở ra thì Bối Bối đã lao ra, vui mừng sán lại gần.

Diệp Tề Mi cúi đầu xuống vỗ vỗ lên người nó rồi cảm ơn Lận Hòa: "Cảm ơn anh, có điều hôm nay tôi đã đi kiểm tra tổng thể rồi, cái này chắc không cần nữa".

"Vậy sao? Thế thì tốt rồi, kết quả thế nào? Cô không sao chứ?". Anh đưa tay ra kéo Bối Bối lại, giọng dịu dàng.

"Kết quả phải sáng mai mới lấy được, chắc là không sao đâu".

"Tề Mi, hôm nay cô bận tới muộn thế này sao?". Anh nhìn đồng hồ rồi sau đó cúi đầu quan sát cô thật kĩ, "Không mệt sao? Tôi thấy sắc mặt cô không tốt".

Sắc mặt không tốt? Cô bất giác đưa tay lên sờ mặt, sau đó cười rất tươi: "Không phải đâu, chắc tại ánh đèn của tòa nhà nên anh mới có cảm giác như vậy, thôi cũng muộn rồi tôi về đây, tạm biệt Bối Bối".

Lúc cô vào nhà Lận Hòa vẫn đứng nguyên ở đó, cảm giác hơi lạ, cô cười vẫy vẫy tay, rồi khép cửa lại.

Lẽ nào người đàn ông này đúng là miệng quạ đen? Buổi sáng hôm sau tỉnh dậy Diệp Tề Mi cảm thấy hoa mắt chóng mặt, vừa ra khỏi cửa đã đụng ngay Lận Hòa vừa chạy thể dục và dắt chó đi dạo về. Trông thần thái anh rất sảng khoái, ăn mặc nhẹ nhàng, bước lại gần cô chào hỏi: "Đi làm à?".

"Vâng". Cô tiếp tục bước về phía trước.

"Tề Mi!". Anh gọi cô lại, "Cô không sao chứ? Sao mặt cô trắng bệch ra thế?".

Lại cái miệng quạ đen...

Định trả lời anh, nhưng chuông điện thoại reo, Diệp Tề Mi vừa giơ tay ý chào tạm biệt vừa bắt máy, chân vẫn bước không dừng, đã đến cửa nhà để xe.

"A lô?". Cầu thang rất tối, cô vừa nói vừa bước xuống.

Đầu dây bên kia vọng lại giọng sắc nhọn: "Tề Mi! Em mau đến bệnh viện cho chị".

Chị Lí Vân? Chưa bao giờ nghe giọng chị ấy lại như vậy, Diệp Tề Mi cúi đầu nhận tội: "Tối qua em đã để Mai Dật tiễn mà, tiễn đến chỗ em để xe".

"Đừng lo cho bác sĩ Mai, là em đã xảy ra chuyện lớn rồi có biết không hả? Mau qua đây đi!".

Cô nhướn lông mày, "Em á? Kết quả kiểm tra có vấn đề gì sao?".

"Có vấn đề gì á? Em sắp làm mẹ rồi còn hỏi chị có vấn đề gì?". Lí Vân tức giận đùng đùng.

Đang bước xuống cầu thang, nghe vậy Diệp Tề Mi thất kinh, bước hụt chân, cả người trượt xuống, chỉ còn hai, ba bậc nữa, cô ngã xuống đất khá mạnh, điện thoại văng ra xa.

Lao đến hiện trường đầu tiên là Bối Bối, nó chạy vòng vòng quanh cô. Ngã thảm quá, Diệp Tề Mi không thể đứng dậy được ngay. Bóng Lận Hòa xuất hiện trên đầu cầu thang, che đi ánh sáng phía sau, không nhìn rõ nét mặt anh lúc đó, nhưng giọng rất xót xa: "Tề Mi, em không sao chứ?".

Sao lại không sao? Chân bị vẹo, eo đập xuống cạnh cầu thang bằng xi măng lạnh buốt, động đậy một cái là khớp xương kêu răng rắc. Nhưng lúc này tâm trạng cô hoàn toàn hỗn loạn, chút đau đớn của cơ thể không thể so sánh được, cô đưa tay ra tìm điện thoại, chiếc điện thoại đáng thương lần này văng ra rất xa, cô muốn đứng dậy, vừa dồn lực xuống chân đã đau đớn kêu lên một tiếng.

"Em nằm im". Lận Hòa đã chạy tới cạnh cô, gạt Bối Bối ra quỳ xuống đỡ cô: "Bị thương rồi phải không?".

"Lấy giúp tôi điện thoại". Phép lịch sự hàng ngày đã bay tít lên chín tầng mây, cô thẳng thừng đưa ra yêu cầu.

Có chuyện gì vậy? Cô ấy ngã trông rất thảm hại, nét mặt có những biểu hiện phức tạp, Lận Hòa vừa sốt sắng lại vừa nghi hoặc, quay người nhặt điện thoại đưa cho cô: "Xảy ra chuyện gì thế?".

Chiếc vỏ kim loại của điện thoại chạm vào tay cô lạnh buốt, cô ấn số, con, có con sao, cô luôn cẩn thận thế mà vẫn có con…

Điện thoại không có tiếng, Diệp Tề Mi cúi đầu trừng mắt nhìn vào màn hình máy, mới rơi vậy đã hỏng rồi, shit, có thời gian cô nhất định sẽ đi kiện bọn họ.

"Tề Mi?". Thấy phản ứng của cô kì lạ, Lận Hòa lo lắng.

Thấy gương mặt lo lắng của anh, cô nhận ra mình đang hành động loạn lên, Diệp Tề Mi hít sâu một hơi: "Tôi phải tới bệnh viện". Cuối cùng đã có thể bình tĩnh lại, cô cố gắng đứng dậy.

"Bệnh viện? Được, tôi đưa em đi". Anh đưa tay ra đỡ.

"Không cần đâu, tôi tự đi được".

"Em thế này làm sao lái xe tự đi?". Hiếm khi thấy anh nhíu mày, Lận Hòa không nói thêm gì nữa, dùng sức đỡ cô đứng dậy.

Sáng sớm tới bệnh viện xem xong kết quả kiểm tra, Lí Vân rơi vào trạng thái bồn chồn, hoảng hốt.

Gọi điện mới nói được một nửa thì tự dưng mất tín hiệu, gọi lại nhưng không sao liên lạc được với Tề Mi, trời ạ, sao người đầu tiên biết chuyện lại là chị chứ? Tề Mi sẽ xử lý thế nào? Cô giáo Tiền biết chuyện thì sẽ ra sao? Nếu cô giáo hỏi chị sẽ trả lời thế nào đây?

Không biết bàn bạc với ai, một mình chị đi đi lại lại trong phòng.

Y tá gõ cửa, khi vào nét mặt lộ vẻ kì lạ: "Bác sĩ Lí, có người tìm chị".

"Ai thế? Giờ tôi không rảnh".

Vừa nói xong thì nhìn thấy một bóng người rất quen lách vào từ phía sau lưng cô y tá, cảm tạ trời đất, em à, cuối cùng em cũng xuất hiện rồi.

Đang định lên tiếng, lại cảm thấy có gì không đúng, gạt cô y tá đang đứng chắn trước mặt ra nhìn kĩ lại, đầu Lí Vân như đoàng một tiếng, cơn giận lập tức ập tới.

Diệp Tề Mi không đến một mình, sắc mặt trắng bệch, đứng cũng không vững, dường như dựa hờ vào vai người đàn ông bên cạnh, anh chàng đó ăn mặc trông rất thể thao, giống như đang chuẩn bị chạy thể dục buổi sáng, trong tay vẫn còn dắt theo một chú chó.

Chó? Sao bệnh viện lại cho chó vào? Hồ đồ quá, nhưng chị lập tức bỏ qua những suy nghĩ phức tạp đó, giờ không phải là lúc quan tâm những việc như vậy.

"Chị". Diệp Tề Mi chào ngắn gọn.

"Hai người vào đây đã". Lí Vân mở rộng cửa, sau đó nói với cô y tá đầy hiếu kì đang đứng bên cạnh: "Cảm ơn Tiểu Quách, cô ra trước đi".

Nhìn cô y tá cứ đi được ba bước lại quay đầu lại nhìn đi xa hẳn, Lí Vân còn nhìn trước ngó sau. Cũng may công việc của chị làm trong bệnh viện là ghi chép kết quả hóa nghiệm, công việc nhàn hạ sạch sẽ, phòng làm việc cũng được đặt ở nơi yên tĩnh nhất, sau khi xác định là không có gì bất thường, chị quay vào trừng mắt nhìn hai người một chó đang đứng trong phòng mình, giơ tay đóng sập cửa.

Diệp Tề Mi đã ngồi yên vị trên một chiếc ghế, đang ngẩng đầu nói chuyện với Lận Hòa: "Tôi nói chuyện với chị một lát, anh có thể ra ngoài đợi không?".

"Được, tôi đưa Bối Bối ra ngoài đợi em, để nó trong bệnh viện cũng không hay".

Lận Hòa gật đầu, đang định quay người đi ra, cánh tay đã bị ai đó túm lại.

154

"Không được đi, cậu ở lại đây cho tôi!".

Hai mắt Lí Vân như có lửa, nhìn anh chằm chằm như muốn rớt hai tròng mắt.

"Chị!". Diệp Tề Mi hoảng hốt, vịn tay ghế đứng dậy giải thích, còn chưa kịp nói thì đã thét lên vì đau.

"Tề Mi, cẩn thận". Lận Hòa vội vàng lao tới đỡ lấy cô, bộ dạng lo lắng.

"Giờ biết lo lắng rồi phải không, thế trước nay cậu ở đâu? Không được đi, cậu phải chịu trách nhiệm".

Lí Vân cũng đi lại đỡ cô đứng dậy, miệng vẫn không thôi càm ràm.

"Chịu trách nhiệm?". Lận Hòa kinh ngạc quay sang nhìn cô.

"Chị!". Đúng là nhanh miệng, cô không kịp ngăn nữa, Diệp Tề Mi hoàn toàn buông xuôi: "Không phải là anh ấy".

Hả? Lúc này ngoài hai người cùng quay sang nhìn cô chằm chằm, đến Bối Bối cũng ngẩng đầu lên nhìn.

"Không phải anh ta thì là ai?". Lí Vân lại bắt đầu thấy mọi thứ rối tung.

Tình huống này thật là… Diệp Tề Mi nhíu chặt lông mày, vội quá cũng quên cả khách sáo: "Lận Hòa, anh và Bối Bối ra ngoài trước được không?".

Lí Vân còn định nói gì đó nhưng đã bị cô ra hiệu ngăn lại, cửa đóng, trong phòng cuối cùng cũng chỉ còn lại hai người họ, Diệp Tề Mi lại nhìn thẳng vào chị: "Chị, em muốn xem kết quả".

Cầm xấp giấy mỏng trong tay, đột nhiên cô nhớ lại rất lâu trước đó cũng đã từng cầm một túi tài liệu được gửi chuyển phát nhanh như thế. Cô lật tới trang cần xem, nhìn kĩ, tâm trạng rõ ràng đang rối loạn và phức tạp, nhưng bất giác khóe môi cô cong cong, dường như đang che giấu một bí mật không thể tiết lộ cho người khác, vì là độc quyền, nên có cảm giác vui thích đặc biệt.

"Tề Mi, em định thế nào?".

"Định thế nào? Em phải nghĩ trước đã, việc này không gấp mà".

"Còn không gấp? Chuyện như vậy mà còn không gấp?".

Nhìn biểu hiện của cô, Lí Vân muốn đập cô một trận.

"Anh ấy không ở Thượng Hải, muốn nói chuyện cũng phải gặp mặt mà nói chứ". Cô ngẩng đầu nhìn chị một cái và mỉm cười.

"Đừng có cười nữa!". Lí Vân lập tức nghiêm túc nói, "Đứa con này em không thể giữ".

"Tại sao?". Cảm giác chị đã đi quá xa, Diệp Tề Mi nhướn mày.

"Em nghe chị giải thích". Biết là cô hiểu lầm, Lí Vân cầm lấy tập kết quả lật mấy trang phía sau, "Chẳng phải gần đây sức khỏe của em rất tệ sao? Đó là bởi vì hệ miễn dịch trong cơ thể em đào thải đứa trẻ này, nếu cứ tiếp tục giữ lại, tính mạng của cả mẹ và con đều sẽ nguy hiểm".

Diệp Tề Mi lại một lần nữa bị chấn động, cô nắm chặt hai tay lại.

Hôm nay Thành Chí Đông dậy từ rất sớm, nguyên nhân là vì nhận được một cuộc điện thoại gọi từ Philippines tới, giọng nói ở đầu dây bên kia gấp gáp lo lắng, anh vừa nghe vừa đi vào phòng tắm, vừa cúp máy liền đưa tay vặn vòi hoa sen, tiếng nước chảy xối xả, anh đặt di động lên kệ, suy nghĩ thế nào lại cầm lên gọi.

Chỉ nhận được câu trả lời tự động: "Xin lỗi, số điện thoại quý khách vừa gọi hiện giờ không liên lạc được, xin quý khách vui lòng gọi lại sau".

Chuyện gì thế? Nhìn lại đồng hồ, anh đặt điện thoại xuống tắm trước đã, không để cẩn thận, cốp một tiếng, quay đầu lại nhìn thì điện thoại đã rơi xuống nền phòng tắm, rơi mạnh tới mức tự động tắt máy.

Theo thói quen anh buột miệng chửi thề, nhặt lên nhìn, may mà chưa hỏng. Không còn thời gian nữa, anh nhanh chóng tắm rửa, tắm xong vừa bước ra ngoài lau tóc vừa bấm điện thoại, lần này vẫn là câu trả lời tự động đó: "Xin lỗi, số điện thoại quý khách vừa gọi hiện giờ không liên lạc được, xin quý khách vui lòng gọi lại sau".

Sao thế nhỉ? Bực mình, anh nhìn màn hình nhíu mày.

Ở ngoài cửa bệnh viện có một vườn hoa nhỏ, dây leo phủ kín trên hành lang, tạo thành bóng mát, Lận Hòa dắt Bối Bối đi dạo loanh quanh hai vòng, đợi khá lâu nên anh hơi lo lắng, anh đứng im một chỗ nhìn về hướng cửa lớn của bệnh viện.

Rút cục đã xảy ra chuyện gì? Những gì vừa rồi được nghe, rồi liên tưởng đến biểu hiện của nữ bác sĩ đó, trong lòng có nỗi phấp phỏng không thể nói thành lời. Thực ra tất cả những điều đó không quan trọng, quan trọng là phản ứng của Tề Mi.

Từ lâu anh đã ngầm chú ý cô một cách vô thức, hôm nay cô đã làm rơi chiếc mặt nạ mình vẫn đeo, để lộ tâm trạng thật sự phía sau đó, khác hoàn toàn với Diệp Tề Mi mà anh quen, dường như hoàn toàn biến thành một người khác, đã xảy ra chuyện gì mà khiến sắc mặt cô ấy tệ đến vậy, anh mơ hồ hiểu phần nào, nhưng lại không muốn nghĩ nhiều.

Bên cạnh đột nhiên vang lên tiếng reo khe khẽ, "Ôi, chú chó đáng yêu quá".

"Mau nhìn bên kia kìa, chó chăn cừu Scotland".

Đến ngay cả Bối Bối hàng ngày hoạt bát nghịch ngợm vậy mà cũng như cảm nhận được tâm trạng của chủ nhân, nghiêng đầu cùng anh nhìn về một hướng, bỏ ngoài tai những lời tán dương vừa rồi.

Vài cô y tá đứng bên cạnh lén nhìn rất lâu, đùn đẩy lẫn nhau, cuối cùng cũng có một cô bước lại gần mở miệng nói nhỏ: "Chú chó này đáng yêu quá, tên là gì thế?". Vừa nói vừa muốn bước lại gần vuốt ve Bối Bối.

Vừa đặt tay xuống thì chỗ đó đã trống không, quay đầu lại nhìn chỉ thấy cái đuôi ngoe nguẩy, lao như bay về phía cửa lớn của bệnh viện.

Không phải vậy chứ? Sao chẳng nể mặt người khác chút nào thế? Mặt cô y tá tối sầm lại.

"Xin lỗi cô, cho tôi đi nhờ một chút".

Trên đầu vang lên tiếng nói rất ôn hòa rất dễ nghe. Cô ngẩng đầu lên liền nhìn thấy chủ nhân của chú chó lướt qua cạnh mình, động tác rất nho nhã, nhưng tốc độ thì...

Đúng là cùng một nhà có khác, nhanh như gió.

"Tề Mi, bác sĩ nói thế nào?". Bước tới cạnh cô, Lận Hòa đưa tay ra đỡ.

Mặc dù không ngã đau như lần trước, nhưng mắt cá chân vẫn khá đau, không thể dồn lực mạnh xuống đó nên cô đi rất chậm. Nhưng nhìn thấy anh đưa tay ra định đỡ, cô rất khẳng khái ngăn lại: "Không sao, tôi có thể tự đi. Thật ngại quá, lại phải làm phiền anh".

"Tề Mi". Anh lại gọi tên cô, nhìn thấy cô đang nhìn thẳng vào mắt mình, màu môi nhợt nhạt, mặc dù đang đứng dưới hành lang râm mát nhưng cả người cô như phát sáng, đẹp ngây người, cảm giác có những lời không thể không nói, anh tiếp tục, "Không phiền, em cũng biết tôi rất sẵn lòng mà".

Trong lòng vẫn đang nghĩ ngợi về những lời mà chị bạn học vừa nói, nên khi nghe anh nói vậy cô phản ứng khá chậm, phải vài giây sau mới bật cười đáp: "Vậy sao?".

Lận Hòa muốn thở dài, nhưng anh đã kìm lại được, không màng tới những lời vừa rồi của cô, nói tiếp: "Em đợi ở đây một lát, tôi đi lấy xe".

"Giúp tôi gọi xe thôi, tôi vẫn muốn tới văn phòng một lát, anh mau cùng Bối Bối về nhà đi, không cần phải chạy qua chạy lại".

"Hôm nay em vẫn đi làm sao?". Anh nhíu mày hỏi.

Dường như cảm thấy câu hỏi của anh rất kì lạ, Diệp Tề Mi nghiêng đầu nhìn thẳng vào anh: "Tại sao không đi làm?".

Ừm… vấn đề này cũng đáng để tranh luận đây, tuy nhiên giờ tạm cho qua đã.

"Để tôi đưa em đi, hôm nay em không đi xe, khi nào về ước chừng thời gian rồi gọi điện cho tôi, tôi sẽ tới đón".

"Không cần đâu. Tôi không sao, làm gì mà phải đưa đón như người tàn tật thế".

Nói bản thân như thế mà được sao? Anh cười không được khóc không xong, "Cần đấy, tôi nhất định sẽ làm thế".

Nhìn đồng hồ, đúng là cũng không nên lãng phí thời gian thêm nữa, hôm nay sức khỏe cũng không ổn, Diệp Tề Mi cuối cùng cũng xuôi: "Thôi được".

Trên đường đi cả hai người đều im lặng, Bối Bối ngồi ở ghế sau nhìn ngang nhìn ngửa, một lúc sau thò đầu lên giữa hai ghế trước, kêu lên gừ gừ để gây sự chú ý với hai người.

Trong tay đang cầm kết quả kiểm tra với vẻ mặt tần ngần, nghe thấy tiếng Bối Bối, Diệp Tề Mi cúi xuống vỗ vỗ vào đầu nó: "Bối Bối, tao xin lỗi nhé, hôm nay phiền mày và ba mày vừa sáng sớm đã phải chạy tới chạy lui".

"Tề Mi!". Anh nhìn sang, định nói gì lại thôi.

"Chuyện gì thế?".

Anh có quá nhiều điều muốn nói, kết quả xét nghiệm ra sao? Sức khỏe em thế nào? Có đáng ngại không? Còn anh chàng Thành Chí Đông kia đâu? Tại sao mỗi khi em cần thì anh ta lại không ở bên cạnh em? Còn điều quan trọng nhất là, những lời anh nói vừa rồi, em còn nhớ không?

Thật quá hỗn loạn, anh không biết bắt đầu từ đâu, đành nháy xi nhan tấp xe vào lề đường.

"Lận Hòa?". Diệp Tề Mi thấy rất lạ.

"Em vẫn chưa ăn gì phải không? Buổi sáng mà không ăn dễ hạ đường huyết lắm, đợi một chút". Anh mở cửa xe bước xuống, đi tới cửa hàng bán bánh bao bên đường. Thấy chủ nhân đi mất, Bối Bối gối đầu lên cửa xe, thò ra ngoài nhìn theo bóng anh.

Cửa kính của cửa hàng bánh bao trong suốt, hai, ba vị khách đang chọn bánh, qua cửa kính có thể nhìn thấy một đứa trẻ tóc đen và dài, khuôn mặt tròn trịa bầu bĩnh rất đáng yêu. Cô bé nhìn từng hàng bánh bao xếp trên giá, cắn ngón tay bối rối không biết chọn cái nào, ngẩng đầu nhìn thấy Bối Bối, đôi mắt tròn xoe như sáng rực lên, vui mừng kéo tay mẹ, vừa nói vừa chỉ chỉ về phía Bối Bối.

Diệp Tề Mi có vài người bạn nhìn thấy em bé nào xinh xắn đáng yêu thì dù có quen hay không cũng phải chạy lại thơm lấy thơm để lên má bé, nhưng cô chưa bao giờ làm vậy. Trẻ con như chú cá thần tiên trong thủy cung, nhìn ngắm thì rất hứng thú, nhưng nếu tự mình nuôi thì sẽ rất vất vả phiền phức.

Được như cá thì đã tốt, người vất vả phiền phức đâu phải là cô nhưng bây giờ sự thực là ngược lại.

Cô sinh ra trong thời bình, chủ nghĩa hi sinh với cô là một khái niệm quá xa vời, huống hồ bản thân còn chưa lo được, nói gì đến cái khác?

Cô bé vẫn đang nói gì đó, người mẹ khom người hôn cô bé một cái, cô bé sung sướng, đôi bàn tay nhỏ ôm lấy mẹ, cố muốn cọ cọ má mình vào má mẹ, vẫn tiếp tục đưa tay chỉ về hướng xe cô đỗ, Bối Bối ngồi đằng sau sủa vang một tiếng.

Tự mình còn chưa lo được cho mình, nói gì tới người khác? Nhưng kính cửa xe đã được cô hạ xuống, khí nóng phả vào mặt, cách một con đường hẹp, cô mỉm cười với khuôn mặt nhỏ nhắn kia, môi cong thành một đường cong rất hoàn mỹ, ánh mắt dịu dàng.

Lận Hòa vừa chọn bánh bao vừa suy nghĩ, nên động tác lựa chọn của anh rất chậm, còn tâm trí thì bay mãi đi tận đâu đâu.

Do lựa chọn một ngành nghề có đặc thù khá tự do, nên thời gian anh ở nhà thường nhiều hơn thời gian đi ra ngoài, thói quen của Bối Bối là phải được dắt đi dạo sáng và chiều, những loại chung cư như thế này đa phần là người trẻ ở, quan hệ hàng xóm làng giềng nhạt nhẽo, nhưng vì Bối Bối trông khá xinh xắn nên thu hút không ít những ánh mắt trầm trồ, anh cũng quen rồi.

Người duy nhất anh có ấn tượng khá sâu sắc chính là Diệp Tề Mi.

Lần đầu gặp cô ấy là lúc anh đang dắt chó đi dạo, Bối Bối đang cuồng chân nên vừa ra khỏi thang máy đã bứt dây phóng đi.

Anh ngẩng đầu lên còn chưa kịp gọi thì đã nhìn thấy cô mặc một bộ đồ công sở nghiêm nghị đang sải bước đi tới, Bối Bối nhìn thấy cô cũng không chạy nữa, cứ đi vòng vòng quanh cô, sau đó chồm hai chân trước lên người cô.

Không có tiếng hét nào vang lên như anh tưởng, sau đó cô ngồi xuống. Anh chạy lại định xin lỗi, không ngờ lại nhìn thấy nụ cười của cô như lan ra đến tận khóe mắt, cô đưa tay vui vẻ gãi gãi vào cằm Bối Bối, giọng nói cũng hết sức mềm mại: "Bảo bối nhà ai thế này? Thích tao đến thế sao?".

Chẳng có lý do gì, anh chỉ là không thể quên được cảnh tượng lúc đó, anh đã hơn ba mươi tuổi, trước đây đương nhiên cũng đã từng yêu, nhưng cơ bản đều là người yêu anh anh không yêu, người anh yêu không yêu anh. Lần này trái tim lại rung động, nên quyết định dù có thể nào cũng nhất định phải nắm bắt lấy.

Từ đầu đã biết cô vẫn còn độc thân, nhưng anh muốn sau khi hai người tự nhiên thân quen nhau mới chính thức đề cập tới vấn đề theo đuổi, không ngờ vì vậy mà chậm một bước, trong cuộc sống của cô lại xuất hiện một anh chàng tên Thành Chí Đông.

Không sao, anh quay người đi về phía quầy tính tiền, anh chàng đó đúng là sẽ mang lại chút phiền phức, nhưng anh ta lại có một nhược điểm chí mạng.

Thành Chí Đông, lúc cần anh thì anh lại không có mặt, thứ quan hệ như vậy có thể kéo dài bao lâu?

Ánh nắng mặt trời quá rực rỡ, mặt đường bốc hơi nóng hừng hực, không khí mát mẻ trong xe nhanh chóng bị trung hòa, nhưng cô vẫn không muốn kéo cửa kính lên, đột nhiên rất nhớ anh, muốn chỉ cho anh xem em bé kia thật đáng yêu.

Hoặc nên nói thế này, kẻ cướp, lần này thì anh gây họa lớn rồi.

Bối Bối vươn đầu lên, cái mũi nhọn của nó cọ cọ vào tai cô, khiến cô giật mình trở về thực tại, Diệp Tề Mi cười đưa tay vuốt ve nó: "Bối Bối ngoan, giờ thì không thơm được".

Diệp Tề Mi từ chối đề nghị đưa cô lên lầu của Lận Hòa, cô chầm chậm bước vào văn phòng trước ánh mắt kinh ngạc của lễ tân, vừa ngồi xuống việc đầu tiên cô làm là gọi trợ lý vào.

"Tiểu Mai, phiền cô giúp tôi một việc".

"Việc gì vậy? Luật sư Diệp".

Gần đây sắc mặt luật sư Diệp hình như không được tốt, đặc biệt là hôm nay, lúc bước đi hình như rất khó khăn, đã quen với hình ảnh nhanh nhẹn dứt khoát hàng ngày của cô, nên cô trợ lý rất không quen khi nhìn thấy dáng vẻ chậm chạp vừa rồi của cô.

Tề Mi rút một tờ giấy ghi chú ra vừa viết vừa nói: "Không có gì, sáng nay tôi không cẩn thận trượt chân ngã. Giúp tôi tới cửa hàng điện tử gần nhất mua chiếc điện thoại series như thế này, tôi đang cần dùng gấp, cảm ơn cô".

"Điện thoại?".

"Ừ, tôi làm rơi hỏng rồi".

Lôi từ trong túi ra chiếc điện thoại xấu số vứt lên bàn, Diệp Tề Mi cười khổ.

Ngã thế nào không biết mà đến điện thoại cũng chịu số phận bi thảm thế, trợ lý rất kinh ngạc. Nhưng cô biết mình không nên nhiều lời, đón lấy tờ giấy, dạ một tiếng rồi đi ra ngoài.

Trên bàn bầy la liệt những giấy tờ đang chờ xử lý, Diệp Tề Mi đẩy chúng sang một bên, chỉnh lại tư thế ngồi, bình tĩnh suy nghĩ thật kĩ.

Cảm thấy mệt mỏi, cô dùng hai tay ôm đầu.

Cô lúc nào cũng tràn đầy tự tin với bản thân mình, công việc cuộc sống tự mình sắp xếp rất ổn, mặc dù độc thân đã lâu nhưng cảm thấy vô cùng thoải mái. Cô đã nhìn thấy quá nhiều ví dụ về những đôi nam nữ từ yêu đương đến chia li đôi đường đến mức trơ lì rồi, chỉ tự nhắc mình là đừng bao giờ đi vào vết xe đổ của họ.

Chưa bao giờ cô tin rằng tình yêu ngọt ngào ân ái giữa nam và nữ có thể kéo dài mãi mãi, mỗi người đều là một cá thể độc lập, những biến đổi huyền diệu về mặt hóa học trong cơ thể khiến hai người trong lúc khao khát nhau đã ao ước được hòa tan làm một, nhưng khi đến giờ, tiếng chuông đồng hồ mười hai giờ dành cho Lọ Lem sẽ điểm, hoàng tử sẽ nhận ra rằng người đang đứng bên tay trái mình đây không phải là công chúa, còn đối với công chúa mà nói, chuyện ếch biến thành hoàng tử mãi mãi chỉ là truyện cổ tích, hiện thực chỉ có hoàng tử biến thành ếch mà thôi.

Chính vì vậy, cô tận hưởng từng phút từng giây ở bên Thành Chí Đông. Hai người đều là những cá thể độc lập, cô không cưỡng ép đối phương chỉ vì mối quan hệ này mà phải hi sinh cuộc sống, công việc, tôn nghiêm và sự tự do của bản thân, đối phương cũng không yêu cầu cô làm thế.

Cuộc sống của người đàn ông này chính là không ngừng chinh phục những điều mới mẻ, cô thích nhìn thấy anh năng động sôi nổi, nhìn thế giới bằng con mắt tự tin, chưa bao giờ cô nghĩ đến một ngày nào đó, anh sẽ dừng bước bên cạnh mình, trở thành một người chồng bình thường không chút hoài bão như bao người đàn ông khác.

Nhưng giờ thì khác, có con rồi thì khác.

Không có sự chuẩn bị trước, cô cũng chưa bao giờ nghĩ tới việc phải xử lý thế nào, chắc anh cũng thế.

Diệp Tề Mi đưa tay ra, nhấc điện thoại bàn lên định bấm số, bấm được vài số lại dừng lại, mình vẫn chưa suy nghĩ xong mà, kẻ cướp, em phải nói với anh thế nào đây?

Không được, chuyện này không thể không nói, bất luận thế nào thì cũng phải đối diện với anh một lần, huống hồ anh có quyền được biết, những ngón tay tiếp tục ấn xuống, rất nhanh đã bấm xong dãy số quen thuộc.

Vội ra sân bay, trên đường đi Thành Chí Đông gọi điện thoại mấy lần, đầu bên kia liên tục báo về số điện thoại không liên lạc được, lái xe nhìn gương chiếu hậu thấy anh nhăn trán níu mày liên tục, vốn rất sùng bái ông chủ lớn này, anh ta lấy hết dũng khí dùng thứ tiếng Anh bồi của mình nói với anh trước khi tới nơi: "Ở Philippines mọi chuyện rất ổn, không sao cả".

Anh nghe thấy vậy liền cười, "Tôi biết, tôi gọi về Trung Quốc".

"Trung Quốc? Trung Quốc cũng xảy ra chuyện gì sao?". Lái xe thắc mắc.

Cửa vào đường bay quốc tế đã hiện ra trước mặt, anh xua tay, mở cửa xuống xe.

Cho tới tận khi máy bay cất cánh vẫn không gọi được, cô tiếp viên hàng không bước tới mỉm cười cúi người chào, anh gật đầu, đang ấn vào nút tắt nguồn thì chuông điện thoại đổ dồn, lập tức bắt máy, đầu dây bên kia giọng rất nhẹ: "A lô?".

"Tề Mi, sao vừa sáng sớm mà điện thoại của em đã không gọi được thế?".

Nín thở một lúc không biết nên thở ra hay hít vào, Thành Chí Đông kìm lại trong phổi nói một hơi.

"Rơi hỏng rồi". Cô giải thích đơn giản, "Chí Đông, giờ anh nói chuyện có tiện không?".

Cô tiếp viên đứng bên cạnh nụ cười dần trở nên gượng gạo, anh liếc nhìn cô ta một cái rồi nói tiếp: "Nhà máy ở Philippines xảy ra chuyện, giờ anh phải sang đó ngay, vừa lên máy bay".

Đầu dây bên kia im lặng.

"Bảo Bảo?".

"Thôi vậy, bao giờ tới nơi anh gọi cho em". Giọng cô lạnh nhạt.

"Đợi một chút". Nụ cười trên môi cô tiếp viên sắp biến mất, biết là không thể nói thêm, nhưng anh có cảm giác cuộc điện thoại này không thể ngắt giữa chừng: "Có chuyện gì phải không? Đã xảy ra chuyện gì phải không?".

"Chí Đông...". Lần đầu tiên cô ngập ngừng trên điện thoại.

Tính cách cô không ưa dài dòng văn tự, hiếm khi lại ngập ngừng thế này, trái tim Thành Chí Đông chợt trống rỗng, không biết là thứ cảm giác gì, không kịp nghĩ ngợi, anh lập tức bước ra ngoài: "Bảo Bảo, em mau nói đi".

Người ngồi hạng ghế VIP không nhiều, tất cả mọi người đều đang nhìn anh chờ đợi, cô tiếp viên hàng không đưa tay kéo anh lại, đến cơ trưởng cũng biết chuyện:

"Mời anh ngồi nguyên ở vị trí, máy bay chuẩn bị cất cánh rồi".

"Anh đến nơi rồi nói tiếp". Nghe thấy đầu dây bên kia có vẻ ồn ào, Diệp Tề Mi cúp máy.

Cuối cùng thì máy bay cũng cất cánh thuận lợi, tiếp viên hàng không mang đồ ăn ra. Không còn tâm trạng mà ăn uống nữa, Thành Chí Đông mở rèm cửa sổ để ánh nắng chiếu vào.

Ánh nắng dát vàng lên biển mây trắng nõn, anh đã rất quen với khung cảnh này tuy nhiên anh chưa bao giờ thấy nhàm chán, đi khắp thế giới, anh đã quen những ngày sống trên mây, nhưng giờ nhìn ra ngoài đó anh chỉ thấy một cảm giác chán ngán.

Vừa rồi chỉ kịp nói với cô ấy vài lời qua quýt, nhưng con người đúng là rất kì lạ, đối với người mà mình quan tâm, chỉ một thay đổi nhỏ trong giọng nói cũng có thể nhận ra, cho dù không được mặt đối mặt, cho dù cách nhau một khoảng cách rất xa.

Tề Mi, đã xảy ra chuyện gì? Em muốn nói điều gì?

Tâm trạng anh bồn chồn không yên, chỉ vài giờ bay ngắn ngủi mà anh nhìn đồng hồ không biết bao nhiêu lần, cứ như kim giờ trên mặt đồng hồ bị dính keo vậy, sao mãi không thấy di chuyển.

Tiếp viên hàng không đi qua đi lại len lén quan sát anh, nét mặt còn lo lắng hơn anh, cuối cùng khi máy bay hạ cánh, mọi người ai cũng thở phào nhẹ nhõm.

Máy bay vừa dừng lại anh đã chụp lấy điện thoại gọi cho cô, lần này thì đã gọi được di động, nhưng tín hiệu báo máy bận.

Càng thêm bất an, anh đợi thêm một chút nữa rồi gọi lại.

Lòng càng lo lắng bước đi càng vội vàng, anh vừa gọi vừa bước ra cửa, người của công ty cử ra đón đã đứng đợi ở cửa ra của sân bay, nhìn thấy anh nét mặt người nào người nấy đều trở nên căng thẳng.

Anh không để ý tới bọn họ, cuối cùng điện thoại cũng thông, chỉ mới có vài giờ đồng hồ trôi qua, nhưng nghe thấy hơi thở của cô tim Thành Chí Đông đập rất nhanh, anh ho nhẹ một tiếng rồi mới nói: "Bảo Bảo, anh vừa xuống máy bay, giờ có thể nói chuyện được rồi".

Đầu dây bên kia rất ồn ào, nghe như có tiếng đàn ông đang nói: "Bảo Bảo! Có phải là anh ta không? Để ba nghe".

Bảo Bảo? Ai đang gọi cô ấy là Bảo Bảo? Thành Chí Đông không hiểu.

Lại có giọng nữ cất lên, "Mình à, mình đừng nói nữa".

"Bảo Bảo, em đang ở đâu?". Anh hỏi dò một câu, cuối cùng cũng nghe thấy Diệp Tề Mi trả lời, "Chí Đông, em đang ở nhà".

"Ở nhà?".

"Ừ, ba mẹ em đang ở đây".

Hơi bất ngờ, nhưng anh vội hỏi vào việc chính, "Em muốn nói gì với anh thế? Mau nói đi".

Cầm điện thoại đi ra ngoài ban công, Diệp Tề Mi ra hiệu cho ba mẹ, ngăn họ đi theo, rồi đưa tay đóng cửa ra ban công lại, cô chống khuỷu tay lên lan can ban công, trước khi nói cô hít nhẹ một hơi.

"Bảo Bảo? Sao em không nói gì?".

Ban công trồng rất nhiều hoa và cây cảnh, những bông hoa nhỏ rung rinh dưới ánh nắng mặt trời, hương thơm thoang thoảng, ánh mặt trời chiếu thẳng vào mặt khiến cô nhớ lại khi mình còn nhỏ, nghỉ hè mang ghế ra đây ngồi làm bài tập, bên cạnh đặt nửa quả dưa hấu, chiếc thìa bạc cắm ở giữa, vừa viết vừa múc dưa ăn.

Nghĩ tới đó, cô mỉm cười, "Chí Đông, anh tìm chỗ nào ngồi xuống đi".

"Hả?". Câu nói này nghe lạ quá, anh không hiểu.

"Hoặc dựa vào tường cũng được, xong chưa?".

"Tề Mi, lẽ nào cảm nắng cũng để lại di chứng sao?".

Không muốn nói như vậy, nhưng đúng là anh không hiểu đang xảy ra chuyện gì, Thành Chí Đông chân thành, nghiêm túc đặt câu hỏi.

Cô cười, biết anh không nhìn thấy mình nhưng Diệp Tề Mi vẫn trừng mắt đáp, "Kẻ cướp, em đang mang thai con anh".

Sân bay chỗ nào cũng ồn ào nhưng đầu dây bên kia thì hoàn toàn ngược lại, cô đang ở một nơi rất yên tĩnh, một mình, không có ai làm phiền, vì thế giọng nghe rất rõ, hình như còn nghe thấy cả tiếng cười nhỏ, trong giọng nói có chút trách móc, anh nghe mà như có cảm giác cô đang làm nũng.

Anh nghe rất rõ, nhưng trong đầu lại hiện ra một hình ảnh chẳng ăn nhằm gì với chuyện cô vừa thông báo. Mái tóc đen nhánh của cô trong ánh nắng sớm, khuôn mặt trắng bóc vùi vào chăn, khi lật người đưa tay ra níu chặt cánh tay anh, khi ngủ bàn tay nắm tròn đặt trong lòng bàn tay anh, nếu tỉnh dậy giữa đêm, vừa vào giường sẽ rúc ngay vào lòng anh rúc lấy rúc để tìm hơi ấm, ôm anh rất chặt, sau khi cơ thể đã ấm lên mới thở ra thỏa mãn. Và cả hình ảnh cô nghiêng người tránh trái né phải, rõ ràng không phải đối thủ của anh, nhưng vẫn không ngần ngại túm chặt lấy tay anh, nhảy khắp giường để tránh, vừa nhảy vừa không ngừng kêu la xin tha: "Chí Đông, Chí Đông".

Trong cuộc đời anh, lần đầu tiên anh sợ có người sẽ không thể ở bên mình mãi mãi, sợ cô bị thương, sợ cô ốm, sợ cô buồn, sợ cô không vui, không hạnh phúc, sợ cô cuối cùng sẽ giống như những người phụ nữ khác, không thể chịu đựng được khi anh luôn không ở bên cạnh.

Không phải sợ cô không yêu mình, mà là sợ cô yêu mình, sau đó vì yêu, nên mới ra đi.

Nhưng giờ thì đã khác, cô đã mang trong mình đứa con của anh, có con, mọi việc sẽ khác.

Túm chặt điện thoại, Thành Chí Đông thở rất khó khăn. Hơi thở trong ngực cứ lơ lửng, nóng hổi, nhưng không tìm thấy lối ra, toàn bộ cơ thể cứng đờ, mọi thứ bên cạnh trở nên trống rỗng, những người trong công ty tới sân bay đón anh đã đi tới, gọi nhỏ vài câu, thấy anh không có phản ứng gì, quay sang nhìn nhau, cuối cùng cũng có người lấy hết can đảm bước lại gần anh lớn tiếng gọi: "Tổng giám đốc Thành, anh sao vậy?".

Đầu dây bên kia rất lâu không thấy có phản ứng gì, Diệp Tề Mi nhìn điện thoại lạ lẫm, hình như bên đó có ai đang dùng tiếng Anh để nói gì đó, Diệp Tề Mi cũng gọi: "Chí Đông, có người tìm anh".

Thành Chí Đông bừng tỉnh, nhìn người vừa gọi bằng ánh mắt bực bội, anh cầm điện thoại tiếp tục đi về phía trước.

Một đoàn người cun cút theo sau, chàng trai trẻ vừa rồi lúc này "ớ" một tiếng, đi cuối hàng cúi đầu oán trách bản thân, xong rồi, bị ghét rồi, sau này làm sao nhìn mặt ông chủ đây?

"Chí Đông, anh nghe thấy không? Về em bé, có chút vấn đề…".

Có chút vấn đề? Cô ấy muốn làm gì? Hiểu rất rõ tính cách của cô, không biết tiếp theo cô sẽ làm gì, Thành Chí Đông lo lắng, cuối cùng cũng tìm lại được tiếng nói của mình, anh nói lớn bằng tiếng Trung: "Dù có vấn đề gì cũng đợi anh về rồi nói, giờ anh xuống nhà máy một chút, sẽ quay lại Thượng Hải ngay, em ở nhà đợi anh, không được đi đâu, không được lái xe, không được làm bừa, em có nghe thấy không hả?".

Hả? Cô cầm điện thoại để xa tai một chút, Diệp Tề Mi trừng mắt nhìn nó, bắt đầu nổi giận, nói gì vậy? Phản ứng của người đàn ông này đúng là mang tác phong của kẻ cướp.

Vốn ý của cô cũng là đợi anh về mới giải thích rõ ràng, nhưng nghe khẩu khí của anh cứ như là tất cả mọi chuyện tiếp theo đều do anh quyết định không bằng.

Diệp Tề Mi thật sự tức giận, anh không hiểu cô như vậy sao.

Thấy cô im lặng, Thành Chí Đông lập tức tỉnh ra. Hỏng rồi, giận quá quên mất cô là người ưa mềm không ưa cứng. Việc xảy ra đột ngột, nhưng anh biết chưa bao giờ cô có ý nghĩ mình sẽ sinh một đứa con, cô là người của chủ nghĩa độc thân, công việc bận rộn, hơn nữa cô quá độc lập, cô không có nghĩa vụ phải sinh con cho anh…

Đầu óc Thành Chí Đông rối loạn, lòng bàn tay bắt đầu rịn mồ hôi, điện thoại trơn tuột như sắp không giữ nổi.

Chỉ muốn lập tức được gặp cô, nhưng giờ hai người cách xa ngàn dặm, nếu cô dùng tác phong và tốc độ giải quyết sự việc nhanh như gió của mình để hành sự thì cho dù anh có mọc thêm đôi cánh cũng không về kịp, sợ cô cúp máy, giọng anh gấp gáp: "Bảo Bảo, anh xin lỗi. Thái độ vừa rồi của anh không tốt. Anh muốn, anh muốn em sinh con, nếu em không có thời gian anh sẽ nuôi. Dù có chuyện gì em cũng đừng quyết định một mình, đợi anh quay về có được không?".

Nói linh tinh gì vậy? Vừa rồi còn muốn cúp máy, nhưng nghe xong những gì anh nói, cô không nhịn được cười, vội vàng nén lại, nói: "Anh đâu có phải là hải mã, định nuôi thế nào?".

"Hải mã?". Nghe không hiểu từ này có nghĩa gì, Thành Chí Đông đột ngột dừng bước, đoàn người phía sau đang theo đà đi tới, cũng nhốn nháo dừng lại.

Haizz, nghe không hiểu tổng giám đốc Thành đang nói gì, nhưng biểu hiện kích động như thế, chắc chắn là vì việc của công ty mà đau đầu đây.

Tổng giám đốc Thành vội vàng bay sang, vừa xuống máy bay đã nói chuyện điện thoại không ngớt, cảm động quá, bọn họ nhất định phải học tập tổng giám đốc Thành, làm việc tận tụy hết sức mình vì công ty.

"Được rồi, em hiểu ý anh, đợi anh về rồi mình nói chuyện". Nghĩ chắc giờ này tâm trạng của anh không khác gì bị sét đánh ngang tai, không thích hợp để thảo luận vấn đề quan trọng đó, Diệp Tề Mi cười muốn cúp máy.

"Bảo Bảo". Anh lập tức gọi giật lại.

"Về rồi nói, không phải vội".

"Em hãy hứa với anh, trước khi anh quay về đừng, đừng…". Nửa câu sau anh không thể nói tiếp, quá thảm.

Cô cười thành tiếng rồi thở dài, "Em hiểu rồi, đợi anh về sẽ nói chuyện tiếp".

Cuối cùng cũng kết thúc cuộc gọi, Diệp Tề Mi quay người đi vào phòng khách.

Mẹ đang bận rộn trong bếp, ba chỉ làm chân phụ giúp nhưng chạy tới chạy lui bận rộn như ông mới là đầu bếp chính.

"Bà xã, tôi đã cắt đậu rồi".

"Ai bảo ông cắt đậu, cái đó tôi định dùng để nấu với khoai sọ, đúng là chỉ gây thêm rắc rối, ông mau ra ngoài, ra ngoài đi".

"Vậy tôi đánh trứng".

"Đánh gì mà đánh? Chút nữa lại lẫn đầy vỏ trứng trong đó, mau đi ra đọc báo đi, con gái đã gọi điện thoại xong chưa? Ông ra gọi con vào ăn cơm".

Ba cô là kiến trúc sư cầu đường đã nghỉ hưu, cả đời chỉ quen đi hết nơi này tới nơi khác, khi về già mới cảm nhận được thú vui an nhàn ở nhà, đến mỗi bữa cơm đều thích chạy lăng xăng quanh vợ để được sai vặt.

Nhưng đời này ông chỉ biết thiết kế các cây cầu, không có chút khả năng cơm nước nào, bị đuổi ra ngoài không biết bao lần nhưng ông vẫn kiên trì, dường như ông tìm được niềm vui trong những lúc như thế.

Cô giáo Tiền cũng đã nghỉ hưu, cả đời dạy học, đã từng dẫn dắt không ít hiền tài quốc gia, nhưng cuối cùng, bà đau đầu khi phát hiện ra về nhà còn phải đối đầu với hai học sinh đã quá tuổi đi học lại không dễ dạy. Một người thì không khác gì Lão Ngoan Đồng, còn người kia thì tệ hơn, đã từng ấy tuổi đầu rồi việc chồng con vẫn chẳng ra đâu vào đâu.

Cháu các đồng nghiệp của bà đã lớn tướng rồi, khi bị hỏi tới chuyện chồng con của con gái bà không dám ngẩng mặt lên, tuy nhiên hôm nay đúng là mặt trời mọc đằng tây, vừa về tới nhà đã tuyên bố với ba mẹ là đã có bạn trai. Vừa làm thức ăn bà vừa âm ỉ vui mừng, cuối cùng cũng có người biết nhìn ngọc, tâm trạng bà lúc này rất vui.

"Về ăn cơm cũng không nói trước gì cả, để mẹ mua thêm vài món".

Khi bà bưng đồ ăn lên, mọi người trong nhà đều đã ngồi quây quần quanh bàn ăn, bà Tiền mở lời trước, "Bảo Bảo, con nói tiếp đi".

"Đúng đúng, anh chàng đó xem ra cũng là người may mắn, sao hôm nay không đưa về nhà cho ba mẹ gặp?". Ông

Diệp nhìn con gái với ánh mặt tự hào, gắp thức ăn vào bát cô, cười tít cả mắt.

"Anh ấy đang ở nước ngoài". Cô mỉm cười rồi cúi đầu tiếp tục ăn.

"Ba con nói đúng đấy, đợi cậu ấy về thì mời tới nhà mình ăn cơm".

"Ăn cơm? Sao phải mời anh ấy tới nhà mình ăn cơm?".

Con bé này thật là? Bà Tiền lại bắt đầu cảm thấy đau đầu, "Dù sao cũng phải gặp chứ, nếu chưa gặp làm sao dám giao con vào tay cậu ta?".

"Giao con cho anh ấy?". Cô càng thấy kì lạ hơn, "Sao phải giao con cho anh ấy, bọn con chưa từng nghĩ tới chuyện kết hôn".

Cạch! Tiếng đũa rơi xuống bàn ăn, bà Tiền đứng dậy, cơn thịnh nộ khiến người khác phải kinh hãi: "Ông Diệp, ông có nghe thấy con nó nói gì không?".

Cúi đầu và cơm, ông Diệp như muốn giấu đầu mình vào trong bát, chỉ thấy tiếng đũa và cơm vang lên liên tục: "Hôm nay cơm nấu thơm quá, ai dô, hạt nào hạt nấy sao mà ngon thế chứ".

Ông già này thật là! Bà Tiền trừng mắt nhìn: "Đừng giả ngốc nữa, đều do ông chiều quá sinh hư rồi, còn ngồi đó mà ăn nữa".

Chương 7

Tình yêu mãi mãi của ai và ai

Cô cũng đã từng lo lắng như thế, sợ anh xảy ra chuyện, sợ anh không thể bình yên quay về, sợ không còn được gặp anh nữa, sợ tới mức không màng bất cứ điều gì, cũng không suy nghĩ được gì, chỉ muốn lập tức bay ngay tới bên cạnh anh.

Bất ngờ có được, bất ngờ mất đi, như thế mới có niềm vui bất ngờ.

Sau khi ra khỏi sân bay, Thành Chí Đông ngồi im lặng trên xe. Nhà máy ở ngoại ô thành phố, mất khoảng một giờ đi xe, những người ngồi bên cạnh báo cáo tình hình rất sôi nổi, anh không nói gì, không khí trong xe rất bí bách.

"Tổng giám đốc Thành, xung đột giữa chính phủ và phiến quân ở đây ngày càng tăng, chúng ta đã nhận được lời cảnh báo từ bên quân đội, tất cả những nhân viên có quốc tịch ngoại quốc đều phải tạm thời sơ tán đi nơi khác, tập trung ở khu vực được chính phủ bảo vệ. Nhưng nếu những kĩ sư nước ngoài bị chuyển đi sơ tán thì nhà máy

179

phải tạm dừng sản xuất, các đơn hàng trong năm nay sợ không giao kịp tiến độ, tổn thất rất lớn".

Khí hậu ở Philippines rất nóng, đã gần trưa, trên đường rất ít người đi lại, đa số là những quân nhân được trang bị vũ trang trên người.

Tình hình ở đất nước này lúc nào cũng bất ổn, anh cũng đã sớm có sự chuẩn bị về tâm lí, nhưng đột nhiên nghiêm trọng tới mức này, thật đúng là không kịp phòng bị.

Thành Chí Đông cầm mấy tờ báo địa phương và thông báo của bên quân đội đọc kĩ, anh nhíu mày, công khai bắt cóc người nước ngoài để uy hiếp chính phủ, đây không còn là vấn đề tranh chấp giữa chính phủ và phiến quân nữa mà đã trở thành vụ khủng bố mang tính quốc tế rồi.

Đúng là rất rắc rối, càng đáng giận hơn nữa là lại uy hiếp chính phủ đúng vào lúc này, anh cầm tờ báo cáo trên tay mà nghiến răng kèn kẹt.

Xe chạy rất nhanh, ra khỏi thành phố hai bên đường đều có quân đội giám sát tuần tra, nhìn thấy xe của họ từ xa đã vẫy tay ra hiệu cho xe dừng lại để kiểm tra.

Hàng rào chắn bên đường tập trung rất nhiều quân nhân vũ trang đầy đủ, một nhân viên bản địa xuống xe nói chuyện với họ, ánh mắt của những quân nhân đó không ngừng quét vào trong xe, cuối cùng một người hình như là đội trưởng đi tới gõ gõ vào cửa xe, nói bằng tiếng Anh: "Chào anh, mời anh xuất trình hộ chiếu".

Trong xe còn có phụ trách nhà máy người Philippines, nghe thấy vậy liền túm lấy tay anh: "Tổng giám đốc Thành, để tôi xuống nói với họ".

"Không cần đâu". Anh khẳng khái đẩy cửa bước xuống xe.

Ra khỏi cửa nhà Diệp Tề Mi hít một hơi thật sâu, ông Diệp đi bên cạnh mỉm cười an ủi: "Mẹ con là thế, đừng bận tâm quá".

"Con biết". Cô đi ra ngoài với ba, xe của nhà đỗ trong sân trước cửa nhà, nhìn ba phấn khích ngồi lên xe, cô cười tươi để lộ cả hàm răng trắng: "Ba, ba thích lắm phải không?".

Sau khi nghỉ hưu, ông Diệp mới thực hiện được giấc mơ tự lái xe của mình, vừa lấy được bằng lái thì nhận được món quà là chiếc xe này của con gái.

Lúc này vừa nghe thấy con hỏi, ông lập tức nắm lấy vô lăng gật đầu rất mạnh: "Sao lại không thích, lần trước ba còn lái xe đưa mẹ con tới hồ Dương Trừng để ăn cua, tiếc là con bận, không thể đi cùng".

Việc này cô biết, lần đó mẹ vừa đi về đã gọi điện cho cô, nói là đời này sẽ không bao giờ ngồi xe do ông già đó lái nữa, đi phải mất bốn, năm tiếng đồng hồ, dậy từ sáng sớm mà mãi tận chiều mới được ăn cua, đi như thế thì đi bằng xe kéo cũng đến nơi, thà đi bộ còn hơn.

"Ba, có cần con lái không?". Vừa nhớ lại vừa cười, xe vẫn còn chưa khởi động, Diệp Tề Mi đặt tay lên vô lăng.

Nhìn hành động của con gái liền biết ngay cô nghĩ gì, ba cô liền ôm chặt vô lăng nhất định không chịu buông: "Không được, ba nhất định phải đích thân lái xe đưa con về".

Diệp Tề Mi không giành với ba nữa, thắt dây an toàn xong, cô nhìn ba từ từ cho xe lăn bánh ra khỏi sân của chung cư, trời đã tối, con đường nhỏ quen thuộc rất yên tĩnh, hồi nhỏ cô thường ngồi ở yên sau chiếc xe đạp màu đen của ba, lúc ấy chỉ nhìn thấy tấm lưng rộng của ba, khi ôm cảm giác ấm áp vô cùng.

Không biết tại sao hôm nay cô đặc biệt nhạy cảm, chỉ chút hồi ức này thôi cũng khiến lòng gợn sóng, tự mình thấy lạ lẫm với chính mình, cô kéo kéo đai an toàn, nhẹ nhàng nói: "Con cảm ơn ba".

"Cảm ơn ba? Con dù lớn thế nào cũng vẫn là Bảo Bảo của ba, cảm ơn cái gì".

Ông Diệp cười lớn.

Cô cảm thấy bất an, tay cô áp vào bụng dưới, gục trán vào vai ba nói nhỏ: "Không được, con vẫn phải cảm ơn, cảm ơn ba nhiều lắm".

Con gái từ nhỏ sống khá tự lập, khi lớn lên rất hiếm khi cô nũng nịu, không biết tâm sự trong lòng cô, chỉ nghĩ hôm nay bị mẹ giáo huấn một trận khiến cô buồn, ông Diệp lập tức giảm tốc độ, vừa an ủi vừa tận hưởng sự nũng nịu đã lâu ngày không có của cô con gái, tươi cười hớn hở: "Được rồi, cho dù có chuyện gì thì ba cũng sẽ đứng về phía con, cứ yên tâm, chút nữa về ba sẽ nói chuyện với mẹ".

Về đến nhà đã rất muộn, tắm xong cô đứng trước gương ngắm mình thật kĩ. Bụng dưới vẫn rất phẳng, không thể tưởng tượng được trong đó có một mầm sống đang lớn lên. Cảm giác thật kì diệu, cô đưa tay kéo hai vạt trước của áo choàng tắm lên cao, nghiêng người tưởng tượng ra hình dạng của mình sau này, sau đó thì không nhịn được phì cười thành tiếng.

Cười xong cô kéo lại áo choàng ngay ngắn, đi chân trần từ phòng tắm vào nhà, điều hòa trong phòng mát lạnh, cô bất giác hắt hơi một cái.

Diệp Tề Mi đưa tay điều chỉnh máy lạnh trong phòng, nụ cười trên mặt cô chuyển thành tiếng thở dài, nằm lên giường động tác đầu tiên là với tìm điện thoại, nghĩ thế nào lại bỏ xuống, nghiêng người nhắm mắt.

Có những việc có gấp cũng chẳng để làm gì, nếu anh đã không gọi cho cô, chắc chắn cũng đang suy nghĩ rất lung.

Cô lại lật người, mắt mở to nhìn chằm chằm vào bóng tối, nghĩ gì mà lâu như vậy không gọi điện cho cô.

Cô bấm cho màn hình điện thoại sáng lên, sau đó đợi nó dần dần tối đi, cho tới khi hoàn toàn tắt hẳn. Lần đầu tiên cô buồn phiền vì một cuộc gọi, nhận ra mình đã nhấn nút cho điện thoại sáng lên không biết bao nhiêu lần, cảm thấy khinh miệt hành vi của chính mình, Diệp Tề Mi giận dỗi tắt máy, cuối cùng xoay người, nhắm mắt bắt mình phải ngủ.

Cơ thể cô khá mệt mỏi, đã ngủ thì ngủ khá sâu, sáng sớm hôm sau cô bị đánh thức bởi cuộc điện thoại của trợ lý.

"Luật sư Diệp, hôm nay có phiên tòa, đương sự đã đến rồi, mấy lần gọi hỏi chị, gọi vào điện thoại chị không mở máy, em đành gọi vào số máy bàn, chị không sao chứ?".

Diệp Tề Mi hoảng hốt giật nảy người lên, cầm ống nghe ngẩng đầu nhìn đồng hồ, trời ạ, cô ngủ liền một mạch tới tận bây giờ, lẽ nào hệ thống miễn dịch còn ảnh hưởng cả tới đồng hồ sinh học?

Giờ có phi xe như bay tới cũng không kịp, Diệp Tề Mi vừa xuống giường vừa nói ngắn gọn vào ống nghe: "Mang hết tài liệu tới tòa đợi tôi, tôi sẽ đến ngay".

Cô làm vệ sinh cá nhân rồi mặc quần áo, tự vật lộn với mình như đang đánh nhau rồi túm lấy chìa khóa xe lao ra ngoài, lúc mở máy thì nhận được một đống tin nhắn, toàn là tin báo các cuộc gọi nhỡ.

Không còn thời gian để xem nữa, cô vào xe và khởi động máy, ra khỏi khu vực chung cư lên thẳng đường cao tốc, bảo vệ khu nhà có ấn tượng sâu sắc với cô và chiếc xe của cô, nhìn thấy từ xa đã mở thanh chắn ngang, theo thói quen giơ tay lên vẫy và cười cười, qua cửa xe nhìn thấy cô gật đầu, chiếc Volvo màu đỏ đã lao về phía trước, mất hút.

Dù có nhếch nhác tới thế nào, trước khi xuống xe Diệp Tề Mi vẫn chỉnh lại y phục một lần nữa, dùng một thái độ hết sức lạnh lùng bước vào bên trong tòa án, ngành nào có bí quyết của ngành ấy, ra tòa như ra chiến trường, khí thế là quan trọng nhất.

Đã quen với vẻ uy quyền của cô, những người bên cạnh không một ai dám đặt dấu hỏi với việc cô vội vội vàng vàng xuất hiện vào phút chót. Nhưng chỉ mình cô biết, toàn bộ sức lực trong người cô đã dùng vào việc giữ cho vẻ mặt mình bình tĩnh, thản nhiên, chỉ một đoạn hành lang ngắn thôi mà cô bước đi trong nhịp tim gấp gáp, chân như muốn nhũn ra.

Trình tự xử án khô khan, tất cả đều phải từng bước từng bước một mà thực hiện, xuất trình chứng cứ, đọc cáo trạng, cô làm việc từ trước tới nay luôn luôn chuẩn bị chu đáo, lại là người quen việc, chuyên nghiệp, nhưng lần này cảm giác rất khác, trái tim cứ đập thình thịch mãi không chịu trấn tĩnh lại, tức ngực khó thở, chưa bao giờ cô thấy thời gian xử án lại bức bối và dài đến thế.

Thẩm phán biết cô rất rõ, cuối cùng sau khi tuyên án xong không nhịn được đã lên tiếng hỏi thăm: "Luật sư Diệp, cô khó chịu ở đâu phải không? Trông sắc mặt cô kém lắm".

Không có nhiều thời gian nên cô chỉ lắc đầu, còn rất nhiều giấy tờ cần phải lấy chữ ký của cả hai bên đương sự, nên cô là người đầu tiên bước ra khỏi phòng xử án.

Bên ngoài tòa án ánh mặt trời chói chang, không khí nóng tới mức dính lại như keo, cảm giác bước từ sảnh lớn mát lạnh ra ngoài, da cũng dính dính.

Người chồng cũ cùng luật sư của mình đi tới, nhìn thẳng vào thân chủ của cô với ánh mắt căm hận như đang nhìn kẻ thù, "Sao cô lại có thái độ như vậy? Chẳng phải những gì cô muốn đều đã đạt được cả rồi, còn giả vờ đau khổ gì nữa, muốn diễn kịch tới cùng phải không, tiếc rằng đây không phải là sân khấu kịch, đừng để người ta cười cho".

Thân chủ của cô là một phụ nữ có khuôn mặt gầy đến xanh xao, sau khi nghe xong phán quyết của tòa án không nói một câu nào, chỉ cúi đầu nét mặt nghiêm nghị đi ra ngoài, lúc này khi nghe thấy anh chồng cũ nói vậy liền ngẩng đầu lên, nét mặt lạnh nhạt: "Này anh, xin anh hãy chú ý tới thái độ trong lời nói của mình, bắt đầu từ lúc này trở đi, tôi không còn có nghĩa vụ phải nhẫn nhịn bất cứ sự xúc phạm nào của anh nữa".

Người chồng nghe thấy vậy liền tức tối trừng mắt nhìn lại, nhìn cũng biết là đang không kiềm chế được sự bực dọc.

Vợ chồng đã tới mức này còn không bằng cả người xa lạ, đã quen với những cảnh tượng như vậy, nếu là bình thường thì cô sẽ không buồn chớp mắt. Nhưng lúc này toàn thân cô không còn chút sức lực nào nữa, chỉ muốn nhanh nhanh chóng chóng giải quyết cho xong mọi việc để về nhà nghỉ ngơi, cô bước lên phía trước đưa tay ra ngăn anh ta tiếp tục nói, "Này anh, tòa đã phán quyết xong rồi, sau khi những giấy tờ này được ký, tôi nghĩ cơ hội hai người gặp mặt nhau cũng không nhiều nữa đâu, cần gì phải làm vậy chứ?".

Người đàn ông kia là chủ một doanh nghiệp tư nhân, tự mình mở một công ty thương mại, bình thường đã quen với việc la hét, giờ lại đau đớn vì mất đi một số tài sản lớn, lúc này đang rất tức giận, thấy cô tiến lên phía trước mắt anh ta đỏ ngầu, anh ta vung tay lên, giọng căm hận: "Cô đừng vội đắc ý, sau này ra đường nên cẩn thận thì hơn".

Đầu óc quay cuồng, cô lùi lại một bước, chút nữa thì ngã. Trợ lý chạy lại, quát lớn: "Anh làm gì vậy?".

Cô túm lấy vai của trợ lý, đứng vững lại, Diệp Tề Mi dừng lại một lát rồi mới nói: "Tiểu Mai, ghi những lời anh ta vừa nói vào".

Sau đó chỉ vào thân chủ của mình và luật sư của anh ta đang đứng bên cạnh, và cả một người mặc đồng phục, lúc đó đang tới tòa án để làm việc với nhân viên của tòa, "Cô, anh và cả anh nữa, vừa rồi tôi bị người ta đe dọa, tôi tạm thời bảo lưu quyền tố cáo người đàn ông này, các vị đều là nhân chứng".

Hả…? Không ngờ cô lại ghê gớm đến thế, người đàn ông vừa rồi còn ăn nói hung hăng kia đứng im như tượng gỗ.

Cuối cùng sau khi mọi việc kết thúc, Diệp Tề Mi cảm giác đến hít thở cũng phải cố sức, bận rộn từ sáng tới chiều không kịp ăn gì, tạm thời lúc này cô không còn sức để làm bất cứ việc gì nữa, cô dựa người vào lưng ghế thở dài.

Điện thoại bị ném trên bàn, lặng như tờ không một động tĩnh. Cô đưa tay ra cầm lên, trên đó có rất nhiều lời nhắc, bạn có cuộc gọi nhỡ nhưng đều là những cuộc gọi nhỡ của trợ lý sáng sớm nay, lúc đó cô vẫn còn chưa mở máy.

Ban đầu là cảm giác giận dỗi, nhưng giờ thì chuyển sang lo lắng.

Thành Chí Đông, anh thế nào rồi?

Người đàn ông này luôn thẳng thắn đơn giản, bên ngoài thì nhìn giống người Trung Quốc nhưng bên trong tâm hồn, lối sống đều theo phong cách của người Mỹ, biểu lộ tình cảm thẳng thắn không úp mở, có điều gì không vui cũng lập tức cho cô biết ngay để dễ dàng hiểu nhau, cùng nhau giải quyết.

Đã chứng kiến nhiều những mối tình gắn bó keo sơn vượt qua khó khăn trắc trở rồi cũng chia tay kiểu Trung Quốc, tính cách này của anh càng thêm đáng quý và xứng đáng được trân trọng.

Chính vì điều đó, cô mới ngay lập tức thông báo cho anh biết rằng anh có con, cũng biết anh sẽ rất kinh ngạc, bất ngờ, không biết nên đối diện với việc này như thế nào, rồi anh sẽ suy nghĩ, nhưng quyết sẽ không bao giờ bốc hơi khỏi thế gian này.

Không chần chừ, cô cầm điện thoại lên nhấn nút gọi, không nghe thấy tiếng nhạc chuông quen thuộc, bên đó chẳng vọng lại bất cứ một âm thanh nào.

Kinh ngạc nhìn lại chiếc điện thoại một lần nữa, lại hỏng rồi sao? Chẳng phải vừa mới mua sao?

Cô nhấn nút tắt rồi tiện tay bấm gọi cho một số bất kì, nhanh chóng được kết nối, giọng của trợ lý Tiểu Mai đầy ngạc nhiên vang lên:

"Luật sư Diệp, em ở bên ngoài mà, sao chị lại gọi vào di động?".

Đâu có hỏng... Diệp Tề Mi đành tìm một lý do để lấp liếm: "Ờ, giờ cũng chẳng còn việc gì nữa, chúng ta cùng ra ngoài ăn chút gì đó được không?".

"Vâng, được ạ". Hiếm khi thấy luật sư Diệp chủ động mời đi ăn, giọng nói ở đầu dây bên kia rất vui vẻ.

Quán trà và đồ ăn nhẹ kiểu Hồng Kông từ sáng tới tối lúc nào cũng rất đông khách, ngồi xuống chiếc ghế mềm trong góc tường, Tiểu Mai bắt đầu dò ngón tay trên tờ thực đơn được ép dưới kính bàn, đọc một tràng: "Hoành thánh tôm thế nào ạ? Ai da, lâu rồi không được ăn caramen, chị có muốn gọi món gì ngọt ngọt chút không?".

Vốn không phải là người quá kén chọn nên Diệp Tề Mi đồng ý. Mặc dù hôm nay không có tâm trạng để ăn, nhưng giờ thì khác, không muốn cũng phải ăn.

Tiếng người cười nói ồn ào, nhân viên phục vụ tay bưng khay đồ ăn đi như chạy, khi bưng món lên đều lớn tiếng hỏi: "Bánh bao dứa của bàn nào đây? A, tào phớ hạnh nhân của anh sẽ được mang lên ngay".

Cuối cùng cũng quyết định xong sẽ gọi những món gì, Tiểu Mai đưa tay vẫy phục vụ lại, Diệp Tề Mi ngồi yên lặng bấm điện thoại gọi liên tục, vẫn không được, sau khi tắt đi trán cô hơi nhăn lại, thi thoảng lại nhấn nút gọi lại.

Hiếm khi nhìn thấy bộ dạng cô nhấp nhổm không yên như thế, Tiểu Mai thắc mắc: "Ai vậy chị? Không gọi được ạ?".

Cô ngẩng đầu lên mỉm cười, đằng sau Tiểu Mai là màn hình ti vi được treo lơ lửng trên không, liếc mắt nhìn qua, Diệp Tề Mi đột nhiên đứng bật dậy.

"Luật sư Diệp?". Hôm nay biểu hiện của luật sư Diệp rất bất thường, Tiểu Mai líu lưỡi.

Trên màn hình ti vi đang phát tin tức quốc tế, trong quán rất ồn ào, không nghe rõ đang nói gì, nhưng trong khoảng thời gian ngắn ngủi chuyển hình đó, dòng chữ chạy phía dưới cô nhìn rất rõ.

"Theo tin cho biết, hiện nay tình hình chính trị ở Philippines rất bất ổn, tại vùng ngoại ô của thủ đô Manila, lúc năm giờ chiều theo giờ địa phương ngày hôm qua, lực lượng vũ trang chống chính phủ đã bắt giữ hai mươi mốt người nước ngoài làm con tin, theo một nguồn tin cho biết trong số đó có một nam thương nhân Hoa Kiều, chính phủ nước sở tại lên án mạnh mẽ hành động này…".

Cô cứ đứng im như vậy, điện thoại vẫn đang áp vào tai, khi bừng tỉnh lại mới thấy mình vẫn đang đứng dưới màn hình ti vi, mắt trừng trừng nhìn vào đó.

Những ánh mắt tò mò từ bốn phía dồn vào cô, mọi người đều giật mình vì biểu hiện của cô, Tiểu Mai cũng hốt hoảng đứng bật dậy đưa tay ra lay: "Luật sư Diệp, đã xảy ra chuyện gì thế ạ?".

Ngón tay cô bấu chặt vào chiếc điện thoại, áp chặt vào tai, khiến cô mơ hồ có cảm giác đau, đôi môi nhợt nhạt mím chặt.

Từ nhỏ tính cách của cô đã rất cứng rắn, mạnh mẽ, cũng có khả năng chịu đau giỏi hơn những đứa trẻ khác, đả kích càng lớn thì mặt cô càng không biến sắc, lúc bảy tuổi khi cô vừa ra khỏi cửa, một cơn gió mạnh ập tới làm cửa sập lại quá nhanh, cô chưa kịp rút tay về, bị kẹp tới mức không còn ra hình dạng ngón tay nữa. Nhưng trước sự đau đớn tột cùng đó, cô chỉ ngồi thụp xuống co người lại im lặng, không nói một câu nào cho tới khi nỗi đau đớn qua đi.

Ba mẹ đều rất bận rộn, cô đã quen với việc phải ở nhà một mình, có khóc cũng chẳng có ai tới an ủi dỗ dành, thế thì thà chẳng khóc còn hơn.

Sau này dần lớn lên, càng cảm nhận được ưu điểm trong việc xử lý mọi việc theo chiều hướng đó, đúng thế, cho dù có xảy ra chuyện gì, càng tỏ ra hoảng loạn càng chỉ gây tò mò và thu hút sự chú ý của người xung quanh, chẳng ích gì, thà im lặng để tự mình giải quyết.

Từ tận đáy lòng cô vẫn rất bình tĩnh, hốt hoảng gì chứ? Philippines lớn như vậy, người nước ngoài ra vào cũng đâu phải ít, người đó chưa chắc đã là anh ấy, hơn nữa có phải viết kịch bản cho phim truyền hình đâu, làm gì có chuyện trùng hợp đến thế?

Có gì mà phải lo lắng? Nhưng lần này không giống với những lần trước, còn chưa kịp suy nghĩ cho rõ ràng thì cơ thể đã có những phản ứng rất đáng bị chỉ trích, thì ra những mệt mỏi vẫn quanh quẩn trong người suốt thời gian qua lúc này ào ào dâng lên như lũ cuốn đúng vào lúc tâm trạng cô mềm yếu nhất, cô muốn quay về chỗ ngồi nhưng đôi chân như đang run rẩy, không thể nhấc lên được.

"Luật sư Diệp?". Tiểu Mai gọi to hơn.

"Em ở lại ăn nhé, chị có việc phải xử lý gấp". Cô tỉnh ra, vội vàng nói với Tiểu Mai một câu rồi cầm túi xách lao ra ngoài.

Đứng trước xe của mình cô trấn tĩnh lại, sau đó tìm điện thoại nhấn nút gọi.

"Chung Chung, mình là Tề Mi".

Chung Chung là bạn học cũ của cô, sau khi tốt nghiệp vào công tác trong một cơ quan truyền thông, nhận được điện thoại của cô giọng rất kinh ngạc, "Tề Mi? Bọn mình đúng là có thần giao cách cảm, mình đang định gọi điện cho cậu, cuối tuần này họp lớp nhé, ăn uống xong sẽ đi hát, lần này không được bỏ về giữa chừng đâu đấy".

Đâu còn thời gian để nói chuyện phiếm với cô ấy nữa, Tề Mi nói ngắn gọn: "Mình có chuyện này muốn hỏi cậu, liên quan tới những người bị bắt giữ ở Philippines ngày hôm qua".

"A? Cậu cũng có hứng thú với những tin như vậy sao? Giờ không làm luật sư nữa, chuyển qua làm cho Liên Hợp Quốc hả?".

Là bạn giường tầng trên tầng dưới, Chung Chung định trêu ghẹo cô như thời còn đi học.

"Chung Chung, mình không đùa đâu. Trong số những người bị bắt giữ đó có phải có một người đàn ông Hoa Kiều không? Hãy cho mình biết tên của anh ta".

"Tên? Cậu hỏi cái này để làm gì?". Nghe giọng cô rất nghiêm túc, Chung Chung ngạc nhiên, trong ấn tượng của cô Tề Mi không phải là người có tính hiếu kì, sao đột nhiên lại quan tâm tới những chuyện đại sự trên thế giới.

"Mau nói cho mình trước đã".

Tâm trạng rối bời, Diệp Tề Mi nắm chặt điện thoại để kiềm chế cảm xúc.

"Đợi chút, để mình xem đã".

Không đùa nữa, Chung Chung cúi đầu kiểm tra, "Không có, danh sách vẫn chưa được gửi đến, tuy nhiên đa phần họ đều là khách du lịch, còn có một thương nhân người nước ngoài, ố ô, người đó mang quốc tịch Mỹ".

Tay run run, điều hòa trong xe mát lạnh, lúc này cô mới để ý người mình ướt đẫm mồ hôi. Ngồi ngay ở ghế lái, mỗi lần gió lạnh từ điều hòa thổi tới, cô run lên bần bật.

Gọi điện thoại đặt vé máy bay, Diệp Tề Mi lái xe như bay về nhà, vừa vào nhà mở ngăn kéo lấy hộ chiếu, chuẩn bị một ít đồ đơn giản, sau đó xách túi đi ra ngoài. Vừa xuống lầu thì gặp Lận Hòa, anh tỏ vẻ ngạc nhiên: "Tề Mi, em đi công tác à?".

"Không, tôi có việc riêng phải đến Philippines". Cô vẫn bước nhanh về phía trước.

Lận Hòa kéo cô lại ngăn cản: "Việc gì mà gấp đến thế? Hôm qua em vừa ngã phải vào bệnh viện, giờ lại muốn ra nước ngoài, em không biết lựa sức mình sao?".

"Lận Hòa". Cô nhìn thẳng vào mắt anh, "Cảm ơn anh đã quan tâm, nhưng giờ tôi đang vội".

"Tề Mi". Anh cũng nhất định không buông tay, bị ánh mắt lạnh lùng của cô chiếu thẳng vào người.

Sắc mặt cô trắng bệch, nhìn đã thấy không khỏe, Lận Hòa nới lỏng tay, sau đó chậm rãi nói: "Em ra sân bay phải không? Tôi đưa em đi nhé?".

"Không cần, tôi tự lái xe".

Không có cách nào ngăn cản cô, anh đành đứng im lặng nhìn cô lên xe và khởi động máy, tốc độ của chiếc xe Volvo màu đỏ không nhanh, ngược hẳn với bộ dạng hùng hổ vừa rồi của cô.

Cảm thấy nghi ngờ, anh nhìn chằm chằm vào nó, chiếc xe chuẩn bị lăn bánh ra khỏi cổng lớn liền hơi khựng lại, sau đó đầu xe như nghiêng sang một bên, nguy hiểm sượt qua trụ cổng.

Lận Hòa hốt hoảng lao đến, còn chưa chạy đến nơi thì nghe thấy tiếng phanh xe như xé trên đường và tiếng nhiều người kêu la ầm ĩ.

Còn chưa mở mắt ra nhưng cô đã nghe thấy tiếng ai đó đang nói chuyện ở bên cạnh, giọng chị Lí Vân nghe rất bực bội: "Cậu rõ ràng biết là sức khỏe nó không tốt, còn để nó lái xe một mình, giờ đứng đấy mà lo lắng, lo thì được ích gì, hối hận dần đi là vừa".

Trong phòng chìm vào im lặng rất lâu mới có người trả lời, là tiếng Lận Hòa: "Bác sĩ Lí, tôi chỉ mong Tề Mi không có chuyện gì, chị có thể nói cho tôi biết tình trạng hiện giờ của cô ấy được không?".

Cảm nhận được thái độ thành khẩn của anh, giọng Lí Vân như dịu lại: "Nó không sao, có điều sau khi sảy thai cơ thể rất yếu, về nhà phải nghỉ ngơi tĩnh dưỡng, thời gian này nó cần có người chăm sóc".

Tứ chi cô nặng trịch, mí mắt cũng vậy, rất mệt, vốn không có cảm giác đau, chỉ buồn ngủ thôi, cũng không muốn mở mắt ra giải thích, nhưng khi nghe thấy hai từ đó, trái tim cô như bị buộc chặt bởi một sợi dây, không biết ai đó đang ra sức siết chặt, cứ mỗi một nhịp đập, nút thắt lại chặt thêm, đau đớn đến không thể thở được, không đợi cơ thể kịp phản ứng, khóe mắt đã nóng ấm, nước mắt cứ thế trào ra.

"Tề Mi". Mọi người cùng đồng thanh gọi, sau đó là giọng Lận Hòa hết sức khẩn cầu: "Bác sĩ Lí, có thể để tôi ở lại với cô ấy một lúc không?".

Lí Vân thở dài, sau đó tiếng bước chân xa dần.

Trong phòng yên tĩnh, "Tề Mi?".

Giọng rất nhỏ, trước mắt vẫn tối sầm, mở mắt ra, nhìn thấy anh đang cúi người xuống gọi, ánh mắt cô lạnh lẽo.

Đầu óc như đặc quánh, nhưng nghĩ một lúc thì thấy trống rỗng.

Mới có một ngày, nhưng cô đang nhớ lại. Trong cửa hàng bánh bao hôm ấy, cô ngồi trong xe bên kia con đường nhỏ hẹp người qua lại tấp nập, chăm chú nhìn cô bé với mái tóc dài đen mượt vừa cười vừa nhón chân lên thơm vào má mẹ.

Thời khắc đó, cô cũng đã tưởng tượng, tưởng tượng trong bụng mình cũng đang mang một em bé nhỏ xíu, thơm tho và mềm mại, bởi vì có sự gắn kết máu mủ nên cảm thấy đó chính là bảo bối đáng quý nhất trên thế giới này.

Và cả lúc ngồi bên cạnh ba, nhìn ba lái xe từ từ đi ra khu nhà mình ở, lúc nói chuyện với cô lúc nào cũng cười, rất yêu thương gọi cô là Bảo Bảo, ba nói rằng cô có lớn thế nào vẫn là Bảo Bảo của ba.

Lúc đó, cô cũng đã tưởng tượng, tưởng tượng đến hình ảnh người đàn ông đó nhìn thấy con liền mỉm cười, tưởng tượng cảnh đứa bé gọi anh là ba, sau đó được anh nhấc bổng lên cười đùa vui vẻ, hạnh phúc như cô hồi nhỏ.

Anh ấy nói "Anh muốn, anh muốn em sinh con ra, nếu em không có thời gian anh sẽ nuôi".

Cô không nên nghi ngờ anh, anh đã nói thành khẩn như thế, giọng nói như có chút van nài, sao cô lại nghi ngờ anh đang nghĩ ngợi sâu xa, sao lại nghi ngờ anh đang trốn tránh?

Chính cô cũng biết, sự việc không đơn giản như thế, chẳng qua cũng chỉ là tưởng tượng mà thôi, còn bây giờ, đến tưởng tượng cũng không được nữa.

Đau quá, mỗi lần tim đập đối với cô là cả một sự giày vò, cả lồng ngực như trống rỗng.

Cô nghiến chặt răng tự khuyên mình không được mất kiểm soát, phải kiềm chế, không có gì là không thể vượt qua.

Hồi nhỏ ngón tay bị cửa kẹp, lúc rút ra tím bầm, nhưng chẳng phải rồi cũng qua đó sao, giờ nhìn cũng không thấy dấu vết gì nữa.

Nhưng lần này không thế, lần này không như thế. Người đứng trước mặt cúi hẳn người xuống, nhìn cô rất dịu dàng, bàn tay huơ huơ trước mặt cô, tiếng nức nở như bị đè nén rất lâu, cuối cùng cũng bật thành tiếng khóc.

"Không sao đâu, rồi sẽ qua thôi". Giọng Lận Hòa dịu dàng.

"Anh không biết, anh không hiểu đâu". Cô sụt sịt, giọng như nghèn nghẹn.

Tề Mi...

Trời đã tối nhưng đèn trong phòng bệnh vẫn chưa bật lên, cô lấy cánh tay che ngang mặt, nước mắt lăn dài trên má, ánh lên lóng lánh trong bóng tối, trái tim anh như bị ai bóp nghẹt, từ nơi sâu thẳm nhất cảm xúc hỗn loạn, đau đớn xót xa.

Khi lao ra khỏi khu chung cư, chiếc xe Volvo màu đỏ của cô đụng phải một chiếc xe khác đang lao đến từ hướng đối diện, cũng may cô lái xe với tốc độ khá chậm, đối phương cũng đánh lái tránh kịp thời, cho nên va chạm không phải quá trực diện, nhưng hình ảnh cô ngất xỉu trong xe cũng khiến anh hồn xiêu phách lạc, hiện trường hỗn loạn, khi bế cô ra khỏi xe, ghế lái đã ướt sũng máu, nhìn kĩ thì không thấy vết thương ở đâu, anh không có kinh nghiệm, người lái chiếc xe kia cũng sợ đến bủn rủn chân tay, cứ đứng như trời trồng tại chỗ không nói được câu nào, anh cố gắng giữ bình tĩnh gọi cấp cứu, nhưng hai tay đang bế cô run lên bần bật, cho tới khi bệnh viện thông báo cô đã sảy thai, không nguy hiểm đến tính mạng nữa lúc đấy anh mới thở phào nhẹ nhõm, vì nín thở khá lâu nên cổ họng anh bỏng rát.

Sống với một người có cuộc sống như Thành Chí Đông thì người con gái cho dù có mạnh mẽ tới đâu cũng sẽ có lúc gục ngã, anh sớm đã dự liệu được điều đó, nhưng có điều không thể dự liệu được là nó đến quá nhanh, hơn nữa còn khiến cô bị tổn thương rất sâu sắc.

Thành Chí Đông, anh hãy nhìn xem anh đã làm gì. Tề Mi luôn luôn lạnh lùng, xinh đẹp như một công chúa, giờ lại khóc nức nở trước mặt anh như một đứa trẻ.

Anh đưa tay ra, ôm gọn hai bàn tay cô ấy trong tay mình, "Tề Mi, em đừng khóc nữa, không sao đâu".

Không, thứ cô cần không phải đôi bàn tay này, cô muốn người đàn ông đó, cô muốn Thành Chí Đông, cô muốn có anh ở bên cạnh.

Cô rất muốn nói với anh rằng, hai ngày nay cô sống rất khổ sở, giờ con không còn nữa, cô rất đau lòng.

Nhưng anh lại không ở đây, lúc cô cần, người đàn ông ấy luôn không bao giờ có mặt.

Không nói lên lời, cô chỉ khóc, Lận Hòa cũng im lặng, ngồi cạnh giường nắm chặt tay cô không buông lơi.

Vừa xuống máy bay anh liền gọi điện, nhưng đầu dây bên kia không có ai nghe máy, cuối cùng là không thể liên lạc được.

Thành Chí Đông đã kiệt sức. Suýt chút nữa thì gặp thần chết ở Philippines, mùi của cái chết vẫn lởn vởn quanh mũi anh, quân của chính phủ và phiến quân đã đụng độ nhau ngay trước mặt anh.

Anh đã từng đi rất nhiều nước, đương nhiên cũng đã từng đến rất nhiều nơi nguy hiểm, trước khi Ấn Độ xảy ra bạo loạn anh còn đến nhà máy ở địa phương để xác nhận xem bên đó có đáng để mua lại hay không, sau khi Afghanistan xảy ra biến động, chính anh đã tận mắt chứng kiến những vết đạn găm trên các tòa nhà bên đường, nhưng lúc đó tất cả đã trở về trạng thái an toàn, khác với lần này tận mắt chứng kiến cuộc xung đột và ở giữa làn đạn.

Vừa mở cửa xe đã nghe tiếng súng vang lên, sau đó người đội trưởng mắt trợn trừng ngã rầm xuống đất. Khi viên đạn thứ hai sượt qua người anh găm vào thân xe, anh sợ hãi tới mức không thể nhúc nhích được người, phía trước hỗn loạn vô cùng, bên tai nghe thấy tiếng nhân viên của mình kêu lên thảm thiết.

Anh bị ai đó túm lấy ấn xuống dưới gầm xe, tiếng súng vẫn đùng đoàng không ngớt, lẫn trong đó là những tiếng la hét, bốn bề khói súng mù mịt, cuối cùng sau khi một đội quân lớn của chính phủ tới được, hai bên đều đã có thương vong.

Sau khi về tới khu vực an toàn anh lập tức liên hệ với một quan chức mà anh quen trong chính phủ, yêu cầu họ cho người tới bảo vệ những nhân viên người nước ngoài chưa kịp sơ tán khỏi nhà máy, hộ tống họ về nước trước, những lúc nguy hiểm như thế này, chẳng gì đáng giá nữa, chỉ tính mạng con người là quan trọng.

Ở khu vực an toàn đường dây điện thoại quốc tế không thể gọi và nhận điện được, muốn liên lạc với ai cũng phải nhờ bên quân đội, anh lo lắng cho cô, lòng nóng như lửa đốt.

Sắp xếp cho những nhân viên bị thương đi điều trị, xử lý tình trạng phải dừng sản xuất ở nhà máy, sau khi xong việc anh đã hai ngày không chợp mắt. Không có thời gian nghĩ đến những việc khác, vừa xong việc anh liền vứt bỏ tất cả bay về Trung Quốc.

Lần ra sân bay này anh được xe của quân đội hộ tống, sân bay được bảo vệ rất nghiêm ngặt, tất cả quân nhân mặc quân phục đều mặt mày nghiêm nghị, rất đông người nước ngoài hoảng sợ rời khỏi Philippines, người phụ trách nhà máy là người địa phương, đưa anh tới tận cửa kiểm soát, "Tổng giám đốc Thành, công ty mẹ ở Mỹ đang giục anh về, sao anh lại bay về Trung Quốc?".

"Tôi có một việc hết sức quan trọng, việc bên Mỹ tôi sẽ gọi điện cho chủ tịch hội đồng quản trị, cậu không phải lo".

Mấy ngày liền không ngủ, hai mắt anh đỏ ngầu, anh trả lời ngắn gọn rồi quay người đi vào trong.

Đã lâu không liên hệ, bình thường thì có thể giải thích, nhưng giờ họ đang ở trong giai đoạn nhạy cảm, anh thực sự không dám chắc về phản ứng của cô, lần đầu tiên bấm điện thoại gọi cho cô trong lòng Thành Chí Đông thấp thỏm.

Kết quả là không ai nghe máy.

Tề Mi, em giận anh sao? Không phải anh cố ý không liên lạc với em, đừng làm vậy có được không?

Gọi đến văn phòng của cô, trợ lý Tiểu Mai đã rất quen với giọng anh, nghe anh hỏi lập tức trả lời: "Hai ngày nay luật sư Diệp nghỉ ốm, không đi làm, anh gọi di động cho chị ấy nhé".

Nghỉ ốm? Tim như nghẹt lại, Thành Chí Đông nhấn ga nhanh hơn nữa. Khi đứng trước tòa nhà cô ở mới nghĩ ra lần nào cũng chỉ đưa cô đến đây rồi về, chưa bao giờ đưa cô lên tận nơi, tòa nhà cao tầng sừng sững, cửa sổ căn hộ nào trông cũng giống hệt nhau, đến căn hộ của cô ở tầng bao nhiêu anh cũng không biết.

Tâm trạng hỗn loạn, anh đẩy cửa xuống xe, dựa vào cửa xe hít sâu một hơi.

Đừng có hoảng hốt, Tề Mi không phải là một cô gái bình thường, cô luôn là người kiên cường, bĩnh tĩnh và hiểu biết hơn ai hết, cô đã hứa với anh, dù có chuyện gì cũng sẽ đợi anh về cùng giải quyết, cô đã nói là làm, một lời thốt ra chắc như cửu đỉnh, quyết không vì hiểu lầm mà vội vàng hành động, đẩy sự việc tới mức anh không thể chấp nhận được.

Nhưng cô không nghe điện, cô không đi làm, trợ lý nói cô nghỉ ốm, đến xe của cô cũng không thấy bóng dáng đâu. Nơi này vốn thân thiết quen thuộc biết bao, giờ bỗng nhiên trở lên xa lạ, đến ngay cả bản thân anh cũng vậy, một cảm giác trước nay chưa từng có, xa lạ đến đáng sợ.

Quen nhau lâu như vậy, anh đã coi cô là một phần trong cuộc sống của mình, nhưng giờ đây cô lại biến mất không để lại dấu vết trong chính thế giới của anh, không nói một lời, không giải thích, nhẹ nhàng như thế, khiến anh khó lòng chịu đựng được!

Anh không muốn động đậy, chỉ biết túm chặt lấy ý nghĩ là anh nhất định sẽ đợi cô về, tận mắt nhìn thấy cô, đích thân hỏi cô xem vì sao cô lại làm như thế?

Thời gian nặng nề trôi qua, anh cứ đứng như thế từ lúc mặt trời còn rực rỡ cho tới khi bóng hoàng hôn ập xuống, chân như tê dại, người đi qua đi lại ở khu này đã bắt đầu len lén nhìn anh với ánh mắt nghi hoặc khó hiểu, nhưng nhìn khí chất của anh, không ai dám bước lên phía trước.

Một chiếc xe từ từ vòng vào, dừng lại trước tòa nhà, cửa xe mở ra, một người đàn ông bước xuống, ánh mắt hai người giao nhau, cả hai đều giật mình.

Đứng sững lại, Lận Hòa nheo nheo mắt. Thành Chí Đông, sao anh lại ở đây? Bóng tối đã bao phủ, đèn trong khu chung cư cũng đã bật, người đàn ông đó lại đứng dưới ánh đèn hỗn loạn đó, nhìn không rõ nét mặt, nhưng khí thế vẫn rất hiên ngang.

Bật đứng thẳng dậy theo phản xạ, Thành Chí Đông nhìn về phía anh ta.

Thu ánh mắt lại, không nhìn Thành Chí Đông nữa, Lận Hòa tiếp tục hành động đang dang dở của mình, chậm chạp mở cửa xe phía sau, anh ta đưa hai tay vào, như muốn ôm thứ gì đó.

Bàn tay trắng muốt lộ ra trước, tư thế như muốn từ chối, sau đó đôi chân thon dài, dần dần lộ ra trước vẻ mặt ngỡ ngàng như không dám tin vào mắt mình của Thành Chí Đông.

Diệp Tề Mi nằm trên xe ngủ để lấy lại sức, hoàn toàn không nhận ra một cơn sóng lớn đang ập đến, cô nén đau bước xuống xe, cố gắng bước đi trên đôi chân mềm nhũn không còn sức lực của mình, mùi hương hoa thoang thoảng trong gió đêm, tòa nhà quen thuộc hiện ra trước mắt, những ánh sáng lờ mờ hắt ra từ những ô cửa sổ trên đó.

Hít một hơi thật sâu, cô đứng thẳng người lên, vuốt lại mái tóc dài bị gió làm rối tung của mình.

Không dám tin vào mắt mình, Thành Chí Đông bước lên một bước, rồi lại đứng lại.

Muốn lên tiếng gọi cô, nhưng không sao cất được lên lời, trong đầu anh như có gì đó nổ tung, trong ý thức của mình thì anh đã lao về phía đó, nhưng dưới chân như đang bị xích chặt, muốn cũng không thể nhấc lên được.

Vừa xuống xe Lận Hòa đã đưa tay ra đỡ, nhưng Diệp Tề Mi vẫn đẩy ra tránh, quay đầu sang nói cảm ơn.

Cô thoáng nhìn thấy hình bóng cao lớn thân thuộc của một người đứng sừng sững trong bóng tối, cô sững lại, cứ ngỡ là ảo ảnh.

Nhìn kĩ lại lần nữa, vẫn còn ở đó, không phải là ảo ảnh do bộ não đã hỗn loạn suốt hai ngày nay của cô tạo ra, không nghĩ nhiều tới những chuyện khác, phản ứng đầu tiên của Diệp Tề Mi là trái tim cô như được nới lỏng.

Chí Đông, thì ra anh vẫn bình an vô sự.

Muốn gọi anh, hình bóng cao lớn trong bóng tối đó bỗng động đậy, chỉ vài bước chân đã tới trước mặt cô, giọng khản đặc: "Tề Mi, em đi đâu vậy?".

Giọng điệu này... bao nhiêu tiếng lòng cô muốn nói với anh đột nhiên bị giọng điệu chất vấn của anh ngắt lời, Diệp Tề Mi mở to mắt nhìn anh, cô tròn mắt ngẩng đầu nhìn anh như một đứa trẻ bị chấn động mà không rõ nguyên nhân.

Cô không trả lời, có thứ gì đó lạ lẫm đang hoành hành ngang ngược trong đầu anh, anh giơ tay lên túm lấy cô: "Em nói đi chứ!".

"Anh Thành". Bàn tay sắp chạm tới cánh tay của cô bị chặn lại trên không, giọng Lận Hòa dù nhẹ nhưng hết sức kiên định: "Tề Mi vừa từ bệnh viện về, xin anh thận trọng".

"Anh tránh ra". Hất tay anh ta ra, giọng Thành Chí Đông càng lúc càng lớn: "Em tới bệnh viện làm gì? Tại sao lại đi cùng anh ta? Còn con đâu? Tề Mi, em mau nói đi!".

"Thành Chí Đông", cô nén giọng xuống hít thở, Diệp Tề Mi nhìn anh trừng trừng như không dám tin vào mắt mình.

Khuôn mặt anh trong bóng tối nhìn sao mà xa lạ thế, hai mắt vằn lên những tia máu, hai bên má là một vành râu quai nón mọc lởm chởm xanh rì, hai đầu lông mày nhíu chặt, quai hàm xiết chặt.

Đây vẫn còn là người đàn ông mà cô quen thuộc sao? Người đã từng vô cùng thân mật với cô, người đàn ông luôn mỉm cười gọi cô là Bảo Bảo đấy sao? Người đàn ông nửa đêm đã ôm chặt cô từ phía sau rồi vùi mặt vào lưng cô mà hôn mà thơm đấy sao? Người đàn ông mỗi lúc gọi điện thoại cho cô giọng nói như mang theo cả tiếng cười, nói rằng nhớ cô, đã biến đâu mất rồi?

Cô đã từng lo lắng như thế, lo anh xảy ra chuyện, sợ anh không thể bình yên quay về, sợ không còn được gặp lại anh nữa, sợ tới mức sẵn sàng vứt bỏ mọi thứ, không kịp nghĩ ngợi gì, chỉ muốn bay tới nơi nào được gần anh mà thôi.

Bất ngờ có được, bất ngờ mất đi, mới có được niềm vui bất ngờ, đã phải trải qua những giây phút giữa sự sống và cái chết, hai ngày nay, cô vô cùng mệt mỏi, nhưng đáng buồn hơn cả là, tất cả những giờ khắc ấy anh đều không có mặt bên cạnh cô, đối mặt với tất cả những việc đó chỉ có mình cô, đơn độc một mình cô!

"Tề Mi!". Đợi mãi vẫn không thấy cô trả lời, thứ lạ lẫm trong đầu đó càng lúc càng trở nên sắc nhọn, mạch máu ở thái dương như giật liên hồi, đau muốn vỡ tim, thần kinh căng thẳng, Thành Chí Đông như sắp hét lên.

Vẫn đứng im không nhúc nhích, Diệp Tề Mi nhìn thẳng vào anh, ánh mắt của cô từ từ trở nên lạnh lẽo.

Cơ thể không còn cảm thấy đau nữa, nhưng vết thương ở nơi sâu thẳm nhất trong trái tim vẫn đang rỉ máu, đau xót không thôi.

Đau khổ quá rồi, lần này cô không muốn phải chịu đựng một mình nữa.

Cô cần anh, cần anh quay về, cần anh an ủi, cần anh ở bên cạnh mình.

Nhưng cô chờ đợi để đổi lại cái gì? Không được an ủi, không được ôm, thậm chí còn không cho cô cơ hội được nói, chỉ có chất vấn.

Người cô cần là anh, không phải là người đàn ông đang đứng trước mặt lúc này.

Cuối cùng cô cũng trả lời câu hỏi của anh, giọng nói có chút lạnh lẽo: "Không còn nữa rồi, con, không còn nữa".

Dường như đáy mắt anh có giông bão đang kéo về, mây đen tối sầm trước khi đổ mưa, hai tay vô thức ấn mạnh xuống vai cô, rất mạnh, cô như nghe thấy cả tiếng xương cốt mình kêu răng rắc.

"Diệp Tề Mi, em nói lại một lần nữa xem". Tối mùa hè oi ả, sao anh lại cảm thấy lạnh đến thế? Từng từ từng chữ như được rít qua kẽ răng, Thành Chí Đông nghiến răng nói.

Đột nhiên cô rất muốn cười. Cô đã từng gặp không biết bao nhiêu cặp vợ chồng trở mặt thành thù, không thể tin được những lời kể về thời kì ngọt ngào của thân chủ mình lúc đó. Trên thế giới này sao lại có người yêu đến si tình mất hết lý trí như thế, sau đó lại quay sang hận người mình từng yêu thương đến tận xương tủy, nhưng biểu hiện của người đàn ông đứng trước mặt cô lúc này, chỉ có thể miêu tả bằng hai từ khát máu.

Thì ra là cô đã sai, những điều đó đều là thật, những điều mà cô từng nghi ngờ, tất cả đều là thật.

Anh ấy nói Diệp Tề Mi, em nói lại xem, anh ấy dùng thái độ đáng sợ như thế để yêu cầu cô nói lại một lần nữa.

Được, cô sẽ cho anh được toại nguyện.

"Thành Chí Đông", cô đưa tay lên một cách khó khăn để ngăn Lận Hòa đang định lao về phía trước giật anh ra khỏi cô, khuôn mặt cô đanh lạnh, "Anh nghe cho kĩ đây, con của anh, đã không còn nữa".

Thành Chí Đông không thể nhúc nhích, cũng không thể nói gì, đứng im giữ nguyên tư thế mà mình đã dồn toàn bộ sức lực vào đó, nét mặt như căng ra tới cực độ, anh sợ một khi mình mất kiểm soát sẽ gây ra hậu quả tai hại.

Trước mắt chỉ nhìn thấy màu đỏ của máu, đau lòng, thất vọng, phẫn nộ và cả sự sợ hãi. Thành Chí Đông muốn gào thét, lại muốn khẩn cầu, đấu tranh nội tâm đầy kịch tính, bao nhiêu thứ tâm trạng như cuốn lấy nhau, đầu óc Thành Chí Đông như rơi vào trạng thái trống rỗng.

Vẫn đang ở tư thế ngẩng đầu lên nhìn anh, bàn tay anh đặt lên vai cô bắt đầu run rẩy, ánh sáng lờ mờ của buổi chiều muộn dần tắt, tất cả chìm vào trong bóng tối ảm đạm.

Khó thở, trong lồng ngực tràn đầy cảm giác buồn bã nặng nề, cô muốn nói gì đó nhưng chỉ có thể mấp máy môi.

Thay vào đó tay cô đã hành động trước, cô giơ tay ra đẩy người đàn ông đang nắm chặt lấy vai mình.

Ngực bị cô dùng tay ấn mạnh, theo bản năng Thành Chí Đông siết chặt tay hơn, anh chỉ muốn vứt bỏ hết tất cả kéo cô ôm chặt vào lòng.

Vai đau nhói, Diệp Tề Mi không nén được khẽ kêu lên một tiếng.

Lận Hòa nãy giờ vẫn đứng ở bên cạnh cuối cùng cũng phải đưa tay ra một lần nữa, nắm chặt lấy cánh tay của Thành Chí Đông siết mạnh, "Bỏ cô ấy ra, anh cứ như vậy sẽ làm Tề Mi bị thương đấy".

Hành động và câu nói này của anh như đổ thêm dầu vào lửa, tai Thành Chí Đông như ù đi, tay nới lỏng, ngay sau đó một cú đấm bay tới.

"Thành Chí Đông!". Tay anh buông ra, Diệp Tề Mi chân không đứng vững, suýt chút nữa thì ngã xuống đất.

Cảnh tượng vừa xảy ra trước mắt khiến cô quá bất ngờ, Thành Chí Đông ra tay nhanh và mạnh, Lận Hòa không kịp đề phòng, cú đấm giáng thẳng vào mặt anh, anh loạng choạng dốc toàn bộ sức lực giữ chặt cánh tay của Thành Chí Đông, hai người nhìn nhau ánh mắt tóe lửa.

"Anh dựa vào cái gì mà đánh người? Dừng tay lại". Vẻ mặt Lận Hòa cực kỳ phẫn nộ, phản ứng đầu tiên là giữ chặt tay Thành Chí Đông để anh không thể có thêm hành động ngông cuồng nào nữa, Diệp Tề Mi bước lên trước đưa tay ra kéo anh lại.

Tới gần mới thấy mặt Lận Hòa sưng đỏ lên, cô nhìn mà kinh hãi, hít một hơi nói: "Anh không sao chứ?".

"Không sao, Tề Mi, em mau tránh ra, cẩn thận bị thương".

Cô ấy bảo vệ anh ta, lúc này cô ấy đang đứng trước mặt anh bảo vệ một người đàn ông xa lạ khác.

Nhìn thêm một giây nào nữa thôi thì anh sẽ ngạt thở mất, hai mắt đỏ ngầu, Thành Chí Đông bất ngờ thu tay về, quay người bỏ đi.

Tiếng cửa xe sập mạnh vọng lại, tiếng lốp xe ma sát xuống đường kêu rít lên, chiếc Q7 nhanh chóng biến mất khỏi tầm mắt.

"Tề Mi?". Lận Hòa gọi nhỏ.

"Không sao, chúng ta lên nhà thôi". Cuối cùng thì cô cũng trả lời, giọng u ám.

Tối hôm đó cô ngồi trên giường khóc một mình, điều hòa mở rất lạnh, căn phòng lạnh lẽo, vắng tanh. Ban đầu là thút thít, theo bản năng cô dùng hai bàn tay ôm chặt lấy mặt mình, cho dù không có ai nhìn thấy cô như vậy, cô vẫn có cảm giác xấu hổ.

Nhưng nước mắt không ngừng chảy qua kẽ tay rơi xuống, tiếng thút thít dần dần trở thành những tiếng khóc nghẹn ngào không thể kìm chế, rèm cửa vẫn chưa kéo, ánh trăng nhạt và thê lương, đột nhiên cô nổi giận đá tất cả những thứ đang ở trên giường xuống đất, ném cả chăn đệm và gối, chiếc ga giường bằng phẳng trống trơn khiến cô cảm giác như mình đang cô độc ngồi trên một con thuyền phiêu bạt vô định giữa biển đêm, cảm thấy lạnh, thèm được ai đó ôm chặt, cô khóc tới mức hai mắt đỏ hoe, sau đó tự mình xuống giường chậm rãi nhặt từng thứ từng thứ một lên.

Cô vào phòng tắm rửa mặt bằng nước lạnh, buộc tóc lại, rồi quay người đi vào bếp lấy khay đá không ra thêm nước vào rồi đặt vào ngăn làm đá. Bật đèn bếp lên, một mình ngồi đó uống nước, ánh đèn màu trắng sáng, soi rõ cả những lằn gân xanh nổi lên qua làn da trắng mỏng ở cổ tay.

Ngày mai phải nhớ thay cái bóng đèn này thành bóng màu vàng.

Viết câu đó trên tờ giấy nhớ, cô dán nó lên cửa tủ lạnh, sau đó đi vào phòng ngủ.

Sáng hôm sau, cô dùng nước cho thêm đá để vỗ lên mặt, ngoài việc mắt hơi có quầng thâm, nhìn mình trong gương như đã hoàn toàn khôi phục lại được thần thái.

Mở cửa ra đã nhìn thấy Lận Hòa và Bối Bối đứng đợi bên ngoài, nhìn thấy cô một thì cười, một lại vươn đầu ra.

"Tề Mi, anh biết em ra viện là sẽ đi làm ngay, để anh đưa em đi nhé?".

Cô cúi đầu nhìn đồng hồ, xe của cô vẫn ở gara sửa chữa, gọi taxi cũng được, nhưng hàng xóm đã có lòng tốt thế này.

"Vâng, vậy lại phải phiền anh rồi, Bối Bối cũng đi cùng chứ? Trên đường đi sẽ mua bánh mì kẹp thịt bò cho mày nhé?".

Bối Bối sủa vang, ra vẻ rất thích thú.

Cô cũng mỉm cười, có điều ánh mắt thật u ám.

Chương 8
Em có đồng ý lấy anh không?

Cô ấy luôn giống như một Nữ hoàng, mạnh mẽ, kiên định độc lập, dường như cô không cần gì, không thiếu gì.

Mặc dù đã bước vào thế giới của anh, nhưng vẫn giữ lại cho mình một không gian rộng lớn phía sau, có thể lui về bất cứ lúc nào, bỏ lại anh một mình, tiếp tục tự do bay nhảy.

Diệp Tề Mi không có ý định liên lạc với Thành Chí Đông, anh cũng không liên lạc với cô.

Tiếp tục sống và làm việc như bình thường, một tuần sau, tất cả đều đã đi vào quỹ đạo vốn có trước đó như chưa từng có chuyện gì xảy ra.

Nhưng tận sâu thẳm trong trái tim cô biết không phải như vậy.

Cô bắt đầu mất ngủ, không dám ở một mình, những lúc một mình lái xe sẽ chảy nước mắt vì bị ánh nắng mặt trời chiếu vào, trên đường vô tình bắt gặp những cặp tình nhân tay trong tay yêu thương thì đánh mất đi nơi khác hoặc cố chấp nhìn chằm chằm theo bóng họ xa dần.

Cô không biết cảm giác đó gọi là gì, lẽ nào đó chính là cảm giác thất tình như người ta vẫn nói? Nhưng tới tận bây giờ cô vẫn nghĩ cảnh anh bỏ đi ngày hôm đó chỉ là một giấc mơ, một tuần, đủ để anh bay tới bất kì góc nào của thế giới. Cô cũng không có hứng thú với việc đoán xem liệu bây giờ anh có đang ở trong thành phố này hay không.

Không ngon miệng, không muốn ăn. Trong vòng một tuần nhìn cô gầy đi thấy rõ, từ lúc bác sĩ Lí Vân nói với anh rằng cô ấy cần có người chăm sóc, Lận Hòa ngày ngày dồn hết tâm sức chú ý tới cô, đầu tiên là khuyên cô nên ăn nhiều hơn, sau đó thì không thể kiên nhẫn được, gần như cưỡng chế lôi cô đi ăn cơm.

Ra khỏi tòa nhà văn phòng cô liền nhìn thấy chiếc xe quen thuộc, phản ứng đầu tiên của Diệp Tề Mi là nhíu mày, trợ lý Tiểu Mai đi bên cạnh vẻ mặt đầy ngưỡng mộ nói: "Bạn trai của luật sư Diệp thật tốt, hôm nay lại tới đón chị nữa".

"Anh ấy không phải là bạn trai của tôi". Bên đó Lận Hòa đã xuống xe bước tới, nhìn thấy cô từ xa đã mỉm cười.

"Tề Mi, mau lên xe đi".

"Lận Hòa, em đã không sao rồi, chẳng phải em đã nói không cần tới đón nữa sao?".

Diệp Tề Mi không biết làm thế nào để giải thích, đành nhìn Tiểu Mai vừa cười vừa vẫy tay tạm biệt, nói rõ ràng.

"Anh đến đưa em đi ăn cơm, để em tự về thì thể nào cũng bỏ bữa, bác sĩ Lí nói anh phải chú ý chăm sóc em".

Diệp Tề Mi nhướn mắt nghiêng mặt sang, cảm thấy có những chuyện không thể không nói cho rõ ràng: "Là chị ấy hiểu lầm thôi, anh không phải chăm sóc em".

"Tề Mi". Khuôn mặt ôn hòa của Lận Hòa trong ánh chiều tà hiếm khi nào trông kiên định như thế, "Anh đã nói rồi, anh rất vui vì được chăm sóc em, có cần anh phải nhắc lại một lần nữa không?".

Ngẩng đầu nhìn thẳng vào mắt anh, dù cho có cố tình làm ngơ, dù cho hai ngày nay tâm trạng của cô hỗn loạn rối bời, nhưng nghe anh nói câu này tự nhiên cũng thấy động lòng. Không được, giờ cô còn tâm trí đâu mà bận tâm tới những việc như thế này nữa, dứt khoát một lần cho xong thôi.

"Tìm một nơi nào đó yên tĩnh mình cùng ăn cơm, em có chuyện muốn nói".

Anh mỉm cười, đôi môi cong lên nhìn rất dịu dàng: "Được, địa điểm để anh lo".

Không định đôi co ở đây nên Diệp Tề Mi gật đầu đồng ý.

Kết quả là anh lại lái xe thẳng về nhà, xuống xe Diệp Tề Mi thắc mắc, chẳng phải nói là muốn ăn cơm sao? Lẽ nào nhìn sắc mặt cô vừa rồi không tốt nên anh đã đoán được việc mà cô muốn nói vì thế định rút lui?

Nếu đúng là như vậy thì cũng không tồi, nếu anh ấy đã có bản lĩnh nhìn mặt đoán ý như thế thì còn đi làm kiến trúc sư làm gì, đeo cái biển đại sư vào người rồi phổ độ chúng sinh là được.

"Em lên trước đây". Cô đẩy cửa bước xuống xe.

"Chờ đã". Anh nhanh nhẹn xuống xe, mở cốp phía sau lấy đồ ra.

Diệp Tề Mi nhìn anh đang tay xách nách mang túi to túi nhỏ mà mắt tròn mắt dẹt.

Chiếc túi nilon trắng tinh, còn có vài cọng hành xanh mơn mởn thò ra ngoài miệng túi, nhìn thật không hợp với anh chút nào, Diệp Tề Mi muốn đưa tay dụi mắt.

"Anh định làm gì vậy?".

"Chẳng phải nói là ăn cơm sao? Anh đã hỏi bác sĩ Lí rồi, chị ấy có đề nghị một vài món, rất có lợi cho sức khỏe của em, vì thế anh mới chuẩn bị những thứ này. Lên thôi, còn một món canh nữa lúc đi anh đã ủ ấm, giờ chắc có thể uống được rồi".

"Lận Hòa". Vốn cô định cùng anh ăn cơm rồi ngồi mặt đối mặt từ từ nói, nhưng lúc này không thể dùng dằng thêm nữa, Diệp Tề Mi hạ thấp giọng, nói từng từ từng chữ rất rõ ràng: "Anh không thể làm như thế, như thế em sẽ cảm thấy rất không thoải mái".

Dưới tòa nhà là vườn hoa trung tâm, giữa hè nhưng cây cối xanh tươi, cành lá sum suê vươn cả ra ngoài, được bao quanh bởi một vòng lan can sắt chạm trổ hoa văn, từ chiếc đèn bão kiểu châu Âu tỏa ra thứ ánh sáng trắng nhạt dịu. Một chiếc xe đang lao ngoặt vào với tốc độ khá nhanh, rồi đột nhiên nhấn phanh, nhẹ nhàng dừng lại.

Thành Chí Đông ngồi trên ghế lái, chân vẫn đạp phanh, ngồi im bất động nhìn vào mục tiêu trước mắt mà cảm thấy hít thở cũng khó khăn.

Cả tuần vừa rồi anh đã rất khổ sở. Không thể ở lại Thượng Hải thêm một ngày nào nữa, sau khi lên xe bỏ đi, ngay hôm sau anh bay về Mỹ.

Đã ở cách cô rất xa, bay tới phía bên kia của địa cầu nhưng anh vẫn không thể nào ngủ được, vừa nhắm mắt lập tức lại nhìn thấy cô vẻ mặt lạnh lùng, từng chữ từng chữ lạnh buốt như băng: "Thành Chí Đông, con anh đã không còn nữa rồi".

Mỗi lần nghĩ đến cảnh ấy, tim anh lại đột nhiên quặn thắt lại, trằn trọc thao thức không sao ngủ được.

Tại sao? Tại sao cô ấy lại làm như vậy?

Lẽ nào cô ấy không hiểu là anh muốn có đứa con này, không hiểu là anh không chỉ muốn đứa con, mà còn là vì nếu có con thì cô và anh sẽ có một mối quan hệ vĩnh viễn không thể bị chia cắt nữa?

Cô ấy lại tàn nhẫn như thế, chỉ vì không liên lạc được với nhau có hai ngày đã tự mình quyết định bóp chết sự khởi đầu ấy, bóp chết niềm vui và hi vọng của anh, tất cả chỉ mới vừa bắt đầu.

Còn cả Lận Hòa. Trong đầu anh tua đi tua lại cảnh tượng cô ấy đứng nhìn chằm chằm vào vết thương trên mặt anh ta, lẽ nào cô không nhìn thấy vết thương trong tim anh lúc đó đã nghiêm trọng tới mức trái tim sắp vỡ vụn, khiến anh không thể chịu đựng hơn được nữa?

Anh vừa về đến Mỹ liền liên tiếp tham gia mấy cuộc họp dài ngày, chủ tịch hội đồng quản trị muốn anh về Mỹ nhậm chức, có người thì chúc mừng có người biểu hiện lại rất khó đoán, nhưng anh không có thời gian để ý tới việc đó, vì tâm trạng của anh lúc này đang rất buồn bực.

Chủ tịch hội đồng quản trị năm nay đã gần bảy mươi tuổi, có mối quan hệ rất thân thiết với anh, nhìn thấy biểu hiện của anh không bình thường, sau khi cuộc họp kết thúc đã mời anh cùng về nhà ăn cơm.

Hai vợ chồng chủ tịch đã khuyên bảo rất ân cần khi cùng ngồi ăn cơm: "Thành à, nhiều năm như vậy rồi cậu cứ bay qua bay lại như vậy cũng đến lúc ổn định rồi. Quyết định lần này của hội đồng quản trị là cơ hội tốt cho cậu, sự tăng trưởng kinh tế ở châu Á đã bắt đầu chậm dần, quay về tổng công ty cậu mới có cơ hội phát huy năng lực, không phải là cậu lại muốn đi châu Phi nữa đấy chứ?".

Giờ tâm trí anh chỉ toàn hình ảnh của cô, làm gì còn sức mà suy nghĩ tới những việc đó nữa, nên thuận miệng đáp: "Châu Phi cũng không tồi, hai bác thật hiểu ý cháu".

Vợ chồng chủ tịch cười lớn, "Ngại quá, công ty vẫn chưa quyết định liệu có nên phát triển sang thị trường châu

Phi hay không, mà nếu có, cũng không đến lượt cậu đâu, bởi vì bây giờ cậu không còn thích hợp với việc bay đi bay lại nữa, cần phải ổn định một chỗ để giải quyết triệt để những việc nên giải quyết rồi".

"Việc gì ạ?".

"Thành", cuối cùng thì phu nhân chủ tịch cũng lên tiếng, giọng bà nhã nhặn pha chút hài hước, "Lẽ nào cậu không cảm thấy đàn ông đến một độ tuổi nhất định nào đó sẽ nhận ra rằng trong cuộc sống ngoài công việc và thể thao, còn thiếu một thứ sao?".

"Thiếu gì ạ?".

Vợ chồng chủ tịch đưa mắt nhìn nhau cười, tỏ ra rất hiểu ý nhau: "Đương nhiên là một người phụ nữ".

Một người phụ nữ… Anh chưa bao giờ nghĩ rằng mình sẽ thay đổi vì bất cứ thứ gì, anh đang sống rất ổn, anh chẳng thiếu gì cả.

Nhưng đấy là bởi vì chưa gặp được người đó, nếu đã gặp rồi, sau đó mất đi, đúng là anh có cảm giác mình không còn nguyên vẹn nữa, như bị khuyết mất thứ gì đó.

Được thôi, anh thừa nhận, dù cho người phụ nữ đó sẽ khiến anh phát điên, anh cũng thừa nhận.

Hít một hơi, anh dứt khoát đứng dậy cáo từ.

"Còn chưa ăn xong, cậu định đi đâu?".

"Về Trung Quốc ạ".

219

Vẻ mặt vợ chồng chủ tịch đầy nghi hoặc, "Bây giờ sao?".

"Đúng vậy, chẳng phải hai bác nói cháu thiếu thứ gì đó sao? Nếu đã vậy thì cháu đành phải cố gắng hết sức để đưa cô ấy trở lại thôi".

Hiểu rồi, hai vợ chồng chủ tịch lập tức vui mừng đứng dậy chúc anh lên đường may mắn bình an.

Ngồi trên máy bay anh đã nghĩ rất nhiều, tưởng tượng ra những tình huống sẽ xảy ra khi đối mặt với cô.

Không muốn bỏ lỡ một phút nào nữa, vừa xuống máy bay anh liền phóng như bay tới nhà cô.

Nhưng bây giờ, tất cả động lực hối thúc anh chạy về phía cô đều đã hoàn toàn dội ngược trở lại, mạnh mẽ, nhanh chóng khiến anh cảm thấy khó thở.

Ánh đèn bão màu trắng kiểu châu Âu hắt xuống dịu nhẹ, xuyên qua lan can của vườn hoa, xuyên qua những tán cây, giữa vườn hoa xanh mướt của trời mùa hạ, bóng dáng cô mảnh khảnh đứng đó bên cạnh một người đàn ông khác, ngẩng đầu nói gì đó với anh ta, Lận Hòa hai tay xách mấy chiếc túi nilon màu trắng, Thành Chí Đông nhìn thấy cả những lá hành thấp thoáng thò ra khỏi miệng túi, Lận Hòa hơi cúi đầu xuống nói chuyện với cô, tư thế của hai người rất thân mật, như những đôi tình nhân ân ái hay những cặp vợ chồng có thể bắt gặp ở khắp mọi nơi trong thành phố này.

Không biết nên phản ứng thế nào, hai tay Thành Chí Đông vẫn giữ chặt vô lăng, lòng bàn tay đổ mồ hôi ướt sững, mười đầu ngón tay bấu chặt, rõ ràng phía dưới chỉ là chiếc vô lăng được bọc da, nhưng lồng ngực anh lại đau thắt lại như đang tự bóp chặt tim mình.

"Tề Mi, anh rất chân thành". Đặt những thứ đang cầm trên tay xuống, Lận Hòa đưa tay lên ngăn cô nói tiếp.

Bên ngoài vang lên tiếng phanh xe đột ngột và tiếng còi thúc giục, theo bản năng Diệp Tề Mi quay người lại nhìn, và vụt bỏ chạy.

Thoáng kinh ngạc, Lận Hòa đưa tay ra nhưng không kịp kéo cô lại, mắt nhìn chằm chằm theo hướng cô vừa bỏ đi.

Anh muốn đuổi theo nhưng khi nhìn về hướng đó, anh phát hiện ra một chiếc xe rất quen thuộc, một người đàn ông cao lớn đang đẩy cửa xe bước xuống, đi về phía sau xe mình, động tác rất dứt khoát, trời đã nhá nhem tối, anh ta bước khá nhanh, trong bóng tối dáng cao sừng sững.

Thành Chí Đông, vẫn là Thành Chí Đông.

Thực ra cô chạy khá nhanh, sắc mặt trắng bệch, ngực phập phồng, vì bỏ chạy khá đột ngột, mặc dù không nghe thấy, nhưng cũng đoán được chắc chắn cô đang thở gấp, mắt nhìn như dính vào mục tiêu duy nhất trước mặt, ánh mắt khẩn thiết.

Một Diệp Tề Mi như thế anh chưa bao giờ nhìn thấy, một Diệp Tề Mi như thế chỉ có thể hành động như vậy vì một người, biểu hiện như vậy chỉ dành cho một người.

Những thứ cầm trên tay bỗng nhiên trĩu nặng, bước chân đã nhấc lên liền thu lại, Lận Hòa đứng yên đó cười đau khổ.

Trong tiềm thức mỗi người đều nghĩ rằng mình mới là trung tâm của thế giới, mình mới là diễn viên chính duy nhất trong vở kịch của cuộc đời mình, nhưng giờ anh mới hiểu ra, có lẽ trong thế giới của Diệp Tề Mi anh chỉ là một diễn viên phụ vô danh tiểu tốt mờ nhạt, cô ấy chưa bao giờ so sánh bất cứ ai với sự tồn tại của Thành Chí Đông, nếu có thể dùng để so sánh chắc đã không còn là tình yêu.

Nhìn cô ấy một lần cuối cùng, anh quay người đi lên nhà, nụ cười đau khổ trên môi vẫn còn nhưng cũng nhạt dần.

Tề Mi, hoặc là anh đã không gặp em sớm hơn anh ta, hoặc là bởi vì anh không phải là anh ta, nếu đã vậy thì anh chúc em hạnh phúc.

Tiếng phanh xe đột ngột đó rít lên từ một chiếc xe taxi vừa ngoặt vào, phanh lại sát ngay phía sau xe Thành Chí Đông, tài xế kéo cửa kính xuống thò đầu ra mắng: "Muốn chết hay sao mà lại dừng ngay ở đầu đường, cậy xe đẹp nên huênh hoang phải không? Có giỏi thì đỗ ngang xe ra".

Bị tiếng la hét làm cho bừng tỉnh, Thành Chí Đông đi ra đằng sau xe liếc mắt nhìn hai chiếc xe sau đó lạnh lùng nhìn anh ta.

Còn định mắng thêm vài câu nữa, nhưng bị anh nhìn như thế, người tài xế taxi trạc tuổi trung niên đang gân cổ lên hung hăng bỗng im lặng, rụt đầu vào, nhấn ga phóng vụt đi.

Rõ ràng là đang ở giữa đường phố rất rộng, nhưng sao anh cảm thấy thật khó thở, thiếu không khí trầm trọng, chỉ muốn ở một mình, cho dù phải lái xe vòng vèo không chủ đích cũng được, không sao, anh nhất định sẽ tìm được một nơi khiến mình có thể thoái mái hít thở, nhất định có thể.

Lên xe đóng cửa, anh cúi đầu nhấn nút khởi động, thả phanh cho chiếc xe từ từ tiến về phía trước, ngẩng đầu lên xém chút nữa hồn xiêu phách lạc, anh vội đạp phanh, trái tim như muốn nhảy ra khỏi lồng ngực.

Diệp Tề Mi chẳng kịp nghĩ gì, cứ thế chạy thẳng tới trước đầu xe của anh, nhìn thấy anh cúi đầu khởi động xe cô hơi nhíu mày, cô đã đưa ra một quyết định mà chính mình cũng không thể tin nổi, cô đập mạnh lên mũi xe bóng loáng, mũi xe rất nóng, giọng cô rất lạnh: "Thành Chí Đông, anh xuống xe cho tôi".

Cô đứng thẳng trước đầu xe, giận dữ nhìn thẳng vào anh nhưng hai má đỏ ửng, sắc mặt thì lại trắng xanh, hơi thở dồn dập, mới một tuần không gặp, rõ ràng cô đã gầy đi rất nhiều, các đường gân nơi cổ cũng phập phồng theo mỗi nhịp thở của cô.

Thành Chí Đông, anh xuống xe cho tôi. Trước nay chưa từng có người nào dám dùng kiểu nói ra lệnh như thế với anh, nhưng cô thì khác, nếu là cô thì sẽ khác.

Anh xuống xe, động tác rất nhanh, hai tay kéo mạnh cô vào lòng, cho dù cô có giằng co thế nào anh cũng kéo cô vào lòng ôm thật chặt, mắng xối xả: "Em điên rồi hay sao, suýt chút nữa là anh đã đâm chết em rồi biết không hả, nếu anh không nhìn thấy em thì làm thế nào, nếu anh nhấn ga thì làm thế nào hả?".

Trong vòng tay anh phảng phất hơi ấm thân quen, vòng tay anh siết chặt, vốn đang suy nhược cơ thể, cô bị anh ôm chặt vắt kiệt tới luồng khí cuối cùng, hai tay vừa dùng sức để đẩy anh ra vừa hét lên: "Anh im đi, anh làm gì có tư cách mà mắng tôi, anh dựa vào cái gì hả, Thành Chí Đông, anh im ngay cho tôi".

Cơn phẫn nộ bốc lên kèm theo rất nhiều thứ hỗn loạn không thể gọi thành tên, Thành Chí Đông buông một tay ra mở cửa, tay kia ôm chặt lấy eo cô và bước lên xe.

Gần như bị ném vào xe, sau khi trấn tĩnh lại Diệp Tề Mi thò chân ra, chân còn chưa chạm đất người đã bị anh ép xuống, kèm theo đó là một nụ hôn nồng cháy, môi răng hòa quyện, anh giữ chặt hai cánh tay cô, nhưng ở chỗ tiếp xúc với làn da nhạy cảm của mình cô cảm nhận được mười đầu ngón tay anh như run lên, giằng co một lúc nhưng cũng không thể thoát khỏi anh, lần thứ hai vẫn muốn cố gắng, trái tim đã mềm nhũn, cô ngửa đầu ra phía sau, bật khóc.

Cô ấy khóc.

Nước mắt lã chã, má hai người áp chặt vào nhau, những giọt nước mắt nóng hổi chạm vào da thịt anh rồi lăn xuống đau đớn.

Nhất thời mất tự chủ, cuối cùng Thành Chí Đông cũng buông tay, vùi mặt vào vai cô, không còn chút giận dữ nào nữa: "Anh xin lỗi, đều là do anh không tốt, hãy tha lỗi cho anh".

Anh là người sống rất có nguyên tắc, việc này cho tới tận hôm nay anh vẫn cho rằng mình không có lỗi gì hết, nhưng lúc này nhìn thấy cô khóc trước mặt mình, khóc rất đau lòng, lập tức anh muốn vứt tất cả những nguyên tắc trên thế giới này vào thùng rác, không cần nguyên tắc gì nữa, anh xin lỗi vô điều kiện, chỉ cần cô đừng khóc nữa.

Nước mắt tuôn ra như con đập bị tràn, ấm ức tủi thân tới cực điểm, nghe anh nói lời xin lỗi lại càng đau lòng hơn, không thể dừng lại được, Diệp Tề Mi đưa tay che mặt, nhưng cũng chẳng che được. Cứ thế khóc nước mắt nước mũi giàn giụa, trông rất nhếch nhác.

Mặc dù đã đóng cửa xe, nhưng vừa rồi xảy ra chuyện kinh thiên động địa như thế nên vẫn còn có những người đi đường đang tò mò đứng xem.

Biết rõ cô không muốn bị mất thể diện trước mặt người khác, Thành Chí Đông một tay ôm cô ngồi lên, sau đó quay người sang lái xe đi.

Xe chạy rất nhanh, cảnh vật hai bên vụt lùi lại phía sau, cô vẫn khóc, dùng mu bàn tay để lau nước mắt, lau đi lau lại liên tục khiến mặt đỏ bừng lên, bộ dạng đáng thương hệt như đứa trẻ học mẫu giáo.

Anh luống cuống vội vàng rút khăn giấy đưa cho cô, hơi thở của cô gấp gáp xen lẫn những tiếng hỉ mũi, cô nói rất khó nghe: "Dừng xe, tôi muốn về nhà".

Đến kẻ ngốc cũng biết giờ mà dừng sẽ thì hậu quả sẽ thế nào nên tạm thời Thành Chí Đông giả điếc.

"Tôi bảo anh dừng xe, anh có nghe thấy không vậy". Cô cao giọng nhắc lại nhưng đã khóc tới mức này rồi, lời nói của cô chẳng còn chút uy lực nào nữa.

Khi chiếc xe dừng bên dưới chung cư anh ở, Diệp Tề Mi đã ngừng khóc nhưng những vệt nước mắt vẫn còn đan xen nhau trên hai má, cô ngồi thẳng, mười ngón tay đan chặt vào nhau.

Anh ở khu vực quốc tế, giờ đã là giờ cơm tối, trên đường vắng vẻ không một bóng người, ánh đèn neon hắt xuống dịu nhẹ.

"Tề Mi...". Không dám mở khóa cửa xe, Thành Chí Đông ngồi yên trên ghế lái quay người sang, khó nhọc nói: "Anh xin lỗi".

Ngẩng đầu lên nhìn anh, Diệp Tề Mi mấp máy môi, giọng rất nhẹ nhưng khá rõ ràng: "Không cần đâu".

Anh bắt đầu bối rối, đến lời xin lỗi mà cô ấy cũng khước từ, vậy tiếp theo nên làm gì đây?

Hai mắt đỏ hoe, nước mắt vẫn sáng lấp lánh trên mi, cô hơi ngước mắt lên, một luồng ánh sáng vụt qua: "Không cần xin lỗi, em cũng có chỗ sai".

Vốn đang không biết nên nói gì tiếp lại nghe thấy những lời vừa rồi của cô, Thành Chí Đông càng ngạc nhiên hơn.

Khóc xong, Diệp Tề Mi cảm thấy rất sảng khoái.

Cô luôn cho rằng mình là điển hình của kiểu phụ nữ sống lý trí, xử lý chuyện tình chuyện lý đều rất phân minh.

Cô và anh có quá nhiều điểm giống nhau, cùng tôn thờ chủ nghĩa độc thân, cùng rất bận rộn, cuộc sống vật chất đầy đủ. Vì thế cho rằng bản thân mình đã đủ mạnh mẽ, cảm thấy cuộc sống không còn gì phải nuối tiếc nữa, đều cho rằng người kia chẳng qua cũng chỉ là thêm hoa trên gấm, cho rằng cả hai đều đã tìm được một đối tác thích hợp cùng chung chí hướng... chỉ là đối tác, đối tác mà thôi.

Hợp thì tiếp tục, không hợp thì chia tay.

Nhưng khi đi tiếp con đường này chuyện gì đã xảy ra?

Chẳng phải cũng đã có dằn vặt, sự khác biệt, mâu thuẫn, chẳng phải cũng đã tức giận, rồi chiến tranh lạnh và cuối cùng là vứt bỏ cả lòng tự trọng hay sao.

Chưa bao giờ cô nghĩ sẽ có ngày mình lại mất kiểm soát như thế, không màng tới tính mạng lao tới trước đầu xe của anh, đứng giữa phố la hét, cãi cọ, khóc lóc như một đứa trẻ, khóc xong lại cảm thấy rất dễ chịu.

"Bảo Bảo...". Nghi ngờ thính lực của mình, Thành Chí Đông ngập ngừng xác nhận.

"Em phải xin lỗi, còn có một vài chuyện muốn nói với anh, nói ngay trên xe này sao? Em đói rồi". Rút tờ khăn giấy cuối cùng, cô lau khô nước mắt còn đọng trên mi.

Không có tiếng trả lời, anh vòng tay sang ôm lấy cô, cái ôm rất chặt khiến cô phải kêu lên.

Đường trong khu chung cư khá yên tĩnh, vòng xe ra đường lớn cũng không quá ồn ào.

Một dãy nhà hàng nằm trong hoa viên bên cạnh bờ sông, trong đêm tối yên tĩnh ánh đèn sáng xuyên qua những tấm kính, nhìn từ xa giống như một chiếc hộp thủy tinh nhỏ.

Cô lễ tân nhìn thấy chiếc xe quen thuộc đỗ bên đường, vội tươi cười chạy tới kéo cửa, "Anh chị lại đến đấy ạ, bếp trưởng của bọn em vừa mới nhắc lâu rồi không được gặp hai người".

Vừa bước xuống xe anh đã nắm lấy tay cô, càng đi gần tới chỗ ánh đèn hai tay anh càng nhích dần lên trên, sau đó lướt từ cánh tay cho tới phần eo, nhíu mày, giọng nói cũng khác lạ: "Bảo Bảo, sao em lại gầy thế này, mới một tuần mà đã gầy trơ hết cả xương ra rồi, ai ngược đãi em?".

Cô gái đi bên cạnh che miệng cười, thật ngại quá, Diệp Tề Mi hất tay anh ra: "Đừng có đụng vào em".

"Anh không đụng vào em thì ai đụng". Ngồi xuống lật lật cuốn thực đơn anh vẫn nói tiếp: "Lẽ nào cả tuần rồi em không ăn cơm? Còn cả tên hàng xóm đáng chết kia nữa, sao cứ quanh quẩn bên cạnh em thế?".

Người này nói chuyện câu trước câu sau chẳng liên quan gì đến nhau, cũng may đã sớm quen với tính cách ấy, cô đang định trả lời thì anh đã quay sang nói gì đó với nhân viên phục vụ, đôi lông mày đen và rậm, vừa nói vừa nhìn cô, sau đó nhanh chóng quay lại, hình như còn nghe thấy cả tiếng anh thở dài não nề.

"Đừng gọi nhiều như thế". Loáng thoáng nghe thấy những gì anh nói, vội nuốt những lời định đối đáp với anh vào trong, Diệp Tề Mi lên tiếng ngăn cản.

"Đừng nghe lời cô ấy, chỗ chúng tôi đây đang có dân tị nạn". Anh thản nhiên gấp menu lại đưa cho nhân viên phục vụ, sau đó quay sang nhìn cô.

Quen nhau lâu như vậy, nhưng thực ra hai người bọn họ đã quen với việc mỗi người một nơi, đừng nói là một tuần, cho dù là một tháng không gặp nhau được một lần cũng là chuyện bình thường, nhưng lần này chỉ vài ngày ngắn ngủi, được ngồi đối diện với nhau thế này, cảm giác như đã xa cách cả một thế kỉ.

Không nói nữa, cô gầy yếu xanh xao, nhưng anh cũng có hơn gì đâu, cũng tiều tuy như nhau cả thôi.

Muốn giải thích, nhưng lại thấy có hàng vạn lời giải thích cũng chỉ là giả dối. Có gì đáng nói chứ? Vẫn còn yêu nhau thì cho dù lí do gì cũng có thể chấp nhận được.

Nhưng vẫn phải xin lỗi, cô sai rồi, thực ra cả hai cùng đã sai, đã làm tổn thương lẫn nhau, kết quả là khiến cô càng thêm tổn thương hơn, cũng đã bị trừng phạt, nói nhiều có ích gì đâu.

Từng món được đưa lên bày đầy bàn, đúng là rất đói, cô không nói thêm nữa, cúi xuống bắt đầu ăn.

Anh cũng im lặng, mùi vị cơm hải sản Tây Ban Nha thơm lừng, bánh bao vị tỏi điểm thêm chút hương liệu màu xanh, khoai tây vàng rộm bày dưới ốc sên nướng.

Dùng con dao bằng bạc quết sốt Mayonnaise lên một mặt của chiếc bánh bao, lấy một ít cơm hải sản, dùng dĩa chọn những con sò tươi ngon béo ngậy nhất, những con ngao màu vàng nhạt, rưới nước sốt lên những chú ốc sên, Thành Chí Đông không nói không rằng, gắp đầy chiếc đĩa trước mặt cô.

Khi cùng ăn cơm anh có thói quen gắp hết thứ này tới thứ khác cho cô, đây không phải là lần đầu tiên, nhưng lần này biểu hiện quả thật hơi khoa trương, giống như không nhồi nhét cho cô chết no thì nhất định không dừng tay.

Cảm thấy không ổn, miệng vẫn còn đang uống canh, Diệp Tề Mi giơ một tay lên trừng mắt nhìn anh muốn ngăn lại, nói: "Đừng gắp nữa, em không ăn hết đâu".

"Ăn hết đi". Chỉ đúng ba từ, trông anh rất nghiêm túc, chân thành.

Muốn trừng mắt với anh, nhưng trái tim và cái dạ dày bị bỏ đói đã lâu bỗng dưng được lấp đầy, mới nhướn mày thôi mà hai mắt đã cay cay, sợ lại không thể kiềm chế được tình cảm lúc này, cô liền cúi đầu tiếp tục ăn.

Khi đi tắm cô tự đứng nhìn mình trong gương và thở dài, gầy tới mức này rồi sao? Giống dân tị nạn lắm sao? Cẩn thận sờ vào xương sườn, đúng là hơi lộ ra thật, nhưng bảo trơ hết xương ra thì hơi quá đáng.

Than thở xong cô bước vào trong bồn tắm, vừa mở nước thì cửa cũng bật mở, hốt hoảng ôm lấy người, suýt chút nữa cô đã hét ầm lên: "Thành Chí Đông, anh đừng có làm bậy".

Anh cầm chiếc áo có hình thủy thủ Popeye đi vào, liếc nhìn cô, mày nhíu chặt, "Tắm xong ra ăn thêm chút đồ, anh đã gọi đồ ăn đêm rồi".

Trợn tròn mắt nhìn anh bước ra, hơi thở như bị giữ chặt nơi ngang ngực giờ mới thoát ra được.

Lại ăn nữa sao? Đến sức để la hét cô cũng không còn nữa rồi.

Cuối cùng sau khi cả hai đã nằm trên giường anh không nói câu nào, trong bóng tối hai cơ thể bị ngăn cách bởi chiếc áo hình thủy thủ Popeye, đôi tay anh từ từ tìm kiếm dò dẫm, cho rằng anh lại bất chấp tất cả để làm bậy, Diệp Tề Mi đưa tay ra đẩy, nhưng anh vẫn cố chấp vòng tay qua người cô, sau đó lật cô lại, vùi đầu vào lưng cô thở dài.

Má anh áp chặt vào giữa sống lưng cô, hơi thở nóng ấm và nặng nề, trong bóng tối giọng anh vang lên mơ hồ u ám, chỉ một câu ngắn ngủi mà nghe rất khó khăn: "Bảo Bảo, đau lắm phải không em?".

Cô muốn quay người lại nhưng bị anh ôm rất chặt từ phía sau.

Cô đã nghĩ rồi, ngày mai sẽ đưa cho anh xem tờ kết quả kiểm tra sức khỏe đó và cả vé máy bay nữa.

Thể xác đương nhiên rất đau, lại cảm thấy tủi hờn nữa, những ngày vừa rồi cô đã sống rất khổ sở, tính cách của cô không thích để mọi chuyện mập mờ, cô sẽ cho anh biết mọi chuyện từ đầu tới cuối.

Nhưng lúc này, người đàn ông mạnh mẽ vô song đó lại đang úp mặt vào lưng cô thở dài, giọng u buồn, từ chối không cho cô quay người lại, hai tay ôm chặt không chịu buông.

Sống mũi cay cay, cứ thế dần dần lan tới từng nơron thần kinh, đến ngay cả những đầu ngón tay cũng có cảm giác tê liệt, không thể lật người, Diệp Tề Mi đưa tay cầm lấy hai bàn tay anh áp vào má mình, đột nhiên lại nghĩ đến buổi tối mà cô đã tức giận đá tất cả mọi thứ trên giường xuống đất, rất thèm có ai đó ôm mình, cảm thấy lạnh, lúc này được anh ôm chặt trong lòng, cảm giác như mình vừa từ một thế giới khác trở về. Không muốn nói gì, nghiêng nghiêng đầu, cô nhẹ nhàng hôn vào lòng bàn tay anh.

Giấc ngủ này thật dài.

Cứ nghĩ rằng bản thân mình đã quen với việc mất ngủ, thì ra chỉ cần phần mình thiếu kia quay lại, tất cả sẽ trở về quỹ đạo bình thường.

Cô vẫn ngủ rất nhanh và rất sâu, hai bàn tay cuộn tròn đặt trong lòng bàn tay anh, cơ thể anh cũng cảm thấy rất thỏa mãn, tự nhiên và sung sướng chừa ra một vị trí vừa vặn với cô trong lòng mình.

Cuối cùng tiếng chuông điện thoại reo mãi không ngớt đã đánh thức Diệp Tề Mi, cả cơ thể cuộn tròn trong vòng tay anh, không thể cử động, cô cố gắng vươn tay ra với chiếc điện thoại di động ở đầu giường, hai ngón tay đã chạm vào được nó, nhưng không thể cầm chặt, được nửa đường thì rơi xuống đất.

Đẩy anh ra, Thành Chí Đông từ từ lỏng tay trong cơn ngái ngủ, cuối cùng cô cũng đã nhặt được điện thoại lên bắt máy, giọng trợ lý Tiểu Mai nghe rất khẩn thiết: "Luật sư Diệp, thân chủ chị hẹn đã đến rồi, chị đang đi trên đường ạ? Cô ấy hỏi còn phải đợi bao lâu nữa?".

Cô nhìn đồng hồ sau đó đặt tay lên trán rên rẩm, cổ nhân đã nói "Hồng nhan là mầm họa", giờ thì cô đã thấm thía ý nghĩa của câu này rồi.

Cô vội vàng ngồi dậy mặc quần áo, anh lật người lại, ôm chặt lấy eo cô.

"Mau bỏ tay ra, em còn phải đi làm".

"Đừng đi nữa, nghỉ một hôm được không".

"Nghỉ? Em đã hẹn thân chủ rồi, rất quan trọng".

"Đừng làm nữa, anh nuôi em".

Không nghe thấy cô trả lời, cô chụm năm đầu ngón tay lại, rất kiên quyết dí vào trán anh, dùng sức dí cho tới khi đầu anh ngửa về phía sau, cuối cùng cũng phải tỉnh ngủ.

"Anh đừng làm nữa, em nuôi anh".

Trong ánh nắng buổi sớm đôi mắt xinh đẹp của cô vẫn còn hơi mọng đỏ, vừa ngồi dậy nên mái tóc xõa tự nhiên trên vai, trông hơi lạ so với hình ảnh gọn gàng nghiêm chỉnh hàng ngày.

Anh đã tỉnh hẳn, biết là mình nói sai, nhưng anh rất thật lòng.

Tề Mi rất khác, nhưng đôi khi thật sự anh mong cô giống như những người con gái khác, ngoan ngoãn đón nhận sự nuông chiều của người đàn ông, ở nhà an nhàn hưởng thụ, anh đã không còn là một cậu bé hay chàng thanh niên mới lớn bồng bột nữa, nếu đã nói như thế, nghĩa là sẽ mang lại cho cô một cuộc sống đầy đủ nhất.

Cô luôn giống như một Nữ hoàng, mạnh mẽ, kiên định, độc lập, dường như cô không cần gì, không thiếu gì.

Mặc dù đã bước vào thế giới của anh, nhưng vẫn giữ lại cho mình một không gian rộng lớn phía sau, có thể lùi lại bất cứ lúc nào, bỏ lại anh một mình, tiếp tục tự do bay nhảy.

Cô như vậy… khiến anh luôn không có cảm giác an toàn.

Cô vội vàng mặc áo, hơi nhăn, thôi bỏ đi, cô sẽ giải thích, một lần nữa với tốc độ như đang chiến đấu cô chỉnh đốn lại trang phục của mình rồi vội vội vàng vàng đi ra cửa.

"Đợi đã". Anh cũng rất nhanh, "Anh đưa em đi".

"Không cần đâu, em sẽ gọi xe, mấy ngày nay em toàn làm thế". Xỏ chân vào đôi giày đế bệt, suýt thì ngã về phía sau.

"Xe của em đâu?". Một tay vơ chìa khóa xe, một tay đưa ra đỡ lấy cô, Thành Chí Đông thắc mắc.

"Bị đâm hỏng rồi, đang sửa".

Đã đi tới trước cửa thang máy, nghe thấy vậy liền thất kinh, "Đâm hỏng? Sao lại bị đâm hỏng? Chuyện xảy ra bao giờ?".

"Tai nạn xe cộ, hai ngày trước khi anh từ Philippines về".

"Tai nạn xe!". Tiếng nói vang lên trong thang máy vọng lại khá lớn, cô bịt chặt hai tai nhìn anh, vẻ mặt trách móc.

"Em bị tai nạn xe sao không nói với anh, có bị thương ở đâu không?". Nói xong đột nhiên nhớ lại lúc nhìn thấy cô ở dưới tòa nhà cô ở ngày hôm đó, anh lắp bắp, tâm trạng rất phức tạp: "Tề Mi, em...".

"Là tại em, lúc đó sức khỏe không tốt lại vội vàng ra sân bay mới xảy ra tai nạn". Nghĩ lại vẫn thấy rất đau, nhưng giờ không phải lúc để nói tới chuyện này, cô chỉ thuật lại qua loa.

"Em ra sân bay để làm gì? Nếu sức khỏe không tốt, em còn ra sân bay làm gì?". Cửa thang máy bật mở, cô bước ra trước bị anh kéo lại.

Cô nhíu mày, nhưng khi ngẩng đầu lên nhìn thấy vẻ mặt của anh, trái tim lại mềm nhũn, hơi quay đầu sang bên, cằm tì vao vai anh, Diệp Tề Mi nói nhỏ: "Em đã rất lo, muốn tới Philippines".

Nói xong muốn đi tiếp, nhưng anh nhất định không buông tay.

"Em đã có hẹn với thân chủ rồi, Chí Đông, Chí Đông". Cô van nài.

Trái tim như đau thắt lại, cổ họng như bị ai bóp nghẹt, trong giây lát anh không thể suy nghĩ bất cứ điều gì.

Chỉ có một ý nghĩ duy nhất, phải giữ lấy cô ấy, vĩnh viễn, bất chấp mọi giá.

Giữa sảnh tòa chung cư yên tĩnh không người qua lại, nhân viên bảo vệ đang đứng nhìn họ với ánh mắt kì lạ từ ngoài cổng lớn, anh ôm rất chặt, má áp vào đầu cô, giọng cầu khẩn: "Bảo Bảo, chúng ta kết hôn đi, được không em?".

Đây không phải là lần đầu tiên cô được nghe người khác cầu hôn.

Bữa tối dưới ánh nến, hoa hồng, anh chàng học khóa trên ngồi trước bàn ăn từ từ mở chiếc hộp nhỏ bọc nhung, ánh mắt đầy mong đợi.

Câu trả lời của cô là gì?

Xin lỗi, em không muốn kết hôn, em là người theo chủ nghĩa độc thân.

Cuối cùng trước khi kéo cửa bỏ đi anh ta đã hét lên với cô đầy tức giận: "Chủ nghĩa độc thân? Cô không phải dùng cái cớ vớ vẩn đấy để từ chối tôi, Diệp Tề Mi, tôi sẽ đợi xem cả đời này cô có kết hôn hay không!".

Dường như là chuyện xảy ra từ kiếp trước lúc này lại hiện lên rõ ràng trong trí nhớ của cô.

Cô nên trả lời thế nào đây? Kẻ cướp của cô, người đàn ông mang lại niềm vui, mang lại nước mắt cho cô.

"Chí Đông…". Giọng cô mềm mỏng, đưa tay ra đẩy nhưng anh nhất định không buông.

"Em hãy nhận lời anh trước đã". Anh cương quyết.

Vừa tức lại vừa buồn cười, làm gì có ai lại cầu hôn như thế chứ? Thế này gọi là bức hôn thì đúng hơn.

Muốn vùng vẫy tìm lại chút tự do, nhưng ngực người đàn ông này sao mà ấm áp thế, như làm tan chảy cơ thể, trái tim cô. Cô hơi cúi đầu xuống, vừa đúng tầm dựa vào vai anh, ảo ảnh hiện ra trước mắt, quá khứ và tương lai đan xen nhau lướt qua, suy nghĩ cuộn lên trong đầu, cô nên tự hào mới phải, bởi đã thu phục được một con đại bàng.

"Bảo Bảo!". Anh bắt đầu thấp thỏm, ôm cô chặt hơn.

"Anh thật sự biết là mình đang nói gì chứ?". Cô xác nhận lại một lần.

Ấm ức, anh nhíu mày: "Anh đang cầu hôn, tiếng Trung nói vậy không đúng sao? Em cũng biết tiếng Trung của anh không tốt, vậy anh nói bằng tiếng Anh nhé".

Cô muốn cười nhưng phải kiềm chế không bật thành tiếng, mái đầu gục xuống vai anh khẽ gật nhẹ.

Thành Chí Đông nghi ngờ tri giác của mình có vấn đề, anh buông cô ra dùng tay giữ chặt hai vai và nhìn thẳng vào mắt cô không chịu rời.

Vừa tách khỏi anh Diệp Tề Mi liền bừng tỉnh, cô nhướn mày: "Anh đừng quá kích động, tối nay gặp nhau rồi nói tiếp".

Hả? Trả lời kiểu này sao? Thành Chí Đông chưng hửng.

Diệp Tề Mi ruột nóng như lửa đốt vội vàng tới văn phòng, trợ lý Tiểu Mai đang đứng đợi ở cửa, nhìn thấy cô vừa thở phào vừa chạy tới: "Luật sư Diệp, em lại cứ tưởng chị lại xảy ra chuyện gì".

Thành Chí Đông cũng nhảy xuống xe, đưa tay kéo cô lại từ phía sau, "Em đừng đi nhanh như thế, cẩn thận kẻo ngã".

"Em đã lớn rồi". Nhanh chóng lấy lại phong thái thường ngày, Diệp Tề Mi giật tay ra từ chối.

"Nhớ ăn cơm trưa, chiều anh đến đón em".

"Anh? Đợi anh xong việc thì em cũng đã bò được về đến nhà rồi".

Bị cô chọc giận, anh lớn tiếng: "Anh đã nói đến đón em, có được không hả?".

Đã quen với tính cách của anh nên không đợi Thành Chí Đông nói hết, cô vội đưa tay bịt chặt tai, một tay vẫn bị anh túm chặt, tay kia ra sức ôm lấy tai, Tiểu Mai đứng bên cạnh thất sắc, tình huống này... cô lén cắn ngón tay, đau mà, không phải mơ.

Cuối cùng quý ngài kẻ cướp cũng đã rời đi, Diệp Tề Mi quay người bước nhanh lên lầu, Tiểu Mai cố gắng đuổi theo phía sau: "Luật sư Diệp, không cần vội nữa, cô Ân đó đã đi rồi".

Bước chân chậm lại, cô thở dài: "Vậy sao? Phải chờ lâu như vậy cô ấy tức giận cũng là đúng thôi, vậy tôi lên trên gọi điện xin lỗi rồi tới chỗ cô ấy vậy".

"Không phải đâu chị, cô ấy không tức giận, chỉ nói là không khỏe nên về trước. À phải rồi, cô ấy còn nói chút nữa sẽ cho lái xe tới đón chị tới nhà cô ấy nói chuyện".

Đã bước vào trong thang máy, nghe thấy vậy Diệp Tề Mi quay sang hỏi: "Lái xe?".

"Vâng". Tiểu Mai gật đầu rất mạnh, vẻ mặt cô nàng mơ màng: "Cô Ân đó rất có khí chất, ăn mặc cũng đẹp, chị gặp là biết thôi".

Vậy sao? Tiểu Mai làm việc với cô đã vài năm nay rồi, những quý bà quý cô giàu sang gặp không ít, hiếm khi nghe thấy cô ấy khen ngợi một cô gái mới chỉ gặp mặt một lần, Diệp Tề Mi vừa nhún vai vừa ra khỏi thang máy, vào thẳng văn phòng mở máy tính tìm tài liệu.

Vừa mở được giấy ủy quyền mới nhận tuần trước, điện thoại nội bộ reo vang, giọng Tiểu Mai vang lên: "Luật sư Diệp, lái xe của cô Ân đến rồi, em yêu cầu anh ta đợi nhé?".

Cô đọc lướt những nội dung chính hiện lên trên màn hình, rất đơn giản, chỉ có một điểm khiến cô hơi nhíu mày, thì ra việc li hôn là do bên nữ chủ động đề nghị, cô Ân này quả thật rất khác người.

Cô cúi đầu trả lời trợ lý: "Nói với anh ta chị xuống ngay".

Nói xong cô gập máy tính lại, chiếc tủ đứng trong phòng treo sẵn áo vest, cô khoác vào, lúc bước ra ngoài đưa tay lên vén tóc ra sau tai.

Cô Ân đặc biệt khác người đó có chút khiến cô kì vọng.

Là một nữ tài xế, lúc lái xe đeo găng tay trắng, không nói lời nào.

Diệp Tề Mi cũng đang có điều phải suy nghĩ, mắt cô nhìn ra ngoài cửa sổ thẫn thờ.

Chiếc xe lao thẳng về phía ngoại ô thành phố, một màu xanh mướt lướt qua, chạy dọc theo bên đường là một dòng sông trong mát, không khí thật dễ chịu, cô hạ cửa kính xuống một chút, hít một hơi thật sâu.

"Cẩn thận gió lớn". Cô tài xế nhắc nhỏ, cẩn thận giảm tốc độ xe.

"Cô Trương, xin lỗi, tôi sẽ đóng lại ngay".

Phía trước có tiếng cười nhỏ, "Nghe những lời đó tôi thật sự thấy không quen, luật sư Diệp không cần khách sáo, cứ gọi tôi là A Đệ được rồi".

"A Đệ?".

"Tôi tên Chiêu Đệ, mọi người thường quen gọi là A Đệ".

Tên như vậy rất nhiều, cô rất tự nhiên hỏi: "Chiêu Đệ, cô có em trai không?".

"Không, nhưng có Phán Đệ (mong có em trai) và Nghênh Đệ (chào đón em trai)". Nói xong hai người đều bật cười, sau đó là thở dài.

Thở dài xong cô tài xế lại hỏi, có vẻ ngập ngừng: "Luật sư Diệp, ra tòa nhất định phải li hôn sao?".

Lạ thật, tài xế nhìn thẳng vào cô từ gương chiếu hậu.

"Thật ra, ông chủ cũng là người tốt". Cô ấy nói tiếp giọng rất nhỏ, nói được nửa câu thấy có lẽ không đúng nên im lặng.

Cũng may vừa lúc đó thì tới nơi, khu biệt thự thấp thoáng hiện ra phía cuối con đường, cổng lớn mở rộng, xe lướt về phía trước, thanh barie tự động kéo lên, nhân viên bảo vệ đứng bên cạnh hành lễ, đường khá rộng, hai bên trồng rất nhiều cây xanh, một tòa nhà lớn hiện ra, tiếp theo đó là một thảm cỏ rộng, cách một khoảng cách khá xa nữa mới nhìn thấy tòa nhà tiếp theo.

Nơi này đúng là rất tốt, giữa đêm vợ chồng mà có đánh cãi nhau, thậm chí trong cơn tức giận có lỡ tay giết người cũng chẳng ai biết.

Ngôi biệt thự này được sơn màu tro nhạt, trước cửa có thảm cỏ, trồng xen cả hoa, sắc hoa tươi thắm giữa tiết trời mùa hạ nhìn rất bắt mắt.

Cửa nhà xe tự động mở, đợi tài xế đỗ xe xong, một bác mặc bộ đồng phục màu trắng chạy lại: "A Đệ, cháu về rồi đấy à, bà chủ đang đợi".

A Đệ ra mở cửa xe: "Đây mới là cô Trương, mời luật sư Diệp xuống xe".

Cô Trương này rõ ràng là mồm mép hơn A Đệ nhiều, từ gara vào nhà nói không ngớt.

"Cô luật sư, cô hãy khuyên bà chủ của chúng tôi đừng li hôn nữa. Làm gì có đôi vợ chồng nào không cãi nhau, cứ cho là ông chủ có lỗi thì cũng có thể sửa chữa mà. Vợ chồng là oan gia, mỗi người nhượng bộ một tí chẳng phải tốt hơn sao?".

Cảm giác như có điều gì đó không thể lí giải nổi, thường thì thân chủ nếu đã quyết định mời cô làm luật sư, quan hệ vợ chồng giữa bọn họ đã đến mức như nước với lửa, trở mặt thành kẻ thù rồi, nhà này thật lạ, còn chưa gặp mặt thân chủ nhưng đã có hai người liên tục xin cô khuyên can.

Cửa phòng khách khép hờ, còn chưa đi đến gần đã nghe thấy tiếng phụ nữ cất lên: "Là luật sư Diệp phải không? Mời vào trong".

Một mặt tường của phòng khách được dựng bằng vách kính trong suốt, phía sau đó là một hoa viên, thảm cỏ xanh chan hòa trải dài, lan rộng ra tới cả mặt hồ trong lành yên ả. Ánh nắng rực rỡ, một thân hình mảnh dẻ ngồi ở sofa lập tức đứng dậy, thân mật bắt tay cô, cái nắm tay rất chặt, móng tay sáng bóng.

Ánh mắt cô nhìn thẳng vào cô gái họ Ân, lời Tiểu Mai nhận xét quả là không sai.

Cô ấy có mái tóc ngắn, khuôn mặt thanh tú, chiếc cằm hơi tròn, khi nhìn thẳng vào người đối diện ánh mắt rất bình thản, hoàn toàn không thể nhận ra đây là một người phụ nữ đang phải trải qua giai đoạn biến động trong hôn nhân, quả nhiên rất có khí chất, cô thích những người như thế.

"Chào chị, tôi là Ân Như". Cô ấy mỉm cười rồi ra hiệu mời cô ngồi.

"Chào chị, tôi là Diệp Tề Mi, sáng nay tôi tới muộn đã làm mất thời gian của chị, thật ngại quá". Gật đầu đáp lại, Diệp Tề Mi nói lời xin lỗi.

"Không sao. Giờ tôi rất rảnh". Cô ấy mỉm cười chua chát, gọi cô Trương mang nước lên.

"Tôi đã xem qua thư ủy thác, chị có thể nói rõ hơn về nội dung khởi tố không? Nếu vấn đề là tranh chấp tài sản, hai bên đã từng thương lượng chưa?".

"Không phải vấn đề tài sản. Tôi chỉ muốn tòa nhanh chóng đồng ý cho chúng tôi li hôn".

"Đối phương không đồng ý sao?".

Cô Ân trầm ngâm.

Cũng đúng thôi, nếu thuận lợi thì còn mời luật sư làm gì. Nghĩ một lúc Diệp Tề Mi lại hỏi, thấy cũng có chút tàn nhẫn, nhưng đây là trình tự bắt buộc: "Có xảy ra bạo lực gia đình không?".

Mỉm cười, tay áo của Ân Như rất rộng, mềm mại phủ trên cổ tay, lúc này mới từ từ vén lên: "Thế này có được tính không?".

Một vệt hằn đỏ, nhức nhối đập thẳng vào mắt cô, Diệp Tề Mi nhíu mày hỏi: "Những chỗ khác thì sao? Đã đến bệnh viện kiểm tra thương tật chưa? Cái này có thể làm chứng cứ".

Bên ngoài vọng vào tiếng bước chân gấp gáp, sau đó cửa bị đẩy mạnh rầm một tiếng, "Ân Như, em đừng có mơ!".

Bị giật mình, theo phản xạ Diệp Tề Mi đứng bật dậy quay người lại nhìn.

Một người đàn ông nước da đen sạm xộc vào, sải bước rất nhanh, bộ dạng hung hăng chỉ vài bước đã đứng trước mặt họ.

Cảm giác không ổn, cô vội vàng nói: "Này anh, hành vi bạo lực gia đình là phạm pháp".

Dường như giờ mới nhận ra sự có mặt của cô, người đàn ông đó nhíu mắt lại liếc sang, giọng nói nguy hiểm: "Cô chính là vị luật sư đó?".

"Đúng, tôi là luật sư". Mặc dù hơi nghiêng người về phía sau, nhưng cô cố tỏ ra điềm tĩnh.

"Được". Anh ta cũng xắn ống tay áo lên.

Vẫn cầm chiếc túi xách trên tay, phản ứng đầu tiên của Diệp Tề Mi là muốn thò tay vào lấy dùi cui điện ra, nhưng câu nói tiếp theo của anh ta khiến cô sững lại không thốt lên lời.

Tay áo vừa được xắn lên, trên cánh tay rắn chắc lực lưỡng chằng chịt những vệt lằn đỏ, nhìn rất thảm hại: "Bạo lực gia đình phải không? Phiền cô nói lại với cô ấy lần nữa, đấy là hành vi phạm pháp".

"Mặc kệ anh ta, chúng ta ra ngoài nói chuyện". Không thèm để ý tới sự có mặt của chồng mình, Ân Như kéo cô đi ra phía cửa.

"Em đứng lại". Người đàn ông đó đưa tay ra kéo.

"Liêm Vân, anh buông tay ra".

Giọng anh ta khá lớn, lời nói nghiêm nghị, nhưng khi liếc nhìn anh ta, thấy rất rõ sự khẩn thiết sáng rực lên trong ánh mắt, không muốn nhiều chuyện, nhưng quả thật anh ta khiến Diệp Tề Mi nhớ đến một người.

Luôn là người có phản ứng khá nhanh nhẹn, Diệp Tề Mi liền đưa tay ra ngăn cản anh ta hành động tiếp: "Anh Liêm, xin hãy để tôi tìm hiểu tình hình trước đã".

"Cô là luật sư, có gì mà phải tìm hiểu? Tôi không đồng ý li hôn".

"Tôi còn chưa quyết định có chấp nhận ủy thác hay không, chỉ muốn nói với cô Ân đây vài câu".

"Cô ấy là bà Liêm".

Anh ta hét lớn, hai người phụ nữ không hẹn mà cùng đưa tay lên bịt chặt tai, sau đó quay sang nhìn nhau, ánh mắt như gặp được tri kỉ.

Cuối cùng thoát thân an toàn là bởi vì đúng lúc ấy điện thoại của Liêm Vân vang lên, anh ta nhất định không chịu buông tay, ấn nút tắt, nhưng tiếng chuông lại tiếp tục reo.

Ân Như cười nhạt: "Anh không sợ xảy ra án mạng?".

Anh ta tức giận, dúi điện thoại vào tay Ân Như, "Em tự nghe đi".

Ân Như hất ra: "Tôi không có hứng".

Cảm giác như đang được xem kịch, Diệp Tề Mi sốt ruột đưa tay lên nhìn đồng hồ, thời gian của cô quý hơn vàng, bao nhiêu hiếu kì tự nhiên tan biến hết, cô đưa tay ra nhặt chiếc điện thoại vẫn đang đổ chuông liên hồi: "Tôi nghe nhé?".

Không ai trả lời, cô bắt máy thật.

Vừa bắt máy đã nghe một tràng tiếng địa phương, giọng nói rất vang, có vẻ gấp gáp, cũng may cô nghe hiểu được nội dung đại khái, "Anh Liêm, cuộc điện thoại này anh phải nghe".

Hai người kia vẫn còn đang hằm hằm nhìn nhau nghe thấy vậy liền cùng quay sang nhìn cô, cô lạnh lùng nói tiếp:

"Hình như ở nhà máy xảy ra chuyện gì đó, anh mà không nghe e là xảy ra án mạng thật đấy".

Liêm Vân vội vàng rời đi, trước khi đi còn dùng ánh mắt cảnh cáo lần lượt nhìn hai người phụ nữ, sau khi anh ta đi khỏi, Ân Như thở dài, sau đó nhìn cô cười ngượng ngập.

Người phụ nữ trước mặt đã lấy lại được dáng vẻ xinh đẹp lạnh lùng như lúc mới gặp, cảm thấy hơi lạ, Diệp Tề Mi nhíu mày hỏi: "Hai người thật sự muốn li hôn?".

"Chúng ta ra ngoài nói chuyện". Cô ấy nói xong liền bước ra ngoài.

Tư thế lái xe của Ân Như nhìn rất thành thục, dứt khoát, khi đưa xe vào chỗ đỗ phong thái cũng rất man, phanh xe rít lên một tiếng.

Dù nhìn thế nào cũng không thấy cô ấy giống một người phụ nữ an nhàn ở nhà lo tề gia nội trợ, quán cà phê cô ấy chọn cũng toàn dân văn phòng ngồi, xung quanh đều là những tiếng thảo luận nói chuyện sôi nổi, thời gian nghỉ trưa nhưng không thấy ai ngồi an nhàn lật giở tạp chí, cho dù có đi một người cũng mang theo máy tính, mười đầu ngón tay lướt nhanh trên bàn phím, bận rộn không ngẩng được đầu lên.

Nhìn một lượt khắp quán, Ân Như thở dài, giọng rất nhỏ như đang nói cho chính mình nghe: "Họ rất bận rộn, nhưng tôi rất nhớ cảm giác đó".

Nhân Hải Trung

Cảm giác lần được ủy thác này rất thú vị, Diệp Tề Mi xác nhận lại một lần nữa: "Chị thật sự muốn li hôn sao? Tôi không can thiệp vào chuyện vợ chồng cãi nhau".

Nhìn thẳng vào mắt cô, ánh mắt Ân Như tối sầm: "Chúng tôi lấy nhau là vì tình yêu".

"Vậy thì thứ mà hai người cần không phải là tôi". Tề Mi nhìn đồng hồ, rất muốn nghe câu chuyện của cô ấy, nhưng còn phải làm việc nữa, cô cũng không phải chuyên gia tư vấn tâm lí hôn nhân.

Cổ tay bị túm lấy, là Ân Như, cô ấy nắm nhẹ tay Diệp Tề Mi, rất kiên quyết: "Đừng vội, tôi muốn li hôn".

"Như thế không được coi là bạo lực gia đình". Cô chỉ ra sự thật.

"Phải". Cô ấy gật đầu xác nhận.

"Hai người đã li thân hơn hai năm rồi?". Nhìn thì đâu có giống thế.

"Không, nhưng một tháng nhiều nhất cũng chỉ gặp anh ấy một lần".

Chính xác đấy chính là vấn đề, nhưng những cặp vợ chồng như vậy rất nhiều: "Việc ấy không thể trở thành lí do để li hôn, anh ta có ở cùng người phụ nữ khác không?".

Cô ấy im lặng, sau đó nhẹ nhàng lắc đầu: "Chắc không đâu".

"Cô khẳng định?", rất nhiều thân chủ của cô chồng lập phòng nhì bên ngoài mà vẫn cho rằng chồng mình bận rộn

248

vì công việc, mỗi lần nghe điện thoại đều đau lòng vì sự vất vả của anh ta, tự oán trách mình không gánh vác bớt được trách nhiệm giúp chồng.

Ân Như ngẩng đầu nhìn cô, biểu hiện kìm nén: "Không khẳng định".

Diệp Tề Mi thở dài, không thể tin tưởng, đây mới chính là nguyên nhân gây đổ vỡ.

"Tôi đã nghe điện của một người phụ nữ khác gọi đến, không chỉ một lần".

"Có ghi âm lại không?".

"Không cần, cô ta không phải là vấn đề".

"Vậy vấn đề là gì?".

"Tôi nhớ tiếc tôi của ngày xưa, tôi đã đánh mất mình vì cuộc hôn nhân này, đấy mới là vấn đề".

Diệp Tề Mi muốn nói gì đó, nhưng cuối cùng cô chỉ thở dài.

"Yên tâm". Ân Như nhìn đồng hồ, "Tôi biết chị thu phí thế nào, thời gian nói chuyện cũng sẽ trả phí theo quy định".

Rất tốt, cô thích công việc của mình, càng thích những thân chủ như cô ấy.

Ân Như nói ngắn gọn, thiên về tổng kết nhiều hơn, tính ra kể lại câu chuyện của mình cũng hết sức đơn giản.

Trước khi kết hôn cô ấy làm ở NKC, là chuyên viên tư vấn có tiếng trong ngành, gần đứng đầu trong bảng xếp hạng ở châu Á, ba mươi tuổi đã đi khắp mọi nơi trên thế giới.

Mỗi dự án đều ở các nước khác nhau trên thế giới, thời gian làm việc cứ hết tuần này đến tháng khác, người ngoài nhìn vào thấy sợ, nhưng với cô ấy đó là một sự hưởng thụ.

Cũng phải, có hứng thú mới có thể xuất sắc hơn người, nếu cảm thấy khổ sở vất vả thì chẳng khác nào chọn nhầm nghề.

Tốt nghiệp đại học ở một trường nước ngoài danh giá, làm việc trong một công ty tốt nhất trên thế giới, bạn bè đều là các nhân vật tinh anh ở mọi lĩnh vực khác nhau, cô ấy nổi bật xuất chúng, không hổ là con người quốc tế.

Liêm Vân thì ngược lại, sinh ra và lớn lên ở trong nước, liệt tổ liệt tông đều là thương nhân, dựa vào trực giác để đứng vững và phát triển trong cái thế giới hỗn loạn này, là một thương nhân bẩm sinh, nói dễ nghe thì anh là một doanh nhân thành công, nói khó nghe thì anh là một doanh nhân nông dân.

Từ bất động sản cho đến sản xuất, công ty trở thành tập đoàn, quản lý càng ngày càng có vấn đề, anh tỉnh táo hiểu rằng muốn tiếp tục duy trì thì cần có một chuyên gia hàng đầu tới chỉnh đốn và sắp xếp lại cơ cấu công ty.

Công ty tư vấn tốt nhất, đội ngũ chuyên gia tốt nhất, kết quả cuối cùng khiến ai cũng thỏa mãn. Công ty phát triển mạnh mẽ, anh cũng có được một nửa của mình.

"Chính chị đã vứt bỏ cuộc sống trước đây". Diệp Tề Mi lạnh lùng kết luận.

"Phải, không ai có thể chịu đựng được những cuộc hẹn hò vội vã ở sân bay, thậm chí có lúc không thể bảo đảm những cuộc hẹn hò như thế, hôn nhân cần sự hi sinh".

"Vì vậy người hi sinh là chị?".

Ân Như cười đau khổ: "Tôi đã bị chinh phục, khao khát được ở bên anh ấy".

"Kết quả thì sao?".

"Cuộc sống cực kì vô vị, công ty anh ấy bắt đầu quốc tế hóa, còn tôi bị giam chân ở nhà".

"Hai người không nói chuyện với nhau sao? Hoặc là chị cũng có thể giúp đỡ anh ấy về mặt nghiệp vụ?".

"Họ Liêm vô cùng bảo thủ, trước khi kết hôn phải ký giao ước, không được phép tham gia vào việc của công ty".

Diệp Tề Mi kinh ngạc, không dám tin vào những gì mình vừa nghe thấy, "Một giao ước như vậy mà chị cũng ký sao?".

Ân Như cúi đầu, thái độ cay đắng, "Luật sư Diệp".

"Gọi tôi là Tề Mi được rồi".

"Tề Mi, chị đã từng yêu một ai đó sâu sắc chưa?".

Lần này tới phiên cô cúi đầu, lặng lẽ thở dài.

Cùng thời gian đó, Thành Chí Đông kết thúc hội nghị, mọi người lần lượt ra khỏi phòng họp.

Daisy tay ôm tập tài liệu vừa mới đi được vài bước thì bị gọi giật lại từ phía sau: "Daisy, cô vào cất tài liệu rồi tới phòng tôi".

Hả? Vẫn còn có việc sao? Cô quay người lại vâng dạ, than thầm trong lòng.

Vừa bước vào phòng đã thấy tổng giám đốc ngồi nhìn chăm chú vào màn hình máy tính nhăn trán nhíu mày, biểu hiện rất phức tạp.

Lại chuyện gì nữa đây? Cảm giác lạnh hết sống lưng, Daisy hỏi: "Tổng giám đốc Thành, anh gọi em có việc gì ạ?".

"Cô có bạn trai chưa?". Anh hỏi thẳng.

Sao đột nhiên lại quan tâm tới cuộc sống riêng của cô, càng thêm bối rối, không biết nên trả lời thế nào thì tốt, đắn đo một lúc cô quyết định nói thật: "Có rồi ạ".

"Tốt lắm". Anh gật đầu, "Nếu anh ta cầu hôn, liệu cô có trả lời là đừng kích động, tối nay mình sẽ nói chuyện sau?".

Hả? Chuyện gì thế này? Mặt Daisy tái nhợt.

"Sao? Câu trả lời đó không bình thường à?".

Đầu óc hỗn loạn, ông chủ ơi là ông chủ, đột nhiên anh tìm tôi để chơi trò thử tài nhanh trí hay sao? Nhưng ánh mắt anh đang nhìn chằm chằm chờ đợi, cảm giác rất áp lực, không biết trả lời thế nào, cô đành hỏi: "Tổng giám đốc Thành, rút cục là ai cầu hôn?".

"Tôi".

"Hả?". Quá kinh ngạc, Daisy sững người.

"Daisy", không đợi được câu trả lời của cô, Thành Chí Đông bắt đầu nhấn mạnh ngữ khí, nghĩ một lúc rồi bổ sung, "Đừng kích động, tối nay mình sẽ nói chuyện sau có nghĩa là không đồng ý phải không?".

Lẽ nào lại có người trả lời anh như thế? Cô rất muốn hỏi anh câu đó, nếu đúng là thật, thì cô rất muốn được làm quen với người phụ nữ đó ngay lập tức, đối mặt với lời cầu hôn của ông chủ cô lại có thể trả lời lạnh lùng như thế, khả năng phản kháng mạnh mẽ như vậy, chắc chắn là người có thấy núi sập xuống trước mặt cũng không biến sắc.

Khi Diệp Tề Mi về tới văn phòng cũng đã gần tới giờ tan sở, trợ lý đã chuẩn bị xong đồ đạc để ra về, nhưng hình như cô ấy không có ý định đi mà áp mặt vào cửa kính nhìn chằm chằm xuống dưới.

"Nhìn gì vậy?". Cô hỏi một cách hiếu kì rồi bước lại gần.

Tiểu Mai quay phắt người lại thở hắt ra, dường như đang làm việc gì xấu bị người khác bắt gặp, mắt cô ấy trợn tròn.

Cô thở dài, "Anh ấy không đến sớm vậy đâu, muốn nhìn, ít nhất cô cũng phải đợi đến bảy giờ".

Tiểu Mai lắp bắp: "Em… em không phải là muốn nhìn anh lúc sáng đưa chị đến".

"Vậy cô định đợi thần tiên xuất hiện mách bảo cô hôm nay nên mua thức ăn gì sao?". Diệp Tề Mi vừa nói vừa cười, vỗ vỗ vào vai cô ấy, "Đến giờ của món canh sườn rồi, còn không mau về đi".

"Vâng". Có chút thất vọng, Tiểu Mai cầm túi của mình, nghĩ một lúc lại không cam tâm, cô hỏi với giọng hứng khởi: "Có phải chị đổi bạn trai rồi không?".

Hỏi vậy là có ý gì? Diệp Tề Mi quay hẳn đầu lại nhìn cô ấy.

"Anh chàng đẹp trai ngày trước thôi rồi hả chị?".

Lúc ấy mới nhớ ra anh hàng xóm đáng thương, tha thứ cho cô, phụ nữ đối với người đàn ông mình không yêu, trừ phi là bất đắc dĩ, còn thì đều không có thời gian nghĩ đến họ.

Tuy nhiên người ta đã mấy lần ra tay cứu cô, không có công lao cũng có khổ lao, hơn nữa ý đồ muốn theo đuổi rất rõ ràng, cô không tin trên đời có người không cần báo đáp, kiên trì làm Bồ Tát sống hành thiện mỗi ngày, đã bỏ ra thì chắc chắn có yêu cầu gì đó.

Con người đến một độ tuổi nhất định đôi lúc cũng không biết mình muốn gì nhưng lại biết rất rõ mình không muốn gì.

Cũng thật đáng tiếc, Lận Hòa không tồi nhưng cô không thích.

"Chỉ là bạn thôi". Cô buông lời giải thích, rồi giục cô trợ lý ham vui: "Còn không mau về đi, hay là ở lại làm thêm với tôi?".

"Ai da, em mới nhớ ra còn rất nhiều việc, không về nhanh thì không kịp mất, em về đây, về đây, tạm biệt chị".

Vừa nghe thấy hai từ làm thêm, Tiểu Mai đi nhanh hơn gió.

Nhìn theo Tiểu Mai cô lắc đầu cười, thật ra sau khi nói chuyện với Ân Như xong tâm trí cô có phần bất ổn, nhưng vừa ngồi vào bàn làm việc là bắt đầu bận rộn, giải quyết hết việc này tới việc khác, tay làm việc đầu óc cũng làm việc, đột nhiên tâm trạng trở nên bình tĩnh hơn, cảm giác rất thoải mái.

Chẳng trách người ta được về nhà thì vui mừng sung sướng, còn cô càng bận càng hứng thú, công việc giúp cô vui vẻ, hơn nữa, có về nhà cũng không có ai cùng thưởng thức món cơm sườn.

Tự nhìn bóng mình mờ mờ trên màn hình máy tính, cô mỉm cười, món sườn rất dễ làm, nhưng tìm người ăn cùng mới khó, Diệp Tề Mi thấy rất rõ ràng, đó cũng chẳng phải là việc gì đáng ngưỡng mộ.

Cô lại nhớ đến Ân Như. Giờ này cô ấy đang làm gì? Ngồi trong phòng khách rộng mênh mông đó đợi cô Trương dọn cơm? Người đàn ông kia rất thành công, rất bận rộn, không phải anh ta không muốn hai người ở bên nhau mà là không thể.

Khi cô bận rộn cũng chẳng có thời gian rảnh rỗi mà suy nghĩ tới việc khác, nói một cách khác thì đàn ông cũng thế, không thể mỗi phút mỗi giây đều nghĩ đến một người phụ nữ, đấy là đạo lí bất di bất dịch.

Trừ phi yêu cuồng nhiệt, tạm thời sẽ như bị ma quỷ ám, hoặc là cuộc sống của anh ta quá đơn điệu, thời gian rảnh rỗi chẳng biết làm gì, lúc ấy thì không thể không nghĩ.

Quả nhiên người phụ nữ ở nhà nội trợ là đáng thương nhất, không có phương thức nào khác để tiêu hao tinh lực, mỗi khi rửa một cái bát lại suy nghĩ rất nhiều. Nếu chồng suốt ngày kè kè bên cạnh thì bắt đầu coi thường là kém cỏi không thể cho mình một cuộc sống sung sướng, còn khi người đàn ông bắt đầu thành công thì lại nuối tiếc thời vợ chồng mặn nồng, tay cầm bát, lúc oán hận không thể đập được ai.

Điện thoại bên cạnh đổ chuông, cô nhấc máy: "A lô?". Giọng Thành Chí Đông vang lên: "Bảo Bảo, em đang làm gì thế?".

Cô bất giác mỉm cười, chẳng có cách nào, đấy là phản ứng tự nhiên: "Em đang làm việc".

"Vẫn còn làm việc, anh đến rồi". Anh nói nhanh.

"Được, em xuống ngay". Cô đưa tay gập máy tính lại.

Không có gì phải lo lắng cả, cô biết mình muốn gì.

Thành Chí Đông đang đứng đợi ngoài xe.

Chiều muộn ngày hè, không khí cũng mang hương vị ngọt ngào, thân xe Q7 khá cao, anh đứng dựa vào đó chăm chú ngắm nhìn dòng người qua lại.

Những người đi trên đường vội vàng kia đều là những công chức vừa tan sở, cô đi tới gần bước chân rất êm, đến bên cạnh rồi anh mới nhận ra.

"Hey", cô mỉm cười.

Anh đưa tay ra ôm, bàn tay ấm áp đặt lên đôi vai mỏng manh của cô, sau đó mới từ từ buông ra: "Lên xe đi".

"Đi đâu vậy?".

"Ăn cơm".

Anh trả lời giọng chắc nịch, dáng vẻ quen khống chế mọi việc, thường thì hiếm có ai nói chuyện với cô như vậy, nhưng anh là Thành Chí Đông.

Thành Chí Đông thì khác bởi vì cô yêu anh, khi yêu một người thì dù anh ấy có làm gì cũng cảm thấy là tốt, trước khi kết hôn Tiểu Mai đã nói với cô với ánh mắt mơ màng: "Sao em cảm thấy khi anh ấy xì hơi cũng rất đáng yêu".

Lúc ấy cô cho rằng cô trợ lý của mình phát điên rồi, nhưng giờ cô mới hiểu, đấy là vì yêu.

Vừa nghĩ vừa cười, túi công văn đặt ở phía trước, theo thói quen đầu gối khép rất chặt, người hơi nghiêng về phía anh.

"Đã về rồi còn ôm túi làm gì?". Anh đưa tay ra cầm lấy, tay anh dài, nên đặt cái túi xuống ghế sau cũng rất dễ dàng, đầu gối trống rỗng đột nhiên lại được lấp đầy, Diệp Tề Mi tròn mắt.

Một bó hoa rất to, hoa hồng màu champagne, rất hiếm thấy.

Cô ngẩng đầu lên nhìn ánh mắt anh đang nhìn mình chăm chăm, nét mặt hơi đáng nghi. "Cảm ơn anh".

Anh ậm ừ trong miệng, không biết đã nói gì.

Cảnh vật bên ngoài lướt qua cửa xe, anh nhìn về phía trước lái xe, cô quay đầu sang nhìn anh rất chăm chú, người bị nhìn lẩm bẩm hỏi: "Em nhìn gì thế?".

"Hôm nay đến chỗ em nhé?". Cô nói ngắn gọn.

Hả? Anh quay đầu sang nhìn lại, ánh mắt đầy nghi hoặc.

Nhà cô? Nơi đó đương nhiên anh rất thân thuộc, nhưng lúc nào cũng chỉ dừng lại dưới lầu, cô chưa bao giờ mời anh lên nhà, và anh cũng chưa bao giờ đề nghị.

"Anh đã đặt nhà hàng rồi, có chuyện muốn nói với em".

"Em cũng có chuyện muốn nói với anh, nhà hàng không quan trọng, em cũng có thể nấu ăn".

Phần sau của câu nói đó mới đúng là phần quan trọng, nhà hàng lập tức bị vứt lên tận chín tầng mây, anh gật đầu lia lịa.

Cái mà cô gọi là em cũng biết nấu ăn khiến anh kì vọng chờ đợi thì ra chỉ là món cơm rang.

Nhưng theo sự hướng dẫn của cô xe vòng vào một con đường nhỏ bên cạnh khu chung cư, bên trong đó đúng là riêng một cõi khác biệt. Một khu chợ cóc ồn ào náo nhiệt, có một vài hàng rau thậm chí còn bố trí quầy ngay sát lề đường, trời lúc này đã rất tối, nhưng tiếng cười nói mặc cả vẫn khá sôi nổi, tôm cá tươi rói nhảy loi choi trong những chiếc chậu nhựa chứa nước to như bồn tắm, tiếng gà tiếng vịt quàng quạc không ngớt, rau xanh non mơn mởn bày đầy trên sạp, ớt tươi đỏ rực, điểm vào đấy là màu trắng của tỏi, rất nhiều người vừa chọn vừa mặc cả, cũng có người hai tay xách hai túi nilon lớn, đi ra khỏi khu chợ rất nhanh như muốn chạy đua với thời gian.

Cô cầm theo cặp tài liệu, đi lướt qua từng quầy từng quầy một, thong thả như đang đi dạo, bác bán rau đứng sau quầy lên tiếng mời mọc: "Hôm nay cà tím tươi lắm, vào xem đi cháu".

Anh chưa bao giờ tới những nơi như thế này, vừa bước chân vào có cảm giác như mình đang lạc vào một thế giới khác. Sự ngờ nghệch vẫn chưa kịp qua đi thì trên tay đã có thêm vài chiếc túi nilon, trước mắt chỉ thấy bóng cô lướt qua lướt lại, cô mặc một bộ vest chỉnh tề, lựa chọn cà tím rất thành thục, những quả cà tím dài tươi bóng được cô cầm trong tay tạo ra một hình tượng đối lập rất mạnh, Diệp Tề Mi đứng giữa chợ, nhìn thật không hợp chút nào…

Xì, anh tưởng anh hợp với nơi này sao?

Cả hai người đều rất nổi bật, đúng là một cảnh tượng đẹp mắt.

Sau khi về tới nhà đỗ xe vào vị trí quen thuộc, anh xách đồ, hai tay xách đầy các loại túi vẫn còn quay đầu lại nhắc: "Đừng quên hoa đấy".

Bó hoa rất to, cầm trên tay nhìn đúng là rất khoa trương, gặp mấy bác hàng xóm lớn tuổi dìu nhau đi qua, Diệp Tề Mi cảm thấy hơi ngại, cô cúi xuống như muốn giấu mặt vào bó hoa.

Bác trai cười ha ha, sau đó liền bị bác gái đẩy một cái: "Ông nhìn xem vợ chồng người ta kia kìa, sao chưa bao giờ tôi thấy ông mua hoa tặng tôi?".

"Ai nói tôi không tặng? Hôm qua chẳng phải mới mua về một chậu đấy sao".

"Ai dô, vậy rau cỏ hoa hoét hằng ngày tôi đi chợ mua về cũng được gọi là hoa".

Những tiếng cãi cọ cười đùa tan vào trong gió bay đi, họ nói bằng tiếng Thượng Hải, Thành Chí Đông nghe không hiểu, thấy cô đứng im không đi, anh vòng qua đầu xe giục: "Bảo Bảo, đi thôi".

Ngẩng đầu lên nhìn anh, sắc đêm dịu dàng, nhìn bộ dạng anh cầm túi thức ăn trông rất buồn cười, nhưng cô cảm thấy thật vui vẻ.

"Vâng". Đôi lông mày hơi cong lên, cô mỉm cười đáp.

Trong tưởng tượng của anh, nhà cô chắc chắn được bài trí theo phong cách hậu hiện đại cực kì đơn giản với những đường nét gọn gàng dứt khoát, nhưng cửa vừa mở ra Thành Chí Đông sững lại, sự thật khác xa với tưởng tượng của anh.

Đồ đạc trong nhà đều có màu gỗ nhìn rất ấm áp, mỗi phòng được dán một loại giấy tường khác nhau, phòng khách thì dùng loại giấy có hoa văn nhỏ màu trắng, phòng ăn được dán giấy màu da cam, nhìn vào rất bắt mắt, rất hấp dẫn.

Một đôi dép lê màu kem được đặt rất ngay ngắn gọn gàng trước tủ giày, cô cúi người thay dép, rồi mở tủ giày quay sang nhìn anh.

Trong đó có dép lê, ở dưới tầng cuối cùng, một loại là đế trắng quai xanh, một loại lại là đế xanh quai trắng, anh cười: "Đôi nào cũng được", rồi tự mình cúi xuống lấy một đôi.

Phòng bếp thiết kế mở, cô bận rộn trong đó, tiếng nước chảy róc rách, vẫn không dừng tay, cô quay qua nhìn anh: "Vào giúp em một tay đi".

Thành Chí Đông vốn cảm thấy như đang ở trên mây giờ rớt xuống, trở về với thực tại.

Cũng may, dù có hơi sợ thật, nhưng Diệp Tề Mi vẫn là Diệp Tề Mi, chưa biến thành một người khác.

Các món khá đơn giản, rau xào, cá om cà tím, canh trứng nấu bí, nhìn cô luôn tay làm một cách thành thục, anh đứng bên cạnh mà hoa mắt chóng mặt, tay vẫn đang vo gạo theo hướng dẫn của cô, những hạt gạo bị chà xát trắng tinh, chà chà trong tay cảm giác thô ráp tê tê, rất lạ.

Đặt vào trong nồi cơm điện cảm thấy cho nước chưa vừa, anh rút ra hỏi cô: "Như thế này đã được chưa?".

Nghiêng đầu qua nhìn, Diệp Tề Mi phì cười: "Kẻ cướp, anh định nấu cháo đấy à?".

Thế nghĩa là chưa được, hiểu rồi, anh quay đi đổ bớt nước, cô đang nấu nồi gì trên bếp, liếc mắt sang nhìn, không đừng được bèn tắt bếp đi tới cầm lấy tay anh: "Đừng đổ nữa, sắp hết cả nước rồi".

Căn bếp không rộng lắm, cô vừa về tới nhà liền thay một chiếc áo màu xanh nhạt, mái tóc dài buộc túm lên gọn gàng.

Mùi dầu mỡ bốc lên, mặc dù bật điều hòa, nhưng trong bếp vẫn rất nóng, trên người cô thoang thoảng mùi hương, lẫn với mùi khói lửa nhân gian cho anh cảm giác lạ lùng.

Thân hình mảnh dẻ sượt qua ngực anh, những ngón tay thon mềm đặt lên tay anh, giọng nói như có ý cười.

Anh cảm thấy lồng ngực được lấp đầy, cảm giác có gì đó muốn trào ra, anh đưa tay ôm gọn cô vào lòng trong tiếng kêu kinh ngạc của cô: "Anh yêu em, Bảo Bảo, chúng mình kết hôn".

Lần này anh dùng câu khẳng định, chắc như đinh đóng cột.

Cả cơ thể bị anh ôm chặt vào lòng, mùi hương quen thuộc xộc thẳng lên mũi, cô rất muốn nhắc nhở anh, này, anh không biết em là người ưa nhẹ nhàng chứ không ưa cứng rắn sao? Nhưng trong tim cô có một niềm vui khó tả, vui tới mức không thể nói thành lời.

Cô từ bỏ ý định giằng co, thả lỏng cơ thể, tận hưởng cái ôm ngọt ngào này.

Hơi thở của anh trở nên nặng nhọc, anh tìm thấy môi cô, cuồng nhiệt gắn chặt môi mình vào đó, khi kết thúc còn nhấn mạnh một lần nữa trong hơi thở đứt quãng của cô: "Kết hôn".

"Kẻ cướp". Cô vừa điều hòa hơi thở vừa trả lời, ngẩng đầu lên trọn mắt với anh, đáng tiếc không có chút khí thế nào, thấy anh cúi xuống định hôn, vội đưa tay lên ngăn lại, lần này thái độ khá nghiêm túc, cuối cùng cũng khiến anh phải nghiêm túc nhìn mình.

Cô vốn định sẽ nói chuyện này với anh khi đã ngồi vào bàn ăn, không ngờ anh chàng lại nóng vội thế, thôi được rồi, coi như cô đánh giá quá cao sự kiên nhẫn của người đàn ông này.

"Chúng ta có thể ở cùng nhau". Cô nói bằng giọng khẳng định.

"Em đồng ý rồi?". Mắt anh sáng bừng lên.

"Ý em là ở cùng nhau". Cô nhấn mạnh từ đó, sau đó nhìn anh thăm dò, mỉm cười đưa tay ra ôm lấy cổ anh.

Thật là, đứng đây để nói chuyện, còn bắt cô phải nhón chân lên.

"Hãy nghe em nói, em cũng yêu anh, và muốn ở cùng với anh".

"Vì thế chúng ta hãy kết hôn đi". Anh lập tức đưa ra kết luận.

"Hai người ở cùng nhau là bởi vì chúng ta đều muốn ở với nhau, không phải hôn nhân, anh không hiểu sao?".

"Anh không hiểu".

Nói mãi không thông, cô bắt đầu tức giận: "Không hiểu thì thôi".

"Chỉ vậy thôi sao? Em không muốn kết hôn?". Anh bắt đầu lớn tiếng, phải, anh đã độc thân rất nhiều năm là bởi vì không có ai cho anh có được cảm giác khao khát đó. Phụ nữ, loài người đã tiến hóa hàng nghìn hàng vạn năm rồi, đàn ông biết các cô không phải phụ kiện của họ, nhưng giờ các cô lại muốn bước qua cả đàn ông, muốn biến họ thành phụ kiện của các cô , như thế chẳng phải rất quá đáng sao?

"Tề Mi, anh muốn ở bên em mãi mãi, hôn nhân là sẽ sống với nhau cả đời, anh biết rất rõ mình đang nói gì".

"Hôn nhân chẳng qua cũng chỉ là một tờ giấy, chẳng có gì bảo đảm, anh thích thử thách, không phải là người đàn ông có thể dừng lại ở một nơi nào đó lâu dài, anh sẽ vì hôn nhân mà thay đổi nếp sống của mình sao? Cho dù có thay đổi, em nghĩ những năm tháng sau này chắc chắn anh sẽ ân hận vì quyết định đó. Cũng giống anh, em không thể hoàn toàn vứt bỏ cuộc sống của mình để cho phù hợp với anh, bởi vì nếu từ bỏ tất cả mọi thứ vì một người, khi tình cảm thay đổi hoặc nhạt đi, thì lúc chia tay sự đau khổ sẽ nhân lên hàng nghìn hàng vạn lần, cả phần đời còn lại sẽ sống trong bóng tối, quá đáng buồn".

Đây là những lời mà một người phụ nữ sau khi nghe người đàn ông của mình cầu hôn nên nói ư? Tức tới muốn nổ đom đóm mắt, Thành Chí Đông quay người bước thẳng ra ngoài.

Tim cô đau nhói, muốn kéo anh lại nhưng cô nhẫn nhịn cắn chặt môi đứng im.

Vết xe đổ của Ân Như vẫn còn đó, làm sao cô có thể lặp lại những sai lầm ấy, người phụ nữ xuất sắc như vậy lại hoàn toàn thất bại trong hôn nhân, cô phải biết tự lượng sức mình.

Nhưng cô muốn ở bên anh, rất muốn, hoặc có thể trong thời gian chung sống với nhau họ có thể tìm ra một mô hình hoàn toàn mới, nhưng việc ấy cần phải có thời gian, hơn nữa dù có tìm ra nó vẫn ẩn chứa đầy những nguy hiểm khó lường.

Chí Đông, em có thể cam kết sẽ ở bên anh, còn những thứ khác giờ vẫn còn quá sớm, anh hiểu không? Còn quá sớm.

Cánh cửa đóng sầm một tiếng, sau đó tất cả chìm vào yên tĩnh, đèn bếp vẫn sáng, cô từ từ quay người, rõ ràng là căn bếp đang nóng bừng, thiếu một người đột nhiên lạnh lẽo hẳn.

Cô cứ đứng sững như vậy một lúc lâu, bên ngoài cửa vọng vào tiếng động nhẹ, cô vội lao ra mở cửa, đèn ngoài hành lang rất sáng, anh đứng trước cửa hít một hơi thật sâu.

Cô không nói gì, chỉ một bước chân đã lao ra ngoài, ôm chặt lấy eo anh, áp chặt má vào ngực anh, dồn sức vào cánh tay.

"Được rồi". Anh thở dài, đưa tay lên vuốt mái tóc dài của cô, sau khi vào liền đóng cửa lại.

Cô vẫn ôm dính lấy anh, không chịu ngẩng đầu lên, giọng buồn bã: "Sao anh quay lại?".

Haizz, rõ ràng dính chặt vào anh như keo thế còn nói cứng, Thành Chí Đông thở dài: "Quay lại để ăn cơm, anh đói lắm rồi. Hơn nữa cơm là do anh nấu, không ăn thì cũng tiếc".

Không nhắc lại việc cầu hôn nữa, nhưng đêm đó Thành Chí Đông mất ngủ, anh cứ lăn qua lăn lại trên giường trằn trọc mãi, nửa đêm khi Diệp Tề Mi tỉnh giấc, thấy mắt anh vẫn mở chong chong trong đêm tối, không khí trong phòng mát mẻ yên tĩnh, giọng ngái ngủ, cô hỏi: "Sao anh không ngủ?".

Anh đưa tay qua nhẹ nhàng ôm lấy cô, nói nhỏ: "Anh có việc phải suy nghĩ, em ngủ đi, có anh đây rồi".

Cảm thấy rất yên tâm, hơn nữa cũng rất mệt, cô cuộn người vào lòng anh, lại ngủ thiếp đi.

Chương 9

Chẳng biết mèo nào cắn mỉu nào

Vì giống nhau nên đồng cảm, môi hở răng lạnh, vào buổi sáng sớm mùa thu hôm ấy, Diệp Tề Mi nằm gọn trong lòng Thành Chí Đông mềm yếu tự thừa nhận, cô luôn cố gắng tỏ ra mạnh mẽ kiên cường trước mọi người chẳng qua cũng chỉ để che giấu sự hèn nhát và sợ hãi của mình, so với những người phụ nữ khác, giờ cô đã nhận thức rất rõ ràng rằng, mình chính là kẻ yếu đuối nhất.

Sáng hôm sau Thành Chí Đông phải ra sân bay, buổi sáng vơ lấy chìa khóa rồi đi vội vàng, lúc ra xe mới thấy trong chùm chìa khóa có thêm một chiếc chìa khóa sáng loáng.

Anh đứng yên lặng quên cả khởi động xe, mắt nhìn chăm chăm vào chiếc chìa khóa mới, tay nắm chặt.

Anh yêu thích sự thách thức là bởi yêu thích thứ cảm giác hưng phấn, kích động dâng trào trong lòng khi đối mặt với thách thức, còn cô lại luôn mang lại cho anh những cảm giác tuyệt diệu như thế, dường như được trở lại thời trai trẻ đầy háo hức hăm hở của lần đầu tiên một mình chu du khắp các nước trên thế giới, muốn kiễng chân lên để lập tức được nhìn thấy kết quả, anh mỉm cười hạnh phúc.

Hãy đợi đấy, Bảo Bảo, chúng ta hãy cùng chờ xem mèo nào cắn mỉu nào.

Diệp Tề Mi đang đánh răng, đột nhiên thấy toàn thân lạnh toát, cũng không để ý, đến giờ cô đi làm như bình thường.

Ba hôm sau xe đã sửa xong, ngồi vào chiếc ghế lái thân thuộc, khi đạp chân nhấn ga Diệp Tề Mi cảm thấy rất vui.

Nhớ lại mấy ngày trước được người ta giúp đỡ, cô gõ cửa nhà hàng xóm muốn chính thức nói lời cảm ơn, tiện thể nói luôn những việc cần phải nói, nhưng sang mấy lần liền mà nhà hàng xóm vẫn bặt vô âm tín, đến tiếng sủa của Bối Bối cũng hoàn toàn biến mất.

Đi công tác? Chuyển nhà? Di dân? Đứng trong thang máy thoáng suy nghĩ về chuyện này một phút rồi lập tức ném nó ra khỏi bộ nhớ, có những người đột nhiên xuất hiện trong cuộc sống, quan hệ thân thiết, sau đó đột nhiên biến mất, không có lý do, đều đã không còn là trẻ con nữa rồi, cô hoàn toàn có thể hiểu được.

Diệp Tề Mi gặp Ân Như thêm một lần nữa, cô ấy vẫn kiên quyết đòi li hôn, cô cảm thấy bất đắc dĩ: "Tôi cảm thấy vấn đề của hai người chưa nghiêm trọng tới mức ấy, hay là thử ngồi lại với nhau xem?".

Ân Như vén mái tóc ngắn gọn gàng của mình ra phía sau, giọng nói chắc nịch: "Tôi đã liên hệ với các thành viên của tổ công tác trước kia, họ rất nhiệt tình mời tôi tham gia vào dự án tiếp theo".

"Nhanh vậy sao?".

"Nếu còn chậm trễ tôi sẽ bị thế giới lãng quên".

Lại nhớ tới ánh mắt khẩn khoản của người đàn ông đó, Tề Mi cảm thấy nuối tiếc: "Hãy thử suy nghĩ lại trong vòng một tuần xem sao? Tôi cũng cần thời gian để cân nhắc về xác suất thành công của vụ án khi ra tòa".

Cuộc nói chuyện đã kết thúc như thế. Hai ngày sau Thành Chí Đông trở về từ Nhật Bản, đứng ở sân bay Narita gọi điện cho cô, lúc đó cô đang ở văn phòng mỉm cười: "Có cần em tới đón không?".

"Có lái xe rồi".

"Lái xe có biết đường về nhà không?".

Thoạt đầu anh không hiểu, sau khi nhớ ra tự nhiên thấy vui mừng khôn xiết: "Không sao, anh có thể tự về, phải rồi, lần trước món cà tím đó rất ngon, anh cứ nhớ mãi".

Đúng là rất thẳng thắn, lúc đòi ăn cũng vẫn lý lẽ hùng hồn như thế, cô cười thành tiếng: "Em biết rồi, sẽ làm một bàn toàn các món cà tím cho anh no căng bụng mới thôi".

Anh rất muốn nói, cho dù có chết no anh cũng sẵn lòng nhưng vui quá, nên anh còn mải cười.

Xuống sân bay trời đã gần tối, trực tiếp cho lái xe nghỉ phép, anh tự mình lái thẳng xe về nhà.

Ra khỏi xe anh ngẩng đầu lên nhìn, giờ thì anh biết mình phải tìm ô cửa sổ nào rồi.

Không kìm được anh nhoẻn miệng cười, từ ô cửa sổ nhỏ hắt ra một quầng sáng màu vàng, phía trong ô cửa đó có cô.

Trong phòng bếp có ghế chân cao, cô đang ngồi trước quầy pha chế xem sách, trong chiếc nồi cạnh đó đang hấp gà, tiếng nước sôi nhẹ, có tiếng mở cửa, cô mỉm cười đứng dậy.

Vừa vào cửa anh đã nhìn thấy một đôi dép lê còn mới được đặt cạnh tủ giày, loại to, màu kem sạch sẽ dễ chịu.

Phòng khách mát mẻ, đèn trong bếp vẫn sáng, ánh đèn màu vàng ấm áp hắt ra ngoài, mùi thức ăn thơm phức.

"Hey". Tề Mi khẽ chào, cô mặc bộ quần áo ở nhà đứng trước mặt anh, đôi dép cô đi màu kem, xinh xắn, gót chân trắng trẻo thấp thoáng hiện ra trên đế dép, lòng bàn tay anh nóng bừng, anh đóng cửa, sau đó ôm chặt lấy cô mà hôn.

"Này!". Vừa cười cô vừa đẩy anh ra, hoàn toàn không có tác dụng, cơ thể như bị nhấc bổng lên, khi được đặt xuống thì đã ở trên giường.

Đôi môi anh nóng bỏng, nhanh chóng mơn man theo cổ cô xuống phía dưới, bộ đồ mặc ở nhà khá rộng, những ngón

271

tay anh bắt đầu ngang ngược đánh thành chiếm đất, thân thể đột nhiên mát lạnh, cô kêu lên: "Kẻ cướp, em còn đang nấu dở đồ trên bếp".

Mặt đã vùi vào ngực cô, nghe thấy vậy anh ngẩng đầu lên, cười rất tươi: "Không sao, mình có thể cùng vào bếp".

Trời ạ, cô muốn lườm anh một cái, nhưng cô nằm ngửa trên giường, tay bị anh giữ chặt, giữa hai đùi đột nhiên nóng lên, anh đã mạnh mẽ đưa vào, khoái cảm trào dâng, cô bắt đầu thở gấp.

Thôi được rồi, được rồi, vỏ quýt dày có móng tay nhọn, cô đầu hàng.

Sáng hôm sau họ cùng ngồi ăn sáng, chỉ là món sữa đậu nành bình thường nhất, cô thích ăn quẩy nhưng lại sợ nhiều dầu mỡ, lần nào ăn cũng bỏ thừa một nửa suất, anh thấy vậy liền nhăn trán, một đũa gắp hết vào bát, sau đó đẩy bát vằn thắn lại, "Ăn hết đi".

"Em vẫn còn sữa đậu nành, anh tự ăn đi".

"Em chỉ ăn một ít vậy có thể no sao? Em là gà đấy chắc?".

"Hàng ngày em vẫn ăn như vậy, ăn nhiều dầu mỡ rất dễ béo".

"Béo anh vẫn thích".

Cô phì cười, "Em đâu cần anh thích hay không, duy trì vóc dáng là sự nghiệp cả đời của phụ nữ".

Sự nghiệp… mặt anh tối sầm, sự nghiệp cả đời của Nữ hoàng luật sư Diệp Tề Mi chỉ là duy trì vóc dáng, phục thật.

Trong lúc cười nói Diệp Tề Mi vô tình nghiêng đầu nhìn ra ngoài cửa sổ, cửa kính sạch sẽ sáng loáng, vẫn còn rất sớm, không có nhiều người đi trên đường, đột nhiên cô thoáng nhìn thấy một đôi nam nữ, rất quen, cô chăm chú dõi theo.

"Chuyện gì thế?". Thấy cô cứ nhìn vào một điểm mà không nói gì, anh cũng tò mò, vừa hỏi vừa nhìn theo ánh mắt cô.

Mùa hè nên trời sáng rất sớm, con đường trong khu chung cư khá yên tĩnh, chỉ có vài người qua lại, liếc mắt khắp một lượt thấy không có gì đáng chú ý.

Nhưng cô lại nhìn rất chăm chú, nét mặt dần trở nên nghiêm túc.

Bên kia đường là một tòa chung cư cao tầng, một nam một nữ vừa bước từ đấy ra, người đàn ông cao to, nước da đen, bước đi khá nhanh, người phụ nữ mặc một chiếc váy liền thận khá rộng so với cơ thể, đang cắm cúi đi theo phía sau anh ta, nhưng sải bước khá hẹp, xem ra rất vất vả, đến đầu đường người đàn ông đó dừng lại, cô ta liền đưa tay ra ôm chặt lấy cánh tay anh ta, ngẩng đầu lên nói câu gì đó.

Diệp Tề Mi không kịp nghĩ nhiều, trước ánh mắt kinh ngạc của Thành Chí Đông rút điện thoại ra chụp lại cảnh đó, sau đó đèn đỏ chuyển xanh, họ lại bước tiếp, nhanh chóng ra khỏi tầm mắt của cô.

"Tề Mi?". Càng lúc càng thấy kì quái, Thành Chí Đông cất giọng nghi hoặc.

"Anh không ăn nữa à?". Cô quay lại nhìn, đẩy bát vằn thắn về phía anh: "Anh ăn nhé, em phải đi rồi". Nói xong cô dứt khoát đứng dậy, định đi thẳng ra ngoài.

Anh kéo cô lại, "Cùng đi đi", nói xong vơ vội chìa khóa xe trên bàn rồi đứng dậy.

Xe của họ đều đỗ bên đường, cái trước cái sau, màu đen và màu đỏ, khi hai xe song song với nhau cùng hạ cửa kính xuống, anh thò đầu ra nói: "Bảo Bảo, lái xe cẩn thận, buổi tối đợi anh".

Tâm trạng rối bời vì cảnh vừa nhìn thấy, Diệp Tề Mi nhướn mắt nhìn sang phía anh, cố gắng giữ cho giọng mình được bình thường: "Được, em biết rồi".

Điều hòa trong xe bắt đầu phả ra hơi lạnh, tiếng gió thổi nhè nhẹ, trả lời xong cô lại tiếp tục nhăn trán suy tư, đồng hồ trên cột đèn giao thông đang nhảy số, cô định từ từ nhả phanh, nghĩ thế nào lại quay đầu qua nhìn.

Anh vẫn đang nhìn cô, bởi vì độ cao của hai xe khác nhau, từ xe cô muốn nhìn anh phải hơi ngẩng đầu, ánh mắt anh chiếu thẳng vào cô, cảm giác như không muốn rời đi, như rất lưu luyến.

Trái tim cô như tan chảy, mỉm cười: "Nhớ về sớm nhé, em đợi anh".

Tới văn phòng cô giở lịch làm việc, kín mít.

Nhưng khi ngồi xuống lại không có tâm trạng để làm việc gì, cô lấy máy điện thoại ra xem lại bức ảnh vừa chụp.

Rất quen, có những người chỉ gặp một lần cũng rất khó quên, ví dụ như Liêm Vân.

Cô vốn không phải người nhiều chuyện, khi nhận án cũng gặp những trường hợp thân chủ thuê thám tử ngầm theo dõi điều tra chồng hoặc vợ mình. Ném ảnh vào mặt đối phương cảm giác rất thỏa mãn, nhưng việc đã tới nước đó thì không thể cứu vãn được nữa.

Thế cũng chẳng sao, nếu hoàn toàn tin tưởng nhau thì đã chẳng tới mức phải li hôn. Đến cô đôi khi cũng phải cầm theo thẻ luật sư âm thầm đi thu thập chứng cứ, đấy là việc hết sức bình thường.

Nhưng lần này cô cảm thấy khinh bỉ.

Có lẽ là vì cô ấy rất giống cô, trong thâm tâm cô không muốn Ân Như li hôn, cô hi vọng người phụ nữ đó cuối cùng nhận ra là mình đã sai, cuối cùng có thể tìm ra cách giải quyết hoàn mỹ nhất.

Cô đã nhìn thấy quá nhiều cặp đôi có kết thúc bi thảm, ít nhất thì lần này, hi vọng bọn họ sau khi qua được quãng đường gập ghềnh sẽ đến được nơi bằng phẳng, để cô có thể tin rằng tình yêu tác thành hôn nhân, hôn nhân tác thành hạnh phúc.

Ánh mắt khẩn thiết của Liêm Vân trong căn biệt thự hôm đó vẫn như hiện ra trước mắt, cô có cảm giác người đàn ông này rất khác, Ân Như đã sai lầm, tìm lại chính mình không cần thiết phải trả giá bằng cách vứt bỏ tất cả.

Màn hình điện thoại từ từ tối đi, đôi tay của người phụ nữ kia đang cố gắng ôm chặt lấy cánh tay Liêm Vân, thái độ thần phục.

Thôi được, cô đã sai, có một bài hát tên là *Em là mặt trời của anh*, cô đã từng được nghe khi tham dự bữa tiệc chúc mừng đám cưới vàng, rất cảm động, nhưng nếu trong thế giới của người đàn ông đó xuất hiện hai mặt trời, thậm chí là nhiều hơn, cô vẫn hi vọng mọi người có thể rút lui trong yên lặng, đừng đợi tới cái ngày không thể nhẫn nhịn hơn được nữa, cái ngày mà Hậu Nghệ[*] phải bắn hạ mặt trời, khi rơi xuống sẽ không có đất chôn thây.

Thở dài, cô cầm ống nghe lên bấm số: "Tiểu Mai, giúp tôi liên hệ với cô Ân, mời cô ấy sắp xếp thời gian đến văn phòng bàn bạc các điều khoản cụ thể trong vụ ủy thác".

Vì lịch làm việc của cô đã kín nên cuối cùng đành phải gặp nhau vào buổi tối, anh chàng kêu buổi tối sẽ đợi cô phải dự một bữa cơm sau cuộc họp, nhưng cô lại cảm thấy rất thoải mái, buổi tối cô tự mình lái xe đến nhà hàng gặp Ân Như.

Cô đến trước, đúng giờ là một đức tính đẹp, Ân Như đến rất đúng giờ, không còn mặc bộ đồ ở nhà cổ rộng tay

---

[*] Hậu Nghệ là nhân vật trong thần thoại Trung Quốc, người đã bắn rụng chín mặt trời để đem lại cuộc sống yên bình cho loài người.

lớn nữa, thay vào đó là chiếc váy liền nhiều màu, cổ vuông, cô ấy không đeo trang sức, để lộ chiếc cổ dài kiêu kì, bước chân nhanh nhẹn, chiếc cằm nhọn hơi hếch lên, cảm giác rất mạnh mẽ, khiến ai cũng phải ngoái nhìn.

Cô rất vui vì được nhìn thấy cô ấy như vậy, tuy nhiên nhớ lại tấm ảnh còn đang lưu trong máy di động, sự đối lập quá mạnh, còn chưa nói gì, Diệp Tề Mi đã thầm thở dài não nề.

Đàn ông nhìn mãi hoa sen tự nhiên sẽ cảm thấy hoa mẫu đơn đẹp, còn có những người đã nhìn chán những cây tre cao vút mạnh mẽ lại mơ tưởng về những rặng liễu mềm mại yêu kiều, được voi lại đòi tiên, lòng tham của con người là vô đáy.

Không phải lần đầu tiên đến đây, lúc gọi đồ cả hai người đều chọn rất nhanh, sau đó cùng nhìn nhau cười: "Tề Mi, mấy ngày nay chị sống tốt chứ?".

"Rất tốt, còn chị?". Cô trả lời thận trọng, lần đầu tiên Diệp Tề Mi cảm thấy mình nói năng không được lưu loát.

"Tôi vừa bay đến Hồng Kông đàm phán với chi nhánh bên đấy về những điều kiện khi trở lại làm việc, sau đó mở một cuộc họp online với các đồng nghiệp cũ, thảo luận về dự án tiếp theo, mấy ngày nay tôi đều rất bận rộn chuẩn bị tài liệu, giờ giấc hơi đảo lộn".

"Vậy sao?". Cô quan sát cô ấy kĩ hơn.

"Đừng nhìn nữa, đấy là quầng thâm mắt chứ không phải đánh mắt kiểu smocking đâu". Cô ấy cầm ly nước lên cười, giọng rất thoải mái.

"Vậy còn anh Liêm thì sao?".

"Anh ấy à?". Ân Như hơi sững lại, sau đó đưa mắt nhìn đi chỗ khác.

Không nhìn thấy ánh mắt của cô ấy, Diệp Tề Mi nghi ngờ: "Đã xảy ra chuyện gì rồi phải không?".

Không ngờ mặt Ân Như ứng hồng: "Không phải, lần trước sau khi nói chuyện với chị xong, chị có đề nghị chúng tôi nên nói chuyện với nhau một lần nữa, tôi đã suy nghĩ rất nhiều, sau đó quyết định cùng Liêm Vân nói chuyện một lần cho thông suốt".

Đúng là ngoài dự liệu, những lời muốn nói đều nuốt vội vào trong, Diệp Tề Mi chăm chú lắng nghe.

"Sự nghiệp gia tộc của nhà họ không nằm trong phạm vi mà tôi hứng thú, tôi sẽ quay lại với công việc cũ".

"Anh ta cũng đồng ý?".

Mỉm cười, Ân Như gật đầu: "Không cần anh ấy đồng ý, tuy nhiên cũng không thấy anh ấy có ý kiến gì khác".

"Sau đó thì sao? Tiếp tục cuộc sống mà các cuộc hẹn luôn diễn ra ở sân bay?".

"Vốn mình có ở nhà thì cũng rất ít khi gặp anh ấy, cả hai cùng bận rộn thì tốt hơn, mình cũng đỡ rảnh quá lại nghĩ ngợi nhiều".

"Như vậy…". Đầu óc Diệp Tề Mi suy nghĩ rất nhanh xem đang có chuyện gì xảy ra, cô lẩm bẩm.

"Xin lỗi, lần này chắc tôi phải hủy bỏ việc ủy thác, hôm ấy nhìn thấy chị tôi đã nghĩ đến hình ảnh trước kia của chính mình, cứ ngồi mà nói không bằng đứng lên hành động, muốn tìm lại con người thật của mình không hề khó, phải vậy không?".

Cô ấy mỉm cười, thần sắc vui tươi.

Phải, như vậy rất tốt, quá tốt rồi, nếu sáng nay cô không nhìn thấy cảnh tượng ấy thì sẽ cảm thấy đấy là một cách giải quyết hoàn hảo, cô sẽ còn vui hơn cả Ân Như, nhưng lúc này, Diệp Tề Mi im lặng nắm chặt điện thoại di động trong tay, biểu hiện phức tạp.

"Chuyện gì thế?". Nhận thấy sự khác lạ của cô, Ân Như nhẹ nhàng hỏi.

"Chị có còn yêu anh ta không?". Hỏi như thế thật mạo muội, nhưng đã hợp nhau thì không cần thời gian quá lâu, họ là bạn bè.

Suy nghĩ một chút, Ân Như gật đầu: "Đã qua cái thời lúc nào cũng muốn gặp muốn nhìn thấy con người đó rồi, nhưng tôi vẫn khao khát vòng tay của anh ấy, biết rằng trong trái tim anh ấy có tôi, cảm giác đó khiến tôi hạnh phúc và an tâm".

Nếu trái tim anh ta không chỉ có chị thì sao? Suýt nữa thì câu hỏi đó bật ra khỏi miệng, Diệp Tề Mi từ từ hít vào, kiềm chế cảm xúc: "Hợp ít tan nhiều, dù sao cũng cần phải tin tưởng tuyệt đối thì mới được, tôi hi vọng chị hạnh phúc".

Ân Như đưa tay ra bắt tay cô, giọng khẳng định: "Chỉ cần tôi đủ tốt, anh ấy sẽ không thể buông tay, nếu như bắt đầu đem ra so sánh với người khác thì việc cứu vãn cũng chẳng còn ý nghĩa gì nữa, tôi không tham vọng sẽ lâu bền cùng trời đất, chỉ cần biết đến hiện tại thôi".

Nói hay lắm, Diệp Tề Mi nói lỏng tay cầm điện thoại mỉm cười, cũng có thể là hiểu lầm, cũng có thể thấp thỏm, nhưng việc vợ chồng nhà người ta, cô không có lí do gì để can thiệp vào.

"Có việc gì thì cứ gọi tôi".

"Không có việc gì cũng sẽ tìm chị, huống hồ không có chuyện mà tìm chị thì vẫn tốt hơn, tuy nhiên, phí luật sư hôm nay tôi vẫn sẽ trả theo đúng thỏa thuận".

"Được rồi mà, việc ủy thác cũng hủy rồi, còn nói gì đến phí luật sư nữa. Tôi mất vụ này, bữa cơm hôm nay chị mời đấy".

Về đến nhà đã gần mười giờ, Diệp Tề Mi muốn gọi điện thoại, nhưng lại cảm thấy vô nghĩa, cô soạn một tin nhắn: "Chí Đông, em đã về nhà rồi", tự nhiên cảm thấy mình thật nực cười, cô bấm nút xóa luôn.

Đang xóa tin nhắn thì chuông điện thoại reo vang, giọng Thành Chí Đông rất vui vẻ: "Bảo Bảo, anh đang trên đường về, em về nhà chưa?".

"Em vừa về". Thần kinh căng thẳng cả một ngày tự nhiên chùng xuống, khóe miệng cong lên, cô nhẹ nhàng trả lời.

"Được rồi, khoảng hai mươi phút nữa anh về".

"Đừng lái xe nhanh quá, cẩn thận anh nhé", cô nói hết sức tự nhiên, nói xong cúp máy đi vào phòng ngủ, muốn tắm nhưng cảm giác thật mệt mỏi, cô cứ đứng nhìn ra ngoài cửa sổ thất thần.

Dường như chỉ chớp mắt đã có tiếng mở cửa, giọng anh từ phòng khách vọng vào: "Bảo Bảo?".

"Em ở trong này". Cô đáp nhỏ.

Có tiếng bước chân lại gần, anh đi vào phòng ngủ, "Sao không bật đèn lên, Bảo Bảo?".

"Chí Đông". Ngẩng đầu lên nhìn anh, Diệp Tề Mi đưa tay ra.

Có chút không hiểu, nhưng Thành Chí Đông vẫn nắm lấy tay cô rồi kéo cô vào lòng mình.

Vòng tay anh thật ấm áp, thật mạnh mẽ, vừa về đến nhà, mùi thơm cơ thể hòa lẫn mùi thuốc lá và mùi vị của thức ăn phảng phất, rất yên tâm.

"Anh ăn gì rồi? Hình như có mùi thuốc lá". Cô vùi đầu vào ngực anh nói nhỏ.

"Đãi tiệc, quan chức trong thành phố này thật thích hút thuốc, có mùi sao?".

"Ừ, rất mùi".

"Anh đi tắm đã". Anh ngẩng đầu lên, quay người đi vào nhà tắm.

Eo bị ôm chặt, cô nhất định không buông.

Anh cười, đứng lại, trong bóng tối anh vòng tay ôm lấy cô, kéo cô về phía mình đang đứng: "Anh hiểu rồi, Bảo Bảo, mình cùng tắm nhé".

Cơ thể dễ dàng bị anh bế bổng lên, cô kêu khẽ, sau đó không nhịn được bật cười. Anh đưa tay ra với lấy bao cao su, không thoát ra được, cô đã bị bế thẳng vào phòng tắm, bồn tắm rất lớn, nhưng anh bước vào thì không gian như bị thu hẹp lại, nước ấm xối lên vai lên mặt hai người, trong suốt lóng lánh.

"Kẻ cướp!". Cô đưa tay ra đẩy, nhưng cơ thể đã bị anh kéo xuống, dưới nước khó giữ thăng bằng nên cô cứ thế trượt ngã, nửa người vắt lên thành bồn tắm thò ra ngoài.

Ngực bị hai tay của anh ôm chặt, sau lưng ấm nóng, nơi mềm mại nhất cảm nhận được sự cứng rắn của anh, chẳng còn khí thế gì nữa, cô không ngừng rên rỉ xin tha: "Chí Đông, Chí Đông".

Chẳng có tác dụng, những câu rên rỉ xin tha cứ nhỏ dần, nước trong bồn tắm bắt đầu dềnh ra, trào xuống nền gạch, anh mạnh mẽ, một tay ôm ngực cô một tay ôm lấy eo, cẩn thận lấy thành bồn tắm vững chắc làm điểm tựa, trong lúc thở gấp giọng anh vang lên dịu dàng: "Bảo Bảo, Bảo Bảo".

Rất sung sướng, nhưng sao mắt cô lại ướt nhòe, vốn toàn thân đã ướt sũng, lại quay lưng lại với anh nên Thành Chí Đông hoàn toàn không nhận thấy.

Dòng nước ấm nóng vẫn không dừng chảy xuống từ vòi hoa sen, Diệp Tề Mi quay người lại ôm chặt lấy anh, giọng cô mơ hồ.

Không nghe rõ, anh cúi đầu nhìn vào mắt cô: "Em nói gì thế?".

Cô nhìn lại anh, mắt sáng long lanh, giọng vẫn rất nhẹ, nhưng lần này từng chữ từng từ rất rõ ràng: "Chí Đông, em yêu anh".

"Anh cũng yêu em, rất yêu em". Anh cười, phủ mình xuống hôn lên môi cô, môi răng quấn lấy nhau, như muốn mớm cả tim mình cho cô.

Cô nhắm mắt thả lỏng cơ thể tận hưởng khoái lạc, nhưng trước mắt cứ thấp thoáng những hình ảnh chạy qua, toàn là những người những việc hỗn loạn chẳng liên quan đến mình, vết hằn đỏ trên cổ tay hiện ra khi tay áo được xắn lên, ánh mắt khẩn thiết của Liêm Vân, cô gái xõa tóc bước thấp bước cao chạy theo anh ta, ánh mắt tràn đầy hi vọng của Ân Như trong nhà hàng.

Cuối cùng sau khi đã bình tĩnh lại anh nằm xuống nước, ôm chặt cô trên người mình nhắm mắt mỉm cười.

Hơi thở trở lại bình thường, cô nghiêng đầu hỏi anh: "Anh cười gì thế?".

Vòng hai tay ôm lấy người cô, Thành Chí Đông vẫn tiếp tục cười.

"Này!".

"Gặp được em thật tốt, anh chỉ muốn ở bên em".

Im lặng, cô thả lỏng cơ thể, bất giác thở dài.

Thêm một người nữa trong cuộc sống, nhưng cũng vẫn sống như bình thường.

Công việc của Diệp Tề Mi bận rộn, Thành Chí Đông còn bận hơn, thời gian thực sự ở Thượng Hải không nhiều, nhưng hai người đều rất thỏa mãn với tình trạng hiện giờ, cùng sung sướng tận hưởng kiểu quan hệ như thế này.

Sự nghiệp thuận lợi, tìm được một nửa của mình, lại không phải hoàn toàn thay đổi cuộc sống cá nhân, sau đó đến Diệp Tề Mi cũng thường xuyên nghĩ, nếu có thể cứ thế này mãi mãi thì còn gì bằng.

Những ngày vui vẻ qua rất nhanh, chẳng mấy chốc trời đã sang thu, mặt trời tắt nắng càng ngày càng sớm, những cơn gió bắt đầu có hơi lạnh.

Không khí trong phòng họp ở đại bản doanh của tập đoàn Liêm Thị rất nóng, vừa đặt bút ký trên trang giấy in hợp đồng trắng tinh, hai người đàn ông buông bút rất dứt khoát, mạnh mẽ.

Nhân viên hai bên đều đã vất vả gần cả tháng trời giờ ai nấy đều tươi cười, cùng đứng dậy với qua bên kia bàn nhiệt tình bắt tay đối phương.

Liêm Vân cũng đứng dậy đưa tay ra bắt tay Thành Chí Đông rất chặt, "Hi vọng chúng ta sẽ hợp tác vui vẻ".

"Hợp tác vui vẻ". Thành Chí Đông cũng sảng khoái đáp lại.

Buổi tối theo thường lệ sẽ tổ chức tiệc chúc mừng, dự án lần này đàm phán hơn một tháng, là một trong những hợp đồng quan trọng trong năm nay ở Trung Quốc, đương nhiên cũng do văn phòng ở Thượng Hải chịu trách nhiệm, Thành Chí Đông không tham gia suốt quá trình, chỉ mấy ngày cuối cùng là bay về tham gia lễ ký kết để thể hiện sự trọng thị.

Không ngờ vừa gặp Liêm Vân đã có cảm giác như gặp lại cố nhân, mặc dù hoàn cảnh xuất thân của người đàn ông này khác xa anh một trời một vực, nhưng tính cách quang minh lỗi lạc rất hiếm thấy trong giới thương nhân, lời nói và hành động đều ăn ý với nhau, mới tiếp xúc vài lần đã cảm thấy thân thiết, trên sân golf cũng là kì phùng địch thủ, hai người nhanh chóng trở nên cởi mở thân tình.

Trên bàn tiệc hết người này đến người khác tới chúc rượu, chúc qua chúc lại, cứ vậy mãi cũng nhàm, Liêm Vân vỗ vai anh: "Chí Đông, mình tới chỗ khác đi".

Kết quả là hai người cùng nhau đến một quán bar nhỏ kiểu Nhật, nằm ở góc một con đường khá yên tĩnh, bên ngoài treo một tấm rèm màu xanh.

Rượu Sake của Nhật được hâm nóng, mùi hương ngây ngất, cốc nhỏ và tròn, chỉ dùng mấy đầu ngón tay để cầm, tên rượu cũng rất hay, gọi là: Một giọt mất hồn.

"Anh hay tới đây không?". Các khách hàng người Nhật thường mời anh tới những nơi riêng tư kiểu quán này, những món mà ông chủ quán mang ra đều có mùi vị rất khác biệt, mặc dù rất quen với những nơi như thế này nhưng anh có cảm giác nơi này không giống với phong cách của Liêm Vân, Thành Chí Đông vừa dùng đũa gắp sashimi vừa hỏi.

"Không, đây là nơi tôi và bà xã đến vào buổi hẹn đầu tiên". Rất ít động đũa, Liêm Vân uống hết cốc này tới cốc khác.

"Bà xã?". Lần đầu tiên thấy anh ấy nhắc tới vợ mình, Thành Chí Đông cười: "Nơi này được đấy, lần sau đưa cô ấy tới, tôi cũng mang theo một người".

"Anh kết hôn rồi sao?". Liêm Vân hơi ngạc nhiên, cùng là người trong giới doanh nhân, mặc dù trước kia không quen biết, nhưng cái tên Thành Chí Đông nổi như cồn, Liêm Vân chưa từng nghe thấy ai nói anh ta đã có gia đình.

Nghe thấy hai từ kết hôn, anh thở dài: "Chưa, cô ấy không đồng ý".

Liêm Vân vô cùng kinh ngạc, sau đó anh vội lấy bình rượu rót đầy cốc, kết luận một câu rất cảm xúc: "Đừng nghĩ nữa, đàn bà trên thế giới này, chẳng có ai khiến chúng ta được yên ổn cả".

Bà chủ quán mặc bộ quần áo kimono mang một bình rượu được hâm nóng lên, nghe thấy vậy lấy tay che miệng cười: "Anh Liêm lại than thở rồi, anh hãy khuyên anh ấy, toàn tới uống rượu một mình, thật chẳng vui gì cả".

"Vợ anh đâu?".

"Tối qua gọi điện thì thấy bảo đang ở Mexico, giờ thì không biết, tôi nghĩ chắc đang ở một nước nào đó của Bắc Mỹ".

Trả lời như vậy... chẳng trách cứ phải than thở, giờ thì Thành Chí Đông đã hiểu.

Thành Chí Đông không tiện hỏi nhiều, thấy tâm trạng anh ta không được tốt, anh cũng không uống nữa, quả nhiên là Liêm Vân uống say khướt.

"Để tôi đưa anh về, đừng uống nữa".

"Không cần đâu, tôi gọi lái xe đến". Mặc dù đã líu hết cả lưỡi, nhưng nghe cách nói xem ra vẫn còn tỉnh táo.

Cũng được, anh nhìn người đàn ông ngồi trước mặt mình lần sờ tìm điện thoại, sau đó im lặng...

Thưa ngài, thứ mà ngài đang cầm trong tay là bình rượu có biết không hả?

Lại nhớ tới cảnh rất lâu trước đó anh đã phải kéo anh chàng ma men Andy về nhà, anh cười đau khổ, đưa tay ra lấy giúp anh ta chiếc điện thoại ở trên bàn, tay còn chưa chạm vào vỏ điện thoại thì nó đã đổ chuông, anh đập đập vào vai Liêm Vân: "Này, anh có điện thoại, có nghe không?".

Vừa rồi vẫn còn đang nói chuyện thế mà giờ đã nằm nhoài ra bàn không buồn nhúc nhích.

Tin tưởng anh tới vậy sao? Thôi thì vì tình bạn giữa những người đàn ông, anh nhấc máy.

Đầu dây bên kia một giọng nữ vang lên rất nhỏ, đặc sệt khẩu âm miền Nam, "Vân à?".

"Xin lỗi, Liêm Vân say quá, tôi đang định đưa anh ấy về nhà"

"Say rượu?". Giọng nói kia có vẻ lo lắng, "Ở đâu? Có say lắm không? Hay là để tôi qua đấy đón anh ấy".

"Cô đến đón? Cô là ai?". Không hiểu chuyện gì, Thành Chí Đông vừa nói vừa nhíu mày.

"Tôi là vợ anh ấy". Cô ta trả lời rất chắc chắn, không hề do dự.

Vợ? Không phải đang ở nước nào đó ở Bắc Mỹ sao? Lẽ nào cô ta định đáp chuyên cơ tới đón?

Rèm cửa lại mở, có khách vào, càng về đêm, quán rượu nhỏ này càng có nhiều khách đến. Thú vị hơn cả là những người đi theo hội rất ít, đa số là tới một mình, gọi một bàn sashimi, cùng với rượu Sake, cứ thế ngồi trầm ngâm uống.

Liêm Vân ngồi bên cạnh vẫn không có động tĩnh gì, cảm giác mệt mỏi, anh quay lưng dựa vào quầy bar thở hắt ra.

Vô tình liếc mắt thấy nơi chiếc bàn nhỏ ở một góc quán, có bóng một cô gái đơn độc ngồi đấy, trước mặt là một đĩa cá hồi đỏ tươi, trên cả bàn ăn chỉ có một món đó, cá được thái mỏng tang, dưới ánh đèn miếng thịt đỏ tươi gắp trên đầu đũa trở nên trong suốt, khi uống rượu cô ta cứ cầm cả chiếc cốc nhỏ tròn đó mà ngửa cổ lên đổ vào họng, hai mắt nhắm hờ, uống xong rồi còn liếm một vòng quanh môi.

288

Bình thường anh ít khi chú ý tới những chuyện nhỏ mà lại chẳng liên quan gì đến mình như vậy, nhưng hôm nay không khí thật quái dị, không thể kiềm chế ánh mắt của mình, bất giác anh đưa tay tìm điện thoại và bấm số.

Không cần bấm từng số, ấn nút gọi nhanh, phải mấy hồi chuông đổ mới có người nhấc máy, giọng Diệp Tề Mi thong thả: "A lô?".

"Tề Mi". Vừa nghe thấy tiếng cô anh lập tức có cảm giác yên lòng, tâm trạng tốt hơn rất nhiều, anh nói chậm rãi: "Em vẫn chưa ngủ sao?".

"Mấy giờ rồi? Em đang xem lại đơn khởi tố, còn anh?"

"Tối nay anh về đấy được không?".

"Được chứ". Nếu anh làm việc muộn, thỉnh thoảng cũng sẽ về căn hộ của mình, thành thói quen rồi, hiếm khi lại nghe thấy anh nói kiểu thế này, Diệp Tề Mi nhíu mày: "Anh đang ở đâu?".

"Một quán bar, nói chuyện với một người bạn, nhưng anh ta say rồi".

"Quán bar? Anh uống rượu à?".

"Một chút thôi, anh đang đợi bà xã anh ta tới đưa anh ta về rồi anh sẽ qua chỗ em".

Không nhìn thấy cô, nhưng anh cũng cảm nhận được là cô đang nhíu mày ở đầu dây bên kia: "Uống rượu thì không nên lái xe, em tới đón anh, cho em biết địa chỉ".

Cách nói này… Chưa bao giờ có người nào nói với Thành Chí Đông như thế, cảm giác lạ lẫm, Thành Chí Đông hơi sững lại một chút.

Sau đó phản ứng của anh là bật cười lớn, hành động của anh lúc này thật không phù hợp với không khí trong quán, đến bà chủ quán cũng nhìn anh với ánh mắt kì lạ, không biết nên giải thích thế nào, sau khi định thần lại anh lấy tay che miệng, nghiêng đầu sang một bên giả vờ ho.

Quán bar này cách nhà cũng không xa, vòng qua vài con phố là đến, Diệp Tề Mi gọi taxi, anh can ngăn qua điện thoại: "Em đừng đến, anh chỉ uống có một chút thôi, hơn nữa muộn thế này rồi, để em đi một mình anh không yên tâm, quá nguy hiểm".

Xì, cô định nói mình từng tới những vùng hẻo lánh nhất để thu thập chứng cứ, xung quanh vắng vẻ không hề thấy bóng dáng nhà dân, ngồi trên kiểu xe bánh mì đi được nửa đường còn bị một toán cướp chặn xe đòi tiền mãi lộ, như thế mới gọi là nguy hiểm.

Muốn nói vậy nhưng đã quen nói ngắn gọn trong điện thoại, cuối cùng cô chỉ trả lời một câu: "Em có dùi cui điện".

Oa, anh phục rồi.

Diệp Tề Mi xuống xe nhìn thấy rèm cửa màu xanh, ba chữ Cư Tửu Ốc bị chia làm đôi, ánh đèn vàng mờ mờ hắt xuống, cảm giác ấm áp giữa tiết trời thu.

Chiếc Q7 quen thuộc đỗ bên đường, thực ra hôm qua anh có về nhà, sáng nay còn ôm chặt lấy eo cô lười biếng không chịu dậy, nhưng giờ nghĩ tới cảnh sắp được gặp anh cô vẫn cảm thấy rất vui, còn chưa bước vào bên trong miệng đã nở nụ cười.

Rèm cửa lại lay động, có người bước vào, gió lạnh cũng theo đó ùa vào theo, Diệp Tề Mi mặc chiếc áo len rộng thùng thình cổ chữ V, cổ áo được đan bằng những sợi len xanh xanh hồng hồng rất đơn giản, bên trong là chiếc áo thun cao cổ màu đen, mái tóc đen dài buông mềm mại, cô nhanh nhẹn bước vào, nhìn thấy anh liền cười, nghiêng đầu nói: "Hey".

Thành Chí Đông đã đứng dậy, ánh đèn trong phòng ấm áp dịu nhẹ, nhưng anh có cảm giác như đó là ánh mặt trời. Anh tiến lên phía trước nắm lấy tay cô, còn chưa kịp nói gì thì cô đã chỉ ra sau lưng anh hỏi: "Bạn anh phải không? Uống say tới mức này sao?".

Thật làm anh mất mặt quá, Thành Chí Đông giải thích: "Đấy là tổng giám đốc của tập đoàn Liêm Thị, anh đang đợi vợ anh ta tới".

"Liêm Thị?". Diệp Tề Mi nhíu mày, bước lên phía trước vài bước, mặc dù Liêm Vân nằm sấp xuống bàn nhưng vẫn nhìn thấy nửa khuôn mặt, vừa rồi nhìn từ xa lại hơi tối nên không rõ, giờ đã đến gần hơn, cô lập tức nhận ra, quả nhiên đấy chính là người đàn ông mà cô đã có duyên gặp mặt một lần, không, nói chính xác hơn là hai lần.

Rèm cửa lại được vén lên, lần này khách là một cô gái đi một mình, bước chân khá rụt rè nhưng dường như mục đích rất rõ ràng, nhìn quanh quán một lượt, lập tức đi về hướng họ đang đứng, không kịp cả chào hỏi, đã lách qua hai người bọn họ tới bên cạnh Liêm Vân, hai bàn tay nhẹ nhàng đặt lên vai anh ta, giọng dịu dàng: "Vân? Anh không sao đấy chứ?".

"Chị Liêm, cuối cùng chị cũng đến rồi". Thành Chí Đông thở phào.

"Cô ta không phải là chị Liêm". Diệp Tề Mi lạnh lùng đưa mắt nhìn, giọng cũng lạnh tanh, đôi môi mỏng xinh đẹp nhả từng chữ rõ ràng.

Không khí gượng gạo, Thành Chí Đông đứng ở giữa đầu óc mù mịt chẳng hiểu gì, nhưng thấy tình hình có vẻ không ổn, phản ứng đầu tiên của anh là lay gọi Liêm Vân.

Đàn ông có thứ tình anh em mà phụ nữ không thể hiểu được, trong tình hình này tình anh em đó được phát huy tới mức tối đa.

Bị lay mạnh, đang say khướt nhưng Liêm Vân vẫn ngẩng đầu lên, ánh mắt lờ đờ, giọng nói khản đặc: "Tiểu Vương, đến nhà rồi sao?".

Còn đến nhà nữa? Anh chết chắc rồi. Thật muốn túm tóc hất cho anh ta một cốc nước lạnh, Thành Chí Đông dùng sức, kéo anh ta đứng dậy, "Liêm Vân, đây vẫn là quán bar, anh nên về nhà đi".

Ánh mắt chạm đúng vào người phụ nữ đứng trước mặt, dần dần đã nắm được tiêu cự, Liêm Vân bắt đầu nhíu mày.

Người phụ nữ từ lúc nghe Diệp Tề Mi nói xong thái độ có phần lúng túng, lúc này càng có cảm giác chân tay luống cuống: "Vân, em đến đưa anh về nhà".

"Sao cô lại đến đây?".

Vơ vội cốc nước lạnh nhét vào tay anh ta, Thành Chí Đông giải thích ngắn gọn: "Cô ấy nói trong điện thoại là vợ cậu, tôi đã cho cô ấy biết địa chỉ".

Dốc cốc nước lạnh vào họng, Liêm Vân vẫn còn cảm giác lâng lâng nhưng đã có thể ngồi thẳng người dậy.

Diệp Tề Mi vẫn đứng bên cạnh, lúc này chuyển ánh mắt sang phía Liêm Vân, lạnh lùng theo dõi phản ứng của anh ta.

Thấy lạnh sống lưng, Thành Chí Đông túm lấy anh ta nói đỡ: "Có phải tôi đã nhầm không, vừa rồi anh còn bảo bà xã đang ở Bắc Mỹ, nếu đúng là tôi lầm, vậy để tôi đưa anh về".

Vừa nói vừa lén nháy mắt với Liêm Vân, người anh em, mau nói là tôi nhầm đi, nếu không sẽ lớn chuyện đó.

Thật đáng tiếc là Liêm Vân say đến mờ cả mắt, toàn bộ sự chú ý đều đang tập trung vào người phụ nữ đứng trước mặt, làm sao lĩnh hội được sự lo lắng của anh.

"Vân...".

"Về rồi nói", cố gắng đứng lên, anh ta vịn tay vào quầy bar.

Không muốn chứng kiến sự việc xảy ra tiếp theo, Diệp Tề Mi đi ra ngoài trước, trong lòng buồn bã, cô hít một hơi thật sâu không khí lạnh trong đêm mùa thu.

Thành Chí Đông đuổi theo, không đợi anh nói, Diệp Tề Mi đưa tay ra: "Chìa khóa".

Lên xe cô ngồi vào ghế lái, tiếng máy xe rung rung, rất nhanh sau đó bị chìm trong tiếng nhạc.

Trên đường xe cộ nườm nượp, tay cô nắm chặt vô lăng, mắt nhìn về phía trước, không có biểu hiện gì khác biệt, khi rẽ vào khúc ngoặt cô mới liếc vào gương chiếu hậu, ánh đèn neon bên đường sáng rực, nhưng thứ ánh sáng đó hầu như không phản chiếu vào đôi mắt đen láy của cô.

Cho dù không hiểu tình hình đến mức nào thì anh cũng biết lần này lớn chuyện rồi, vốn nhìn thấy cô anh đang rất vui sướng, có rất nhiều điều muốn nói, nhưng lúc này sau nhiều lần định mở miệng anh đều đành phải nuốt ngược vào trong.

Suốt chặng đường hai người đều im lặng, đến nơi cuối cùng anh lại là người không thể chịu được, vừa nhảy xuống xe liền kéo tay cô: "Tề Mi, rốt cuộc có chuyện gì vậy?".

Đã khá muộn, bên dưới tòa nhà không còn có người đi lại nữa, anh nắm chặt tay cô giọng khẩn thiết, Diệp Tề Mi ngẩng đầu lên nhìn vẻ mặt anh, ánh mắt cô cuối cùng cũng dịu đi một chút, cô cúi xuống thở dài: "Chí Đông, em nghĩ em đã làm sai một việc".

"Làm sai?".

Không nói thêm gì nữa, cô quay người đi lên nhà.

Rất ít khi thấy tinh thần cô sa sút đến thế, Thành Chí Đông nhíu mày, lúc anh nằm trên giường cô vẫn đang tắm, suy nghĩ một lúc thấy có gì đó không ổn, anh ngồi dậy đi ra đẩy cửa vào phòng tắm.

Cửa không khóa, nhưng cũng không nghĩ đột nhiên anh lại vào, cơ thể cường tráng đó khiến cô có cảm giác đầy áp lực, bị bất ngờ, cô vội dìm mình dưới nước.

Vừa tức giận lại vừa buồn cười, anh đi thẳng tới ngồi xuống bên cạnh bồn tắm, đưa tay ra bẹo má cô: "Yên tâm, anh không phải là cầm thú".

Nước đã bắt đầu lạnh, nhưng bàn tay anh khá ấm áp, cảm giác yên tâm, cô không kìm được dùng đôi tay ướt rượt của mình nắm lấy tay anh, cọ cọ má mình vào đó, "Kẻ cướp, em nghĩ em đã làm sai một việc".

Thật sự chưa bao giờ thấy cô trong bộ dạng như thế này, tự dưng anh thấy xót xa, anh cúi xuống hôn cô, "Mau dậy đi, có việc gì ra ngoài rồi nói, nước lạnh hết cả rồi".

Lần này cô rất nghe lời, khoác chiếc áo choàng tắm màu trắng vào, tóc vẫn ướt rượt chảy ròng ròng, đai lưng thắt rất chặt, cổ áo lật ra sau và mở rộng, để lộ cả xương quai xanh, anh cố gắng quay đầu đi chỗ khác.

Đã nói không phải là cầm thú mà, ít nhất là lúc này.

Anh lại giúp cô sấy tóc, mái tóc dài đen mướt, sợi nhỏ và mảnh, cầm trong tay có cảm giác rất mềm mại, cuối cùng sau khi đã nằm xuống giường anh ôm cô vào lòng, "Nói đi, chuyện gì nào?".

Nghĩ tới nghĩ lui, trong đầu đúng là một mớ hỗn loạn, không thể chịu đựng một mình, Diệp Tề Mi nói nhỏ: "Em quen vợ của Liêm Vân, không phải cô ta".

"Hoặc là em nhầm". Anh nói với thái độ lạc quan.

"Không, vợ anh ta tên là Ân Như, là bạn của em, em còn giữ cả bản photo giấy đăng ký kết hôn của họ, vẫn để ở văn phòng, làm sao có thể nhầm được?".

Nói tới công việc chuyên môn cô lập tức trở lên nhanh nhẹn, ngẩng đầu nhìn anh, mày nhíu lại.

Thái độ này, haizz, anh thở dài, "Thôi được, vậy em muốn thế nào?".

"Chuyện nhà người ta, em không có quyền can thiệp, mà cũng không nên".

Bày tỏ sự tán đồng suy nghĩ của cô, Thành Chí Đông gật đầu.

"Người đáng ghét nhất chính là người khoét sâu vào vết thương lòng của người khác, vợ chồng họ trở mặt em là tội nhân, còn họ quay lại với nhau thì tội em càng nặng".

Suy nghĩ rất rõ ràng, không hổ danh là bảo bối của anh.

"Vậy thì em đừng nghĩ nữa, ngủ đi".

"Ba tháng trước vô tình em nhìn thấy Liêm Vân và cô gái kia ở bên nhau, lúc đó Ân Như đang có ý định ủy thác cho em làm thủ tục li hôn".

Cô vẫn tiếp tục nói trong bóng tối, như đang tự nói với chính mình.

"Li hôn chưa?". Bắt đầu chìm vào giấc ngủ, anh hỏi lại giọng rất nhỏ.

"Chưa, sau đó cô ấy thay đổi suy nghĩ, em cũng không nói với cô ấy những gì mình từng nhìn thấy".

Ngáp dài, thật sự anh không quan tâm lắm tới chuyện của đôi vợ chồng nhà kia, theo những gì anh nghe thấy nhìn thấy từ tình hình trong nước, có không ít người như Liêm Vân, nhưng điều khiến anh thấy lạ là anh chàng đó nhìn thì là người rất có năng lực, sao đến những chuyện "lặt vặt" như vậy mà cũng không giải quyết cho ổn thỏa.

Cô tì tay vào ngực anh lùi lại phía sau một chút, trườn ra khỏi vòng tay anh, hít một hơi thật sâu, "Nhưng hôm qua em nhận được điện thoại của Ân Như, cô ấy đang vội vàng quay về nước, muốn báo cho chồng mình một tin vui bất ngờ".

"Tin vui gì?". Anh lại mở mắt ra, kéo cô trở lại lòng mình.

Đưa tay ra chống lại lực kéo của anh, Diệp Tề Mi nói từng chữ rõ ràng, "Cô ấy đã có thai, chính là tin vui ấy".

Sáng hôm sau Diệp Tề Mi dậy rất sớm, Thành Chí Đông vẫn còn đang ngủ say, trong phòng ánh sáng mờ mờ, cô ngồi bên cạnh anh, ngắm nhìn khuôn mặt anh hồi lâu.

Người đàn ông này lúc ngủ hoàn toàn thả lỏng, một tay đặt dưới gối, trên giường có hai chiếc gối một cao một thấp, anh luôn thích gối chiếc cao, hoàn toàn ngược lại với thói quen của cô, một bên má lún dưới mặt gối mềm, chỉ để lộ ra chiếc mũi và một bên lông mày thẳng tắp.

Trong đời cô đã từng được ngắm tư thế ngủ của hai người đàn ông, chỉ khi thật sự rất yêu một người mới nắm lấy từng giây từng phút nhìn anh ấy chăm chăm không rời, được nhìn anh ấy ngủ say cũng được, nhìn anh ấy hít thở thôi cũng được, nhìn đôi lông mi anh ấy khẽ động đậy thôi cũng được.

Không phải yêu lần đầu nên cô rất hiểu cảm giác này.

Ai mà chẳng muốn lưu giữ lại khoảnh khắc này, bình yên bên nhau, năm tháng cứ thế lặng lẽ trôi đi.

Đáng tiếc mười đôi thì có tới tám, chín đôi về sau này thờ ơ lạnh nhạt với nhau, thậm chí trở mặt thành kẻ thù, hoặc sau khi cùng nhau trải qua tất cả, sống với nhau tới đầu bạc răng long lại bắt đầu quay lại thời thanh xuân, yêu thương nương tựa vào nhau, nhưng cô e rằng những trường hợp như thế là bởi vì họ không có sự lựa chọn nào khác trong cuộc sống nữa, càng nghĩ càng thấy vô vị.

Ba mẹ cô đã sống cả đời như thế, ba là kĩ sư cầu đường, lúc còn nhỏ một năm chẳng được gặp ba mấy lần, mẹ cô một mình vất vả mười mấy năm trời, cũng rất ít khi buông lời oán than, giờ bao nhiêu người có thể nhẫn nhịn như thế?

Hoặc không phải họ không thể nhẫn nhịn, chỉ có điều thế giới này trở nên quá phong phú, quá nhiều sự cám dỗ mà thôi.

Không muốn dậy, ngồi một lúc cô lại nằm xuống, nhẹ nhàng nhấc cao cánh tay anh lên, co người lại, cuộn tròn trong lòng anh.

Mơ hồ tỉnh giấc, Thành Chí Đông siết chặt vòng tay, giọng ngái ngủ: "Lạnh không em?".

Vùi mặt vào ngực anh lắc đầu, mọi người ai cũng coi cô là một Nữ hoàng mình đồng da sắt, một Nữ hoàng theo chủ nghĩa độc thân, chưa bao giờ cô nghĩ tới việc mình sẽ dựa dẫm vào một người đàn ông, hoặc chờ đợi ai đó tới thay đổi cuộc sống của mình. Nhưng sáng sớm mùa thu có thể áp sát cơ thể mình vào một cơ thể ấm áp khác, thứ cảm giác hạnh phúc này chỉ cảm nhận được khi có hai người, đến cả một Nữ hoàng thật sự cũng không tự mình tạo ra được.

Chính vì điều này, cô rất cảm ơn Thành Chí Đông, nhưng cũng chính vì điều này, mà cô cảm thấy sợ hãi khi nghĩ về tương lai.

Ân Như nói cô ấy vì yêu nên mới kết hôn, cô tin, nhưng kết quả thì sao? Khi yêu phụ nữ yêu hận rõ ràng, nếu đã yêu ai thì trong mắt coi nhẹ mọi thứ khác, rất ít khi suy nghĩ bi quan về cuộc sống. Nhưng đàn ông thì ngược lại, một lúc có thể đón nhận nhiều tình yêu, không cần phải suy xét xem vì sao, có lẽ bởi vì họ vốn là hai loài động vật khác nhau.

Vì giống nhau nên đồng cảm, môi hở răng lạnh, sáng sớm mùa thu hôm ấy, Diệp Tề Mi nằm gọn trong lòng Thành Chí Đông mềm yếu tự thừa nhận, cô luôn cố gắng tỏ ra mạnh mẽ kiên cường trước mọi người, chẳng qua cũng chỉ để che giấu sự hèn nhát và sợ hãi của mình, so với những người phụ nữ khác, giờ cô đã nhận thức rất rõ ràng rằng, mình chính là kẻ yếu đuối nhất.

Chương 10
Hôn nhân là keo dán sắt

Chúng ta đều là những cá thể độc lập, vì bị thu hút bởi nhau nên mới ở bên nhau, giống như người đang sắp chết đói nhìn thấy một bàn đầy sơn hào hải vị, lúc được ngồi vào bàn ăn ai chẳng vui mừng hớn hở? Nhưng hôn nhân không giống thế, hôn nhân chính là keo dán sắt trên mặt ghế, ăn xong bạn vẫn phải ngồi, ăn no rồi vẫn phải ngồi, có chết no cũng vẫn phải ngồi trên chiếc ghế đó.

Không thừa nhận là mình đang chờ đợi, nhưng sau một tuần cuối cùng cũng có tin tức từ Ân Như, dù đã có chuẩn bị về mặt tinh thần nhưng cô vẫn cảm thấy có chút căng thẳng.

"Tề Mi, cậu rảnh không? Cùng đi ăn tối nhé?".

Giọng Ân Như vọng tới từ đầu dây bên kia hết sức bình tĩnh, không có sự vui vẻ như lần trước báo tin mình có thai.

"Được, sau khi tan sở nhé?".

"Cũng được, mình đợi cậu ở nhà hàng".

Cô cúp máy rất dứt khoát, nhưng khi Diệp Tề Mi lái xe tới nhà hàng, chỉ vài bước chân nữa là bước vào cửa mà sao cô cảm giác như mình đi rất chậm.

Ân Như vẫn để mái tóc ngắn gọn gàng như thế, cô ấy đã đến trước, lúc này đang ngồi bên bàn, cúi đầu lật giở thực đơn.

"Hey". Diệp Tề Mi cất tiếng chào nhỏ.

Ân Như ngẩng đầu, mỉm cười, sau đó vỗ vỗ vào chiếc ghế bên cạnh.

Nhà hàng Ấn Độ, tiếng nhạc du dương, chiếc bàn thấp đặt trên thảm mềm, những chiếc gối tựa lớn được đặt khắp nơi, phía trên là những chiếc chụp đèn kiểu châu Á, chỉ chiếu một khoảng sáng tròn lên mặt bàn.

Khách khá đông nhưng vẫn giữ được không khí riêng tư, mỗi bàn dường như là một thế giới thu nhỏ.

"Cậu ổn chứ?". Nghiêng đầu qua hỏi cô ấy, Diệp Tề Mi đưa tay nhận quyển thực đơn mà nhân viên phục vụ vừa mang tới, nhẹ nhàng cảm ơn.

"Cậu muốn hỏi về mặt nào?". Mặc dù Ân Như từ nhỏ sống ở nước ngoài nhưng lại có một đôi mắt nhỏ dài kiểu Trung Quốc truyền thống, lúc này nhìn ở khoảng cách gần, cô ấy có một vẻ đẹp mâu thuẫn.

Còn chưa kịp trả lời, cô ấy đã nói tiếp, "Nếu là công việc, rất ổn, dự án tiến triển thuận lợi, các bên đều rất hài lòng".

"Ừ, vậy thì tốt rồi". Diệp Tề Mi gật đầu.

Cô ấy vẫn chưa dừng lại, tiếp tục nói, "Nếu là cuộc sống, mình đã hoàn toàn thất bại, trước khi kết hôn chồng mình đã có một người vợ được chọn trước, thế mà bao nhiêu năm nay mình lại hoàn toàn không biết tí gì, giờ cả ngày bị chuyện này hành hạ, toàn bộ sức lực chỉ dồn vào để khống chế bản thân không kích động chạy đi mua ngay vé may bay bay tới tận cùng thế giới, thảm còn hơn bị xử tội chết".

Ân Như rất thẳng thắn, mặc dù chỉ vài câu ngắn ngủi nhưng cũng đã lột tả khá trần trụi bản chất câu chuyện, từng nghe rất nhiều những lời kể đầy nước mắt và máu của vô số thân chủ, nhưng những lời Ân Như vừa nói khiến Diệp Tề Mi chấn động hơn bất cứ lần nào trước đó, cô đặt tay lên tay Ân Như bóp mạnh.

Rất bình tĩnh, Ân Như nhẹ nhàng rút tay về, cô mở chiếc túi xách đang đặt trên bàn, lấy ra một bức thư, "Cậu xem đi, hôm bay về nước, sáng sớm về đến nhà, trong nhà có người, là cô Trương và A Đệ, chỉ không thấy chồng mình đâu. Lá thư này được đặt trên bàn, bên ngoài viết tên mình".

Đột nhiên Ân Như cười lớn, như đang kể một câu chuyện thú vị nào đó.

Mở phong thư ra bên trong có vài bức ảnh và lá thư, chỉ liếc nhìn rồi đẩy ra, cô không biết những lúc như thế này người khác sẽ an ủi bạn mình như thế nào, nhưng cô luôn cho rằng tìm cách giải quyết vấn đề tốt hơn là cứ ôm lấy nỗi đau không cách nào bù đắp được. "Nếu là trùng hôn, có thể yêu cầu bồi thường".

Không có tiếng trả lời, Ân Như rút một tấm ảnh trong số đó ra ngắm nghía rất kĩ rồi từ từ cụp mắt xuống.

Cô chặn tay lên tấm ảnh, "Đừng xem nữa".

Mu bàn tay có thứ gì đó rơi xuống nóng bỏng như bị đổ dầu sôi lên, lúc đầu cô không có cảm giác, sau mới đau thấu tới tim gan, cổ họng như cứng lại, dù sao cũng nên nói gì đó, Diệp Tề Mi hít một hơi định nói thì dường như cùng lúc đó từ cửa nhà hàng vọng tới tiếng huyên náo ồn ào, giọng của nhân viên phục vụ mặc bộ quần áo như trong câu chuyện *Nghìn lẻ một đêm* hốt hoảng, "Thưa anh, thưa anh, bên trong đã hết chỗ rồi, còn rất nhiều khách đang đợi, giờ anh không thể vào được".

"Tránh ra, tôi tới tìm người". Giọng đàn ông gay gắt.

Thái độ như thế mà là tìm người? Nhân viên phục vụ bắt đầu cuống, có thêm người đi tới, cùng anh ta đứng chắn ở cửa.

Tức giận, người đàn ông kia bắt đầu hét lớn, "Ân Như, anh đã nhìn thấy xe của em, anh biết em ở trong đó, đừng trốn nữa, mau ra đây!".

Hai người phụ nữ đều ngẩng phắt lên, phản ứng của Ân Như khá nhanh, lập tức đưa tay lau khô nước mắt, "Giờ mình không muốn gặp anh ta, chúng mình đi thôi".

Không kịp nữa rồi, Liêm Vân nhìn thấy mục tiêu liền xông tới chỗ họ, khách trong nhà hàng đi từ kinh ngạc tới kích động, tất cả đều đưa mắt nhìn qua phía đó.

Cổ tay bị ai đó nắm chặt, Ân Như khẽ kêu: "Mau buông tay tôi ra".

"Anh không buông, sao em không nghe điện của anh, về nước mà lại không về nhà, em điên hay sao mà chơi trò mất tích? Có biết suýt nữa thì anh báo cảnh sát không?".

Hả? Lẽ nào Liêm Vân không biết đã xảy ra chuyện gì sao? Quá bất ngờ, Diệp Tề Mi lại một lần nữa đứng sững bên cạnh hai người.

Bị nắm chặt, Ân Như không thể giằng tay ra được, cô đành quay đầu đi nhắm chặt mắt lại, dùng sự im lặng để phản kháng.

Liếc mắt thấy Diệp Tề Mi ngồi bên cạnh đang ngẩng lên nhìn, lông mày Liêm Vân nhíu chặt.

"Sao lại là cô?".

Nói kiểu gì vậy? Coi cô là dịch bệch truyền nhiễm chắc? Diệp Tề Mi cũng không khách khí, giọng lạnh lùng, "Anh Liêm, tôi khuyên anh tốt nhất nên buông tay ra".

"Cô dựa vào cái gì? Cô ấy là vợ tôi".

Đúng là giọng điệu của chủ doanh nghiệp nông dân, Diệp Tề Mi chỉ chỉ lên bàn, đang định nhắc anh ta, Ân Như lập tức nói xen vào, "Liêm Vân, anh có thể nắm một lúc nhiều thứ như thế không?".

Cuối cùng cũng nhìn thấy đống ảnh lộn xộn trên bàn, Liêm Vân vốn đang tức giận đùng đùng đột nhiên chùng xuống, Ân Như lại giằng tay ra, lần này thì giằng khỏi bàn tay Liêm Vân, nhưng chỉ một giây sau đã bị anh ta kéo mạnh vào lòng, giọng Liêm Vân khản đặc, "Tiểu Như, em nghe anh giải thích, sự việc không như em tưởng đâu".

"Tôi làm việc chỉ nhìn kết quả, không có hứng thú với việc nghe giải thích".

"Không được, em nhất định phải nghe".

"Liêm Vân, anh làm thế là trùng hôn".

"Đấy không phải là trùng hôn!".

Trước đông đảo thực khách, hai người mặc dù đã hạ giọng tới mức tối đa, nhưng ngữ khí càng lúc càng tiến gần tới bờ vực của sự bùng nổ, đã tới lúc phải về văn phòng, nửa người Diệp Tề Mi vẫn ngồi trên thảm, chống tay làm điểm tựa để đứng dậy, đang do dự không biết trước khi rời đi có nên đánh tiếng chào họ không thì lúc đó vợ chồng Liêm Vân đồng thanh nhìn cô nói: "Đừng đi".

Hả? Lúc này còn cần cô để làm gì? Diệp Tề Mi ngẩn người.

Vốn là người nhanh trí, Ân Như lập tức giải thích "Tề Mi, mình cần cậu ở bên mình lúc này".

Ồ, cần có bên thứ ba làm chứng phải không? Hiểu rồi. Nhưng sao cô cứ có cảm giác Ân Như bình tĩnh lạnh lùng trước mặt mình đây chẳng qua là vì quá sợ hãi nên mới phải yêu cầu cô ở lại.

Liêm Vân cũng nói, "Cô nghe xong rồi nói với cô ấy xem như thế có phải là trùng hôn hay không?".

Thôi được, nếu hai người đã yêu cầu như vậy...

Không thể tiếp tục ở lại nhà hàng nữa, thực khách đều đang chăm chú nhìn họ như chờ xem kịch hay, tất cả đều tỏ ra hết sức hứng thú, Diệp Tề Mi đề nghị: "Nếu thật sự có chuyện cần nói, chúng ta đi chỗ khác được không?".

Kết quả là tới một câu lạc bộ khá yên tĩnh, Liêm Vân là khách quen ở đây, ai cũng biết, vừa đỗ xe đã có người ra chào hỏi, bố trí một phòng khá riêng tư, bộ sofa kiểu Âu khá lớn và sang trọng, ghế đơn, nhưng khi Diệp Tề Mi ngồi xuống cũng chỉ chiếm một góc nhỏ.

Đều không phải là trẻ con nữa, lúc này mọi người đã bình tĩnh lại, cơn giận vừa rồi đã hoàn toàn tan biến, trên mặt Ân Như chỉ còn lại sự mệt mỏi.

"Anh nói đi".

Liêm Vân ngập ngừng định nói, Diệp Tề Mi lập tức giơ tay ra hiệu, "Nếu không tiện giờ tôi sẽ đi".

"Không cần, luật sư Diệp cô cứ ở lại đây".

Lần đầu tiên anh ta khách sáo như vậy, thật không ngờ, nhưng chắc chắn có chỗ cần tới cô, Diệp Tề Mi ngồi xuống, chăm chú lắng nghe.

"Tôi là người Hà Nam". Anh ta nói câu đầu tiên.

Hai người phụ nữ không nói gì, không phải là chuyện của mình nên Diệp Tề Mi vừa nghe vừa có thời gian nghĩ thầm, biết rồi, sự thành công của một doanh nghiệp nông dân.

"Nhà tôi làm kinh doanh khá lâu đời, ở quê cũng gọi là có máu mặt, truyền thống quê tôi là một người đàn ông bao giờ cũng phải có một người phụ nữ bên cạnh từ sớm, nếu muộn sẽ khiến người khác cảm thấy kì lạ".

Nhìn anh ta một cái, Diệp Tề Mi tiếp tục nghĩ thầm đấy không gọi là truyền thống, mà là phong kiến, đừng nhầm lẫn khái niệm thế chứ.

"Trần Lệ, cô gái trong ảnh… là họ hàng xa của gia đình tôi, mới mười mấy tuổi đã tới nhà tôi ở và theo bên cạnh mẹ tôi rồi".

Nói tới những bức ảnh giọng anh ta đứt quãng, môi Ân Như mím lại, nét mặt lạnh lùng vô cùng.

"Trước khi tôi kết hôn, trước khi kết hôn…".

"Vẫn ở cùng cô ta, phải thế không?". Ân Như nói hộ anh ta, giọng lạnh buốt như băng.

"Tiểu Như!". Liêm Vân cuống lên, nghiêng người sang nắm lấy tay cô ấy, "Đấy là trước khi chúng ta kết hôn, hơn nữa anh thường xuyên làm ăn bên ngoài, rất ít khi ở nhà, ba mẹ anh đều là người của thế hệ cũ, em không phải là không biết".

"Tôi biết người nhà anh đều không thích tôi, anh không cần phải nhắc nữa".

"Chúng ta kết hôn được hai năm, đầu năm nay ba mẹ anh ép đưa Trần Lệ tới Thượng Hải, anh không thể không sắp xếp cho cô ấy, dù sao cũng là họ hàng, hơn nữa ở đây cô ấy cũng không quen ai".

"Để tôi nói cho anh biết vì sao họ lại đưa cô ta tới, bởi vì họ chưa bao giờ chấp nhận tôi là con dâu nhà họ Liêm, họ sợ anh tuyệt tự!".

"Anh với cô ấy không có chuyện gì, em phải tin anh, anh cũng chỉ thi thoảng ghé thăm một chút, cô ấy không được học hành, hầu như cả đời đã ở nhà anh, anh không thể không lo".

"Anh Liêm". Không thể nghe tiếp được nữa, Diệp Tề Mi cuối cùng cũng đứng dậy cắt ngang, "Tôi có thể nói mấy câu không?".

"Tôi còn chưa nói xong!"

"Để Tề Mi nói". Ân Như xen vào, đúng là rất hiệu quả, Liêm Vân lập tức im lặng.

"Trước đây anh đã làm thủ tục kết hôn với cô Trần Lệ kia chưa?". Nhắc tới chuyên môn, Diệp Tề Mi rất thẳng thắn.

"Không có". Miệng trả lời nhưng mắt lại nhìn đi nơi khác, toàn thân Liêm Vân căng thẳng, dường như sợ Ân Như có thể bỏ đi bất cứ lúc nào, anh ta giữ chặt lấy cô ấy.

"Thế còn thỏa thuận cá nhân? Ý tôi muốn nói tới thứ giấy tờ có người thứ ba làm chứng?".

"Cũng không có. Tôi đã nói rồi chỉ là thỉnh thoảng ghé thăm thôi". Cảm giác như tội phạm đang bị thẩm vấn, anh ta bắt đầu lớn tiếng, trừng mắt nhìn thẳng vào Diệp Tề Mi.

"Thôi được". Không muốn nhắc tới tình huống mà hai lần mình đã tận mắt chứng kiến, trực giác Diệp Tề Mi cho thấy anh ta không nói dối, quay đầu sang nhìn Ân Như, cô gật đầu, "Nếu những gì anh ta nói là thật, thì đấy không gọi là trùng hôn".

Không ngờ cô lại nói như vậy, Liêm Vân thở phào, "Tiểu Như, em nghe thấy chưa?".

"Nhưng". Lại quay đầu sang Liêm Vân, Diệp Tề Mi nhướn mày, "Anh Liêm, mặc dù anh không công nhận mình trùng hôn, nhưng hiển nhiên Trần Lệ và cả người nhà anh nữa đều tự thừa nhận thân phận của cô ta là một người vợ khác của anh".

"Cô ta không phải là vợ tôi!". Liêm Vân hét, tức giận trừng mắt lên nhìn.

"Thôi được rồi, do tôi diễn đạt không đúng, truyền thống của đàn ông Trung Quốc không phải là một chồng nhiều vợ, mà là một vợ đa thiếp, vị trí người vợ trong tim anh không dành cho Trần Lệ".

"Rút cục là cô muốn nói gì?". Liêm Vân là người thẳng thắn, mặc dù cũng có sự giảo hoạt của một người làm kinh doanh, nhưng lúc này tâm tư hỗn loạn, không thể nào tiếp thu được những lời nói vòng vo bay bướm của cô, phản ứng đầu tiên của anh ta là túm chặt lấy Ân Như.

Chuông điện thoại reo, là di động của Diệp Tề Mi, không vội nghe máy, cô nhìn Ân Như, Ân Như cũng nhìn cô, cơ thể đang bị người đàn ông sắp phát điên kia giữ chặt, không thể làm gì, vẻ mặt hết sức thê lương.

Tim nhói đau, nhưng Diệp Tề Mi vẫn phải nói cho xong câu chuyện, "Cậu đã quyết định chưa? Mình có thể tiếp nhận ủy thác".

"Câm miệng, cô câm miệng cho tôi!".

Ôm chặt Ân Như vào lòng, Liêm Vân quay người lại hét lên.

Chuông điện thoại tắt, rồi lại reo vang, liên tục không ngừng, Diệp Tề Mi đưa máy lên nghe, "A lô?".

"Bảo Bảo, em đang làm gì thế? Sao lâu như vậy mới nghe điện thoại?".

Liếc nhìn Liêm Vân đang đứng trước mặt, giọng Diệp Tề Mi lạnh lùng, "Chí Đông, em đang nói chuyện với vợ chồng anh Liêm, anh Liêm vừa bảo em câm miệng, giọng điệu có vẻ không được tốt".

Anh Liêm bảo em câm miệng? Câu này Thành Chí Đông không hiểu, anh giữ chặt điện thoại im lặng không nói gì.

Anh vừa từ nhà máy ở Hàn Quốc ra, hoàn toàn không hiểu tình hình, vốn định lên xe nhưng nghe thấy cô nói vậy liền đứng cạnh xe mơ hồ hỏi lại: "Anh Liêm nào?".

Rõ ràng cô đã không muốn can dự nhưng tự nhiên bị lôi vào bằng được, bị quát nên ấm ức, vừa nghe thấy giọng anh liền buột miệng như muốn tố cáo mà cũng như làm nũng, lập tức nhận ra khẩu khí của mình không bình thường, Diệp Tề Mi nhìn mớ hỗn loạn trước mắt một lượt, quay người đi, thấp giọng ngại ngùng nói: "Tổng giám đốc của tập đoàn Liêm Thị, em đang suy nghĩ xem có nên nhận ủy thác của vợ tổng giám đốc Liêm hay không, không sao đâu, chút nữa về em gọi lại cho anh".

"Liêm Vân?". Nhớ ra rồi, sau khi liên kết sự việc, Thành Chí Đông có dự cảm không lành, "Tề Mi, em có thể về nhà trước không?".

"Em biết rồi, cũng đang định về đây". Không muốn nói nhiều trước mặt người khác, Diệp Tề Mi cúp máy.

Đang định nói lời cáo từ thì chuông điện thoại lại reo, lần này đến đôi vợ chồng đang hết sức căng thẳng kia cũng phải quay lại nhìn.

Bắt máy vẫn là Thành Chí Đông, "Bảo Bảo, muộn rồi, em lái xe cẩn thận".

Giờ không phải là lúc tỏ ra vui vẻ, nhưng khóe miệng cô vẫn cong lên mỉm cười, "Em biết rồi".

Phụ nữ đúng là loại động vật kì lạ, khi nói chuyện với người mình yêu thì cho dù có cố gắng che giấu đến thế nào vẫn để lộ sự ngọt ngào qua ánh mắt bờ môi, thấy vậy, ánh mắt Ân Như tối lại.

Trong lòng Diệp Tề Mi bỗng thấy hối hận, xin lỗi, mình sai rồi, mình không cố ý, nhưng giờ chắc không có việc gì cần tới mình nữa, Diệp Tề Mi lên tiếng cáo từ, "Hai người cứ tiếp tục, tôi đi trước đây".

"Tề Mi", một người luôn thẳng thắn như Ân Như lúc này lại nhìn cô do dự, ngập ngừng.

"Cô đi đi". Liêm Vân thì ngược lại, dứt khoát vẫy tay chào cô.

Vốn đã đi ra tới cửa, nghe thấy câu nói này của anh ta đột nhiên lại nhớ tới những vết hằn và cào cấu trong lần đầu tiên gặp mặt, Diệp Tề Mi bước chậm lại, quay đầu đi về phía họ.

"Làm gì vậy?". Có chút đề phòng cô, giọng Liêm Vân cứng rắn.

Không để ý tới anh ta, Diệp Tề Mi nói với Ân Như, "Cẩn thận sức khỏe, nếu thấy không ổn hay là đi cùng mình luôn".

"Cô nói vậy là có ý gì? Cẩn thận sức khỏe? Ân Như vẫn luôn khỏe mạnh, cẩn thận cái gì? Cô nói rõ ra xem nào?".

Ân Như hoàn toàn hiểu ý Diệp Tề Mi, không ai trả lời câu hỏi của Liêm Vân, cô ấy mím môi, sau đó lắc đầu, "Cậu đi đi, mình biết phải làm gì".

Lúc ra khỏi câu lạc bộ đã khá muộn, Tề Mi lên xe đi thẳng về nhà, về tới nhà cả căn hộ vắng lặng, lạnh lẽo, mệt mỏi muốn chết, tắm xong cô cũng lười không sấy tóc, dùng khăn tắm lau qua, sau đó cứ thế thả người xuống giường.

Mắt nhắm, nhưng tay theo thói quen đưa ra sờ tìm, cuối cùng cũng tìm thấy điện thoại.

Khi bên kia nghe máy vọng lại âm thanh khá ồn ào, anh nói trước, hỏi luôn: "Em đang làm gì?".

"Em về nhà rồi, vừa mới đi nằm, còn anh?".

"Đi ăn cơm với vài người Hàn Quốc, có người uống say, đang múa điệu múa Cao Ly(*)".

"Phụ nữ?". Cô hỏi vu vơ.

"Đàn ông". Anh cũng trả lời rất tự nhiên.

"Đang quỳ dưới đất lắc đầu à?".

Cô cũng mang máng có ấn tượng với những người đàn ông múa điệu múa Cao Ly, tuy nhiên nếu đã đi ăn cơm cùng anh chắc không phải những người tầm thường, lẽ nào uống say rồi cũng có thể làm như vậy?

"Sao em biết? Lợi hại thật đấy. Phòng ăn sắp không đủ chỗ cho anh ta quay nữa rồi, anh đang suy nghĩ xem có nên kéo anh ta ra chỗ rộng hơn không".

Ha ha, cô tin anh đã nói được là làm được, tưởng tượng ra cảnh đó, dù rất mệt cô cũng phải bật cười thành tiếng, cười xong, Diệp Tề Mi thở dài.

"Sao thế?". Tạp âm không còn nữa, chắc anh đã ra chỗ khác, giọng Thành Chí Đông rất rõ, dù cách xa hàng nghìn dặm nhưng nghe như ở ngay bên cạnh.

(*) Cao Ly: Một triều đại phong kiến của Triều Tiên, kéo dài từ năm 918 đến năm 1392.

"Chuyện nhà họ Liêm".

"Tề Mi". Rất hiếm khi giọng anh lại nghiêm trọng như thế khi nói qua điện thoại.

"Hừm?". Mệt mỏi và buồn ngủ, giọng cô nhẹ bẫng.

"Anh không tán thành em tham gia chuyện nhà họ Liêm".

Anh nói thế là sao, như tỉnh ngủ hẳn, Diệp Tề Mi mở to mắt, tay siết chặt điện thoại.

Ở bên cô lâu như vậy, cho dù không nghe thấy cô trả lời Thành Chí Đông cũng nhận ra là mình đã lỡ lời, mặc dù ngữ khí đã ôn hoà hơn nhưng vẫn rất kiên định, "Liêm Vân là khách hàng của anh, vợ anh ta lại là bạn em, cho dù quan hệ của họ không thể tiếp tục duy trì thì chúng ta cũng không nên can thiệp".

"Lí do em quen biết Ân Như là bởi vì cô ấy đã tới tìm em ủy thác làm thủ tục li hôn, lần trước cô ấy đã thay đổi chủ ý, lần này có tiếp tục hay không thì em chưa được thông báo, tuy nhiên nếu cô ấy có ý muốn li hôn thì em không có lí do gì để từ chối. Việc anh và Liêm Vân có phải là bạn hay không thì liên quan gì tới em? Anh đừng nhầm lẫn thế".

"Tề Mi". Anh vẫn đứng đó kiên trì giải thích, "Anh muốn nói tới chúng ta, em nghe thấy không, chúng ta ở bên nhau là một thể thống nhất, họ là bạn của anh và em, hợp cũng được mà tan cũng thế, đó cũng là lựa chọn của riêng họ".

"Đấy là công việc của em".

"Vì vậy em giúp cô ấy thụ lý vụ li hôn này? Cùng lắm là phân chia tài sản, sau đó thì sao? Sau đó mọi việc có được giải quyết không?".

"Anh ta một vợ một thiếp mà vẫn ngang nhiên như không, vợ anh ta rất đau khổ".

"Anh ta đâu có coi người phụ nữ kia là vợ, chuyện này Liêm Vân cũng đã kể với anh, chẳng qua cũng chỉ là chăm sóc một người họ hàng xa thôi, thế thì có làm sao?".

Thế thì có làm sao? Diệp Tề Mi hít một hơi, giọng hết sức lạnh lùng, "Anh đương nhiên cảm thấy không làm sao, bởi vì anh cũng là đàn ông".

Chuyện nọ xọ chuyện kia phải không? Thành Chí Đông cũng bắt đầu tức giận, "Chuyện này thì liên quan gì tới nam và nữ, anh nghe không hiểu"

"Vậy thì anh không cần nghe nữa, tạm biệt".

Thẳng tay cúp máy, Diệp Tề Mi tức giận vùi mặt vào gối mà vẫn còn thở dốc, vừa nghĩ vừa nghiến chặt răng.

Cúp máy rồi? Thành Chí Đông ở đầu dây bên kia nhìn chằm chằm chiếc điện thoại, thôi được, cứ để cho cô ấy cúp, nhưng trong chuyện này, anh nhất định không tán thành, tuyệt đối không tán thành.

Quay vào phòng ăn, một đám đàn ông đã nằm ngổn ngang khắp nơi, mùi rượu mạnh của Hàn Quốc bay ngập phòng, anh chàng múa điệu Cao Ly say mèm vẫn đang tiếp tục, còn có người đi ra chỗ trống giữa phòng bắt đầu cất tiếng hát.

Ngồi bên cạnh anh là một kĩ sư có tiếng người Hàn Quốc, gần năm mươi tuổi, bình thường lúc nào cũng complet cà vạt thẳng thóm, lúc này mặt mày đỏ gay, líu lưỡi vỗ vỗ vai anh nói, "Thành, cậu có tâm sự phải không?".

Uống say rồi tự cho mình là Hoàng Đại Tiên chắc? Thành Chí Đông cũng vỗ lại khá mạnh, "Anh Kim, nếu anh có tâm sự thì cứ nói với tôi".

Quả nhiên, vừa nghe thấy câu đó người đàn ông họ Kim liền làm mặt đau buồn, "Thành, tôi không muốn về nhà".

"Không muốn về nhà? Ở nhà có chuyện gì sao?".

"Không có chuyện gì, mà có chuyện thì đã thú vị, hai mươi lăm năm rồi, hai mươi lăm năm nay ngày nào tôi về, mở cửa ra là nhìn thấy vợ mình đang cúi người đứng đó đợi, hôm nay anh vất vả rồi, vào uống cốc trà nhé".

"Câu này có vấn đề gì sao?". Không đôi co với người say, Thành Chí Đông tiện miệng hỏi.

"Tôi không muốn uống trà nhân sâm, tôi muốn uống trà Ô long!".

Đột nhiên như bị kích động, người đàn ông họ Kim túm chặt vai anh lắc mạnh.

Thôi bỏ đi, những người này đều say cả rồi, anh cũng uống rượu, nhưng theo thói quen tự khống chế bản thân, vì vậy mỗi lần tụ tập thế này người cuối cùng còn tỉnh táo để thanh toán chỉ có mình anh, thôi, bạn bè cả, thở dài, anh giơ tay ra hiệu tính tiền.

"Đừng thanh toán vội, tôi vẫn chưa muốn về nhà…". Uống say tới mờ cả mắt, nhưng vẫn nhìn rất rõ động tác của anh, người đàn ông họ Kim túm chặt tay anh giữ lại.

Ban đầu chỉ thấy hơi phiền, cuối cùng không đủ kiên nhẫn nữa, Thành Chí Đông ghé tai ông ta hét lớn, "Về nhà mà nói với vợ anh, anh không uống trà nhân sâm, chỉ thích trà Ô long, còn nữa, đừng có phúc mà không biết hưởng, có người ngày ngày ở nhà đợi anh về là quá đủ rồi biết không ông anh, tôi có muốn cũng không được".

"Tôi đã từng nói rồi, ngay ngày đầu tiên kết hôn đã nói rồi, hu hu".

Đúng là say thật, ông Kim gục xuống bàn than thân trách phận.

Mặc kệ ông ta, Thành Chí Đông cầm hóa đơn đi ra ngoài, không khí cuối thu ở Busan rất dễ chịu, gió thổi táp vào mặt mát dịu tỉnh cả người.

Uống trà nhân sâm suốt hai mươi lăm năm, ông Kim này đúng là điên thật rồi sao? Có người tình nguyện cúi mình mở cửa cho ông ta suốt hai mươi lăm năm, lại nói anh vất vả quá, còn không mau mau tới quỳ trước mặt Thượng Đế ôm chân người mà tạ ơn, oán trách gì nữa.

Anh bắt đầu tưởng tượng nếu là Tề Mi…

Không thể nghĩ tiếp được nữa, đến anh còn cảm thấy muốn phát điên, thôi được, anh cười đau khổ thừa nhận, đúng là có chỗ không thể chấp nhận được.

Nếu đổi lại là cô ấy tuyệt đối sẽ không như vậy, cô ấy có cuộc sống của mình, vì thế cô ấy mới trở thành người phù hợp với anh nhất.

Vừa nghĩ anh vừa bấm điện thoại nhưng vừa đổ chuông anh lập tức nhấn nút tắt, cúi đầu nhìn đồng hồ, anh thường xuyên bay đi khắp nơi trên thế giới, vì chênh lệch múi giờ nên đồng hồ bao giờ cũng có hai mặt, trước kia anh đều đặt giờ địa phương và giờ Mỹ, từ sau khi sống cùng cô, anh bắt đầu đổi Mỹ thành Thượng Hải.

Ở Thượng Hải lúc này là sáng sớm, tốt nhất không nên đánh thức cô.

Nhưng đúng lúc đó điện thoại của anh đổ chuông, giọng Diệp Tề Mi rất tỉnh táo, "Chuyện gì thế?".

"Bảo Bảo, anh nhớ em".

Chưa ngủ được, vẫn đang suy nghĩ về nội dung cuộc điện thoại với anh vừa rồi, lúc này nghe thấy câu nói không đầu không cuối của anh, cô nằm trên giường trợn mắt bất mãn.

"Dùng lời đường mật để dỗ em cũng vô ích".

"Sao anh phải dỗ em? Chúng ta đâu có cãi nhau".

Tức chết đi được, thôi được, trong vấn đề này nam nữ cũng thuộc hai thế giới khác nhau, dù bạn có tức tới mức nghiến răng trèo trẹo thì anh ta cũng không biết là đang xảy ra chuyện gì? Lần sau phải nhớ lấy để đừng tự chuốc lấy phiền não.

"Anh vẫn chưa ngủ à?". Không muốn tranh cãi vấn đề vô vị đó nữa, Diệp Tề Mi bỏ qua.

"Chuẩn bị về khách sạn, anh vừa ăn cơm xong".

"Vậy anh nghỉ sớm đi, đừng làm việc quá sức, xong việc thì mau quay về, em đợi anh cùng xem bộ phim mới".

"Được". Anh nhanh chóng nhận lời, nhớ tới cảnh ngộ hai lần trước, anh bổ sung thêm một câu, "Nhớ là phải đợi anh về, không được đi cùng Kế Lôi Lôi đâu đấy".

Đầu dây bên kia có tiếng cười nhỏ, "Nói đợi anh là đợi anh mà".

Thành Chí Đông cúp máy, cảm giác thật sảng khoái, anh lái xe như bay trong đêm tĩnh lặng.

Nhẹ nhàng đặt điện thoại xuống, Diệp Tề Mi lật người, co mình vào trong chăn, ngáp dài, nhắm mắt chìm vào giấc ngủ.

Hôm sau là cuối tuần, như thường lệ Diệp Tề Mi cùng Kế Lôi Lôi đi đánh bóng và uống trà chiều, gần đây Kế Lôi Lôi đang yêu, vẻ mặt cô ấy rạng rỡ, thần sắc tươi tỉnh, vừa cầm cốc trà lên thì chuông điện thoại reo, vừa nhấc máy "A lô?" đã cười híp cả mắt, sau đó anh một câu em một câu toàn những lời ngọt ngào, hoàn toàn chìm đắm vào thế giới riêng của mình.

Uống hết một cốc trà, Diệp Tề Mi đánh tiếng ho húng hắng, cầm dao cắt phập vào miếng bánh kem trước mặt.

Giật mình bừng tỉnh, Kế Lôi Lôi lập tức ngoan ngoãn cúp máy, sau đó đặt hai tay lên đầu gối, mở to mắt nhìn cô, cười rạng rỡ: "Tề Mi, chúng mình nói chuyện nhé".

"Được, giờ mình nói chuyện thế nào gọi là trọng sắc khinh bạn".

Giơ một ngón tay lên, Diệp Tề Mi nghiêm túc đưa ra chủ đề.

Hả? Mặt Kế Lôi Lôi xịu xuống, "Được rồi, mình khai là được chứ gì, Dany là bác sĩ riêng của mình, mới quen ba tháng, bọn mình đang yêu nhau".

Có thể nhìn thấy bạn mình chìm đắm trong tình yêu đương nhiên là vui rồi, Diệp Tề Mi cũng cười, "Quen thế nào?".

"Là bác sĩ điều trị da cho mình". Nói xong liền sán lại gần cô, "Chỗ này, chỗ này, chỗ này, cậu nhìn xem có thấy gì khác biệt không?".

Nhìn kĩ vẫn không thấy có gì đặc biệt, cô xua tay, "Diện mạo như hoa, thế đã được chưa?".

Cụt hứng, Kế Lôi Lôi trừng mắt nhìn bạn, "Mình làm phẫu thuật da, cậu đúng là, chẳng bao giờ quan tâm tới mình đúng không?".

"Làm phẫu thuật da? Cậu đi căng da sao?".

Diệp Tề Mi vô cùng kinh ngạc, lần này tới lượt cô sán vào soi rất kĩ, đúng là cô không hề nói sai, Kế Lôi Lôi khá xinh xắn, quen biết nhiều năm như vậy rồi mà cũng chẳng thấy cô ấy thay đổi nhiều, hơn ba mươi nhìn như mới hai mươi tư, hai mươi lăm thế cần gì phải động dao động kéo để duy trì tuổi xuân.

"Không, chỉ là làm trẻ hóa làn da bằng Laser thôi, hiệu quả cũng khá tốt, cậu có muốn thử không? Rất an toàn, mình sẽ bảo Dany sắp xếp cho cậu".

"Không cần, chắc phải khủng bố lắm".

"Không đau đâu".

"Thế cậu biến mất một tháng?".

"Xin cậu, lúc ấy mặt mình như mặt lợn ấy, làm sao dám gặp cậu?".

Lập tức ôm chặt lấy mặt, Diệp Tề Mi lắc đầu, "Cậu còn muốn mình biến thành lợn chắc? Đừng hòng".

"Lợn cũng vẫn có người yêu mình, ha ha".

Đề tài tán gẫu của hai người phụ nữ càng lúc càng đi xa, Kế Lôi Lôi đột nhiên đắc ý, che miệng cười lớn.

Vui lây niềm vui của bạn, tuy nhiên Diệp Tề Mi vẫn phải nhắc nhở, "Lần này phải cẩn thận đấy, khó khăn lắm tinh thần mới hồi phục lại được".

"Mình biết mọi người lo lắng chuyện gì, Dany không nhiều tiền bằng mình, sợ cái mà anh ấy chọn không phải là mình đúng không?". Là bạn thân nên Kế Lôi Lôi không cần giấu giếm, vừa nói vừa cầm cốc trà lên cười.

"Cũng không hẳn là thế, anh Chúc kia chẳng phải rất môn đăng hộ đối với cậu sao, cũng chẳng đáng tin chút nào".

"Đàn ông có tiền đương nhiên không đáng tin rồi, nhưng đàn ông không có tiền thì đáng tin chắc? Hơn nữa giờ mình với tay họ Chúc kia chẳng liên quan gì đến nhau, cậu nhắc tới làm gì, mặc kệ hắn ta đi".

"Thôi được rồi, cậu nói tiếp đi".

"Ý mình là Dany không nhiều tiền bằng mình nhưng anh ấy lại là nhân tài trong nghề, có năng lực và địa vị xã hội, bình thường vẫn đang sống rất ổn, không cần phải dựa vào mình để đổi đời, thế chẳng phải là rất tốt hay sao?".

"Đúng là rất tốt, nhưng khi kết hôn chắc chắn sẽ nảy sinh vấn đề, nếu hai bên có sự chênh lệch về kinh tế tốt nhất nên công chứng tài sản". Cô bắt đầu phân tích ở góc độ nghề nghiệp.

"Kết hôn? Yêu đương là chuyện tốt, nhưng kết hôn thì thôi đi, mình đã được một bài học rồi".

Cô nhướn mày, Kế Lôi Lôi trước nay vẫn là người kiên quyết bảo vệ quan điểm về hôn nhân, kết quả của một tình yêu đáng tôn thờ nhất định phải là một cuộc hôn nhân, năm đó khi yêu anh chàng họ Chúc kia chẳng ai tán thành, nhưng cô vẫn nhất quyết làm theo ý mình, kết quả là quá thảm.

"Thế là sao?".

"Chúng ta đều là những cá thể độc lập, vì bị thu hút bởi người kia nên mới ở bên nhau, giống như người đang sắp chết đói nhìn thấy một bàn đầy sơn hào hải vị, lúc được ngồi vào bàn ăn ai chẳng vui mừng hớn hở? Nhưng hôn nhân không giống thế, hôn nhân chính là keo dán sắt trên mặt ghế, ăn xong cậu vẫn phải ngồi, ăn no rồi vẫn phải ngồi, chết no cũng vẫn phải ngồi trên chiếc ghế đó".

Diệp Tề Mi phá lên cười, cắt ngang bài diễn thuyết của bạn, "Giờ cậu theo chủ nghĩa sợ hôn nhân rồi, vợ chồng người ta đều muốn được cả đời ngồi ở hai đầu bàn ăn cơm cùng nhau mãi mãi, còn chưa nỡ đứng dậy kia kìa".

"Tề Mi". Kế Lôi Lôi nhìn cô bằng ánh mắt kì lạ, "Mình không biết cậu lại có suy nghĩ như thế, chẳng phải cậu theo chủ nghĩa độc thân sao?".

Mấy ngày gần đây Thành Chí Đông thấy tinh thần bất ổn.

Liêm Vân chỉ là một người bạn nói chuyện khá tâm đầu ý hợp của anh, anh ta và vợ anh ta có quay về với nhau hay không anh không quan tâm, nhưng những lời mà Diệp Tề Mi nói vào buổi tối hôm ấy thoạt nghe thì không thấy có gì nghiêm trọng nhưng càng nghĩ lại càng cảm thấy không đơn giản như thế.

Anh cho rằng mình đã diễn đạt rất chính xác những gì muốn nói, anh và cô ở bên nhau lâu rồi, quan hệ bền chắc, mặc dù không ai nhắc tới việc kết hôn nhưng trong lòng anh tuy hai mà một, bất cứ chuyện gì cũng đều phải có ý kiến của phía bên kia, quyền lợi là như nhau.

Anh nói là chúng ta, nói từ này hết sức nghiêm túc, lẽ ra cô nên hiểu ra mới phải, lẽ ra nên hiểu ý anh muốn nói.

Nhưng cô đã phản ứng thế nào? "Anh và Liêm Vân có phải là bạn hay không thì có liên quan gì tới em. Anh đừng nhầm lẫn".

Đừng nhầm lẫn? Lúc đó anh không nghĩ nhiều, nhưng càng nghiền ngẫm càng thấy không ổn.

Từ trước tới nay anh là người không ngại hỏi, trong lòng thấy thắc mắc nghĩ không ra, chần chừ một lát, cùng một việc không thể hỏi hai người khác nhau, anh lập tức nhấc máy gọi về Trung Quốc cho cô thư ký vạn năng Daisy của mình, sau khi giao việc xong mới bắt đầu hỏi tới vấn đề cá nhân, "Daisy, nếu cô ấy nói bạn của tôi thì có liên quan gì tới cô ấy, đừng nhầm lẫn, vậy là có ý gì?".

Từ sau lần bị anh hỏi tại sao cầu hôn không có kết quả tới giờ, Daisy đã vinh dự trở thành chị Thanh Tâm của tổng giám đốc Thành, ngoài công việc chính ra còn phải phụ trách thêm nhiệm vụ hỏi đáp, lần này vừa nghe thấy tổng giám đốc Thành lại muốn cô giải đáp thắc mắc liền lập tức tập trung tinh thần, cầm điện thoại với tư thế tập trung cao độ.

Sự thực là từ khi biết tới vị đại thần đó qua miệng của tổng giám đốc Thành, ngày nào cô cũng chìm trong sự sùng bái tới mức mù quáng, mỗi lần có cơ hội nghe tổng giám đốc nhắc tới chị ấy đều khiến cô vui sướng âm ỉ tới tận mấy ngày sau. Nhưng ngồi ở cái ghế này bao nhiêu năm như thế, đến tên ngốc cũng biết tâm trạng vui vẻ của ông chủ chính là sự đảm bảo chắc chắn nhất, vì thế mặc dù đã như mở cờ trong bụng, thầm reo lên ông chủ lại bị hớ rồi, đại thần ơi là đại thần... nhưng miệng thì phải tỏ ra hết sức thành khẩn, thật thà trả lời, "Chị ấy đùa thôi, tổng giám đốc, anh đã hỏi chị ấy thế nào?".

"Đùa?". Thành Chí Đông nhướn mày, "Tôi nói đó là bạn của chúng ta, tôi nói là chúng ta, có vấn đề gì sao?".

Nén cơn cười, Daisy cố gắng kìm nén, khóe môi như muốn run lên, "Sao lại có vấn đề được, điều ấy cho thấy anh coi hai người là một".

Thấy chưa, đến Daisy cũng hiểu theo ý đó, Thành Chí Đông gật đầu, "Tôi hi vọng cô ấy có thể hiểu được điều đó".

"Chắc chị ấy cho rằng trước khi kết hôn, việc hai người đều có thế giới riêng là hết sức bình thường".

"Tôi đã cầu hôn rồi mà".

"Phải phải, nếu đổi lại là người phụ nữ khác chắc sớm đã nước mắt ròng ròng quỳ mọp xuống, hoặc chị ấy chỉ đang muốn kiểm tra thành ý của anh".

Gật đầu rất mạnh, Daisy thành khẩn gợi ý.

Kiểm tra thành ý? Câu này khiến Thành Chí Đông phải suy nghĩ, anh biết nghề của Tề Mi là chuyên thụ lý các vụ án li hôn, thấy thất bại nhiều nên chắc chắn có cảm giác sợ hãi với việc kết hôn, thành ý, rốt cuộc anh phải thể hiện thế nào mới bày tỏ được hết thành ý? Nghĩ một lúc anh lại tiếp tục hỏi, "Ở Trung Quốc khi cầu hôn có tục lệ nào đặc biệt không?".

Việc này... Daisy nhìn trần nhà, đột nhiên mắt sáng lên, "Tổng giám đốc Thành, anh đã gặp ba mẹ chị ấy chưa?".

"Ba mẹ?".

"Đúng thế, đúng thế. Ở chỗ chúng tôi nếu có sự ủng hộ của ba mẹ, việc kết hôn sẽ rất nhanh chóng, rất thuận lợi, anh thử tìm cách đi đường vòng cứu nước xem sao?".

Đi đường vòng cứu nước... Anh không hiểu câu này, tuy nhiên nội dung trước đó thì nghe rất rõ, nghĩ lại đúng thật, lâu như vậy rồi mà anh chưa từng được gặp ba mẹ của Tề Mi, chỉ thỉnh thoảng nghe cô nhắc đến, cảm giác đấy là một đôi vợ chồng già rất tình cảm.

Được rồi, cô ấy theo chủ nghĩa độc thân cũng không sao, nhưng ba mẹ cô ấy chắc không đến nỗi cũng theo chủ nghĩa độc thân chứ? Đi đường vòng cứu nước... coi như là vì câu nói điều đó thì có liên quan gì tới em của cô ấy, dù sao anh cũng nên thử một lần.

Trong buổi hoàng hôn cuối thu, Thành Chí Đông ở Hàn Quốc, một mình ngồi trong văn phòng tay nắm chặt đầy kiên định.

Daisy vẫn đang giữ máy, mặt đã cười tới nỗi méo mó hết cả, nhưng vẫn rất trịnh trọng gật đầu, nhấn mạnh bằng giọng điệu hết sức thật thà của mình.

Diệp Tề Mi vẫn đang trên đường lái xe về nhà, đột nhiên một cơn gió lạnh thổi qua, cô rùng mình, lập tức kéo kính cửa xe lên, trên đường lá vàng rơi bay bay trước mặt, trong lòng còn nghĩ, thế là đã cuối thu rồi, thời tiết ngày một lạnh hơn.

Đúng là ngày một lạnh hơn, chim thiên nga trắng trong vườn bách thú đã bay về phương nam tránh rét, Thành Chí Đông thì ngược lại, anh bay ngược hướng với đàn chim, vội vàng quay về phương bắc.

Đã suy nghĩ tới việc đi đường vòng cứu nước, vì vậy ngay hôm đầu tiên quay về Thượng Hải anh đã nói chuyện với cô, "Mời ba mẹ em cùng ăn một bữa cơm có được không?".

Câu nói này được thốt ra khi cô và Thành Chí Đông đang ngồi ăn cơm trong nhà hàng, nghe thấy anh nói vậy cô liền nhướn mày quay sang nhìn anh chăm chú, "Tại sao?".

Hỏi vậy bảo anh phải trả lời thế nào? Tay đang cầm dao dĩa tự dưng khựng lại, anh bắt đầu suy nghĩ.

Anh là người thẳng tính, bình thường sẽ thẳng thắn mà trả lời rằng, "Đi đường vòng cứu nước, vì muốn cầu hôn với em".

Nhưng tên ngốc cũng biết nếu nói như thế thì mọi chuyện sẽ hỏng bét, anh quyết định sẽ tìm cách lấp liếm, sau đó tìm một lí do hoàn hảo khác sau.

Vẫn đang ngồi đợi câu trả lời của anh, nhìn anh trầm ngâm cả nửa ngày không nói gì, Diệp Tề Mi đột nhiên phá lên cười, "Sao anh ngẩn ra vậy? Rút cục anh định nói gì?".

Cô cười nhìn càng xinh đẹp, đã sống với nhau lâu như vậy nhưng lần nào bắt gặp nụ cười đó cũng khiến Thành Chí Đông choáng váng say mê, anh đưa tay ra nắm lấy tay cô, cũng chẳng buồn nghĩ lí do nữa, cứ thế nói, "Anh rất muốn gặp ba mẹ, có được không em?".

Bàn tay bị tay anh nắm chặt, cảm giác thật ấm áp, đột nhiên nghĩ tới điều gì, ánh mắt cô trở nên dịu dàng, Diệp Tề Mi không thắc mắc thêm gì nữa, lập tức gật đầu.

Vui chết đi được, chút nữa thì Thành Chí Đông nhảy ra khỏi ghế hét lên yes, yes.

Nhìn thấy anh phấn khích như thế, Diệp Tề Mi cũng cười thành tiếng, đầu óc cô vẫn rất tỉnh táo, cô biết vì sao mình lại gật đầu, khoảnh khắc vừa rồi, cô tự nhiên nhớ tới Ân Như.

Thực ra cũng rất lâu rồi cô và Ân Như không gặp nhau, lần cuối cùng là ở sân bay, cô là người duy nhất đi tiễn, lúc đó cô hơi lo lắng, thận trọng hỏi: "Cậu ổn không?".

Ân Như trả lời như có ý cười, "Ý cậu muốn hỏi em bé? Rất ổn, mình đã đi kiểm tra rồi, là một bé trai, rất khỏe mạnh".

"Không định nói cho anh ta biết sao?".

"Tề Mi, lần trước sau khi nghe anh ấy nói xọng, mình đã hiểu ra rằng, quan niệm của bọn mình quá khác nhau, đây quả là việc khó lòng cứu vãn".

"Vẫn muốn li hôn?".

"Nếu anh ấy biết mình có con thì nhất định sẽ không chịu li hôn, đây là cháu đích tôn của nhà họ Liêm, đừng nói là anh ấy, ngay cả ba mẹ anh ấy cũng nhất định sẽ không dễ dàng buông tay".

"Vậy cậu định giấu tới khi nào?".

"Li thân trước đã, sau khi li thân hai năm, tòa sẽ tự động xử li hôn, lúc đó bọn mình sẽ chấm dứt mọi quan hệ, mình cũng được tự do. Còn bây giờ, mình không muốn gặp anh ấy nữa, ảnh hưởng tới tâm trạng ảnh hưởng tới sức khỏe, còn mang phiền phức cho cậu".

"Liêm Vân sẽ không từ bỏ việc đi tìm cậu đâu".

"Cứ để cho anh ấy tìm". Ân Như khẽ cười thành tiếng, "Tề Mi, chắc cậu không biết, nhà họ Liêm rất coi trọng thể diện, có tìm cũng sẽ âm thầm tìm, hơn nữa ba mẹ anh ấy sớm đã mong mình biến mất, giờ chắc chắn sẽ vỗ tay tán thưởng cho mà xem".

"Còn công việc, liệu một mình cậu có vất vả quá không?".

"Hai năm tới mình sẽ nghỉ ngơi, con còn nhỏ cũng cần có mẹ chăm sóc, hơn nữa ba mẹ mình rất thích trẻ con, sau khi biết tin này đã rất ủng hộ quyết định của mình".

Nhíu mày, Diệp Tề Mi muốn khuyên bạn, nhưng khi nói ra lại hết sức tế nhị, "Còn vấn đề kinh tế thì sao?".

"Tề Mi". Giọng Ân Như dịu dàng, ánh mắt cô ấy rất bình thản, "Mình cũng là người có tiền đấy".

Hả? Lần đầu nghe có người dùng giọng lạnh nhạt như thế nói câu ấy, Diệp Tề Mi im lặng, thôi được, Ân Như đúng là rất mạnh mẽ, cô tụt hậu so với bạn rồi.

Ân Như nhìn cô mỉm cười, trong lòng vẫn còn rất đau nhưng ngoài mặt cô đã tỏ ra bình thường trở lại, hơn nữa giờ đã có con, cô đã hơn ba mươi tuổi, lúc nào cũng khao khát được ôm ấp một sinh linh bé nhỏ trong tay, giờ mơ ước đã thành hiện thực, cảm giác vô cùng mãn nguyện.

Lần này cô về nước vốn định thông báo cho Liêm Vân tin vui này, giờ thì không cần nữa rồi.

Kì lạ nhất là, sau khi cảm giác đau đớn ban đầu qua đi, giờ cô rất nhẹ nhàng, thanh thản.

Có lẽ cô vẫn đang chờ đợi lí do này, để sau đó có thể rời khỏi anh mà không bị ràng buộc gì nữa.

Có thể trong mắt của rất nhiều người khác, Liêm Vân không sai, rất nhiều phụ nữ có thể bao dung, bao dung việc chồng mình chăm sóc cho một người phụ nữ khác, hoặc với danh nghĩa họ hàng, hoặc với danh nghĩa bạn bè, cứ thế chăm sóc cho cô ta mãi mãi, nhưng cô không thể làm được điều đó, tiếp tục mối nhân duyên lâu bền phức tạp đó, cũng là lâu bền, nhưng cô không thể.

Cô từ nhỏ xuất thân trong một gia đình khá giả, cũng nhiều đời làm kinh doanh, thực ra cũng chẳng kém cạnh gì gia đình họ Liêm, năm đó quyết tâm lấy Liêm Vân bằng được, ba mẹ cô sống rất dân chủ, văn minh, nhưng sau khi nghe quyết định của cô đều tỏ ra hết sức lo lắng, câu cuối cùng mẹ nói với cô là, "Không hạnh phúc thì về với mẹ".

Lúc đó cô đang yêu người đàn ông này tới mất hết cả tự chủ, cảm giác trên thế giới này chỉ cần có anh bên cạnh là đủ, còn cười mẹ lo lắng hão huyền, giờ mới biết, hai thế giới thì mãi mãi là hai thế giới, không thể hòa vào làm một, ba mẹ cô mới đúng là những người có con mắt nhìn xa trông rộng.

Trên loa bắt đầu thông báo giờ bay, Diệp Tề Mi chần chừ mãi, cuối cùng vội vàng nói một câu cuối cùng, "Ân Như, cậu có hối hận khi kết hôn không?".

Ân Như dừng bước quay người lại, suy nghĩ rất nghiêm túc, sau đó lắc đầu, "Không hề, ít ra mình cũng đã từng hạnh phúc".

"Nhưng cuối cùng anh ta đã làm cậu tổn thương".

"Tề Mi". Ân Như đặt tay lên vai bạn, "Ai mà biết được ngày mai chúng ta sẽ gặp người như thế nào, sẽ xảy ra chuyện gì? Mình đã dũng cảm dám thử, thất bại cũng không hối hận, nếu đến thử cậu cũng không dám thì sao có thể thành công?".

Thôi được, Diệp Tề Mi thừa nhận, chính câu nói này đã khiến cô lung lay.

Thành Chí Đông vẫn đang trong trạng thái hưng phấn, nhìn thấy cô thất thần, liền gọi thanh toán rồi kéo cô đi, tới cạnh xe liền cười hỏi, "Bảo Bảo, ba mẹ em thích gì? Để anh chuẩn bị".

Thích gì? Diệp Tề Mi chớp chớp mắt, bắt đầu tưởng tượng phản ứng của ba mẹ, nhưng nhìn bộ dạng đang mong chờ câu trả lời của anh lúc này chỉ muốn phì cười, làm gì còn tâm trạng mà nghĩ nữa, buột miệng đáp bừa: "Mẹ em là giáo viên ngữ văn, thích nhất là được nghe người khác đọc thơ Đường, từ Tống cho nghe, anh cứ đọc cho mẹ nghe là được".

Há? Thơ Đường, từ Tống? Thế chẳng phải là muốn cái mạng này của anh sao? Thành Chí Đông tựa vào vô lăng, mắt vô cùng ngơ ngác.

Cho dù là đi đường vòng cứu nước thì cũng không thể ra trận mà không chuẩn bị vũ khí, nhưng lịch làm việc của Thành Chí Đông kín đặc, sáng sớm hôm sau đã phải vội đi xuống nhà máy, bận rộn tới tận chiều mới tranh thủ chút thời gian rảnh rỗi quay về văn phòng.

Daisy ngồi ở bên ngoài phòng làm việc của anh, mắt chăm chú nhìn màn hình máy tính, mười ngón tay như múa trên bàn phím, trên bàn là một chồng cao các loại giấy tờ đang chờ anh về xem, vừa nghe thấy tiếng anh cô vội vàng ôm tập tài liệu đó đứng dậy hít một hơi thật sâu, "Tổng giám đốc Thành, những văn bản này đều đang chờ anh ký".

Anh nhìn đồng hồ sau đó vẫy cô, "Mang vào trong đi".

Đúng là toàn những giấy tờ khẩn cấp, anh xem từng thứ một rồi mới đặt bút ký, lại tiêu tốn hơn nửa tiếng đồng hồ, Daisy đứng bên cạnh trả lời những câu hỏi của anh, sau khi mọi việc xong xuôi mới thở phào nhẹ nhõm, ôm đống tài liệu đã ký xong định đi ra ngoài.

"Đợi đã". Thành Chí Đông lên tiếng gọi giật lại, "Tôi còn chuyện này muốn hỏi cô".

Daisy đang đợi câu nói này, cô đứng quay lưng lại phía anh, khóe miệng cong lên mỉm cười, nhưng khi quay đầu lại nét mặt hết sức nghiêm túc, "Tổng giám đốc còn có chuyện gì muốn hỏi ạ?".

Thành Chí Đông bắt đầu rất thành thật miêu tả lại yêu cầu, Daisy vừa nghe vừa gật đầu, cuối cùng gật một cái thật mạnh, "Không vấn đề gì, cứ để việc ấy cho em".

Anh ném về phía Daisy một ánh mắt nghi hoặc, "Không vấn đề gì chứ?".

Năng lực bị nghi ngờ, Daisy lập tức dùng hành động để chứng minh khả năng của bản thân, cô chạy ra bàn làm việc của mình lạch cạch một lúc, sau đó cầm một tờ giấy A4 tới gõ cửa phòng anh.

Cầm tờ giấy đọc lướt qua một lượt, Thành Chí Đông nhíu mày.

Rất nhanh ý, Daisy lập tức giải thích, "Đây là thơ, rất dễ học, em đọc cho anh nghe nhé?".

"Dài quá".

"Không dài, không dài, đây là bài thơ chủ tịch Mao viết, ba em ngày trước khi viết thư tình đều dùng bài này, đảm bảo ba mẹ của chị ấy sẽ thích".

Cô gật đầu rất mạnh, vỗ vỗ vào ngực đảm bảo tính hiệu quả.

"Chủ tịch Mao?". Thành Chí Đông lại cúi đầu xuống nhìn kĩ tờ giấy đó một lần nữa, thôi được, nếu đã là của chủ tịch Mao viết nói không chừng sẽ có hiệu quả cũng nên.

Hoàn toàn không biết những việc Thành Chí Đông đang làm, những ngày này Diệp Tề Mi còn bận rộn không biết nên giải quyết vấn đề của Liêm Vân thế nào.

Gần đây Liêm Vân trông rất nhếch nhác khốn khổ, nguyên nhân thật đơn giản, anh ta lại không tìm thấy vợ mình.

Người khác không tìm thấy vợ sẽ phản ứng thế nào? Tới nhà ba mẹ vợ? Đi báo cảnh sát? Đăng báo tìm người? Cô không có kinh nghiệm, chỉ thấy phản ứng của Liêm Vân khá đặc biệt, trực tiếp gọi thẳng điện thoại cho cô đòi người.

Ân Như đúng là có liên hệ với cô, nhưng sau lần chia tay ở sân bay thì không để lộ tung tích thêm lần nào nữa, chỉ nói giờ cô ấy đang ở một nơi yên tĩnh đợi ngày khai hoa nở nhụy.

Liêm Vân có hỏi cô bao nhiêu lần cũng vô ích, cô thực sự không biết giờ Ân Như đang ở đâu, mà cho dù có biết thì dựa vào cái gì mà cô phải nói cho anh ta?

Giải thích hai lần vẫn không thông, Liêm Vân cứ một mực khăng khăng cô là người duy nhất biết rõ sự tình nên một mực không chịu buông tha cho cô.

Cũng không giải thích thêm với anh ta nữa, sau này cô thẳng tay cúp máy.

Vốn cô cũng chẳng để tâm tới mấy chuyện kiểu này, nhưng sau đó phương pháp đòi người của Liêm Vân quả là rất đặc biệt...

Khi người hợp tác với cô lần thứ ba gọi điện từ văn phòng ở nước ngoài về, hỏi cô rằng tại sao tất cả các chi nhánh, công ty con của tập đoàn Liêm Thị lại chuyển toàn bộ những ủy thác liên quan tới pháp luật về cho văn phòng của họ, còn chỉ đích danh luật sư Diệp phải ra mặt, dù giải thích đi giải thích lại rằng luật sư Diệp chỉ tiếp nhận những vụ án li hôn dân sự cũng không xong, thì ngay lúc ấy cô đã quyết định phải biến mình từ thế bị động về thế chủ động, trực tiếp tới gặp anh ta để tính sổ.

Gọi điện thoại tới văn phòng thì thư ký nghe điện, một giọng nữ khá ngọt ngào, nghe thấy tên cô lập tức trở nên nghiêm túc, không nhìn thấy nhưng cũng có thể tượng tưởng ra cảnh cô ta đứng hẳn dậy với vẻ mặt kính trọng, "Thì ra chị chính là luật sư Diệp, xin đợi một chút, tôi lập tức chuyển máy cho tổng giám đốc Liêm".

Liêm Vân bắt máy giọng vô cùng khách khí, "Luật sư Diệp, chào cô".

"Chào anh". Cô vẫn phải nói vài lời xã giao, "Giờ anh có tiện nói chuyện không?".

"Lúc nào cũng tiện, phải chăng luật sư Diệp đã có tin tức mà tôi đang cần rồi?".

Giờ anh ta lại định khua môi múa mép với cô, Diệp Tề Mi tức giận.

Đầu dây bên kia Liêm Vân ngoài miệng thì hết sức bình thản, nhưng trong lòng đã phấp phỏng lo âu suốt cả tuần nay rồi.

Đã gần một tháng nay anh chưa gặp vợ mình, thời gian này lại có bao nhiêu công trình phải nghiệm thu, không thể bỏ đi đâu được nửa bước.

Giờ anh đã biết Ân Như lợi hại thế nào rồi, chỉ vừa rời mắt, cô đã biến mất không để lại dấu vết, người nhà anh từ trước tới nay vẫn không thuận mắt với cô, mấy năm rồi nhưng vẫn nhất quyết không ủng hộ cuộc hôn nhân của anh, giờ để chuyện tới nước này, trước mặt sau lưng anh đều có địch, cách duy nhất bây giờ là an ủi vỗ về xoa dịu một bên trước đã.

Vấn đề là anh muốn an ủi nhưng không tìm được đối tượng.

Ân Như sinh ra và lớn lên ở nước ngoài, tự lập quen rồi, tính khí lại cao ngạo, không có bạn bè gì trong nước, nghĩ đi nghĩ lại, chỉ duy nhất có một người là biết rõ mọi chuyện từ đầu tới cuối, lại được cô ấy vô cùng tín nhiệm, đó chính là Diệp Tề Mi, nên chuyện anh cứ bám lấy cô để truy hỏi cũng là bất đắc dĩ.

Mới nói vài câu trên điện thoại đã có cảm giác không thể nói tiếp được nữa, tâm trạng của cả hai đều đang rất xấu, không tiện tiếp tục câu chuyện như thế, nên dù không thoải mái lắm nhưng cuối cùng Diệp Tề Mi cũng đồng ý một mình đi gặp Liêm Vân.

Đánh nhanh thắng nhanh, hẹn xong địa điểm, cúp máy là Diệp Tề Mi lái xe thẳng tới chỗ hẹn, khi xe rẽ vào con đường đó cô hơi ngạc nhiên, nơi này nhìn rất quen, đấy chính là khu nhà chung cư mà lần đầu tiên cô nhìn thấy Liêm Vân và Trần Lệ cùng xuất hiện.

Liêm Vân tự mình lái xe tới, đã đứng đợi sẵn ở đấy, xe đỗ ở cửa khu chung cư, người đứng dựa vào xe, dáng vẻ chờ đợi rất nhẫn nại, đầu lọc thuốc vương vãi trên mặt đất.

"Anh Liêm" Đỗ sau xe của anh ta, Diệp Tề Mi xuống xe chào.

"Luật sư Diệp" Anh ta lập tức đáp lại, sau đó gật đầu với cô, "Tôi muốn cô đi gặp một người, sau đó nhờ cô chuyển lời của tôi tới cho Tiểu Như"

"Ai? Trần Lệ phải không?" Cảm giác thật nhảm nhí, Diệp Tề Mi nhìn anh ta lạnh lùng đứng im.

Thấy cô không có ý định đi, lại không thể đưa tay ra kéo, cả đời mình Liêm Vân chưa từng cầu xin ai, không còn cách nào khác, đành muối mặt một lần vậy.

"Luật sư Diệp, mong cô giúp đỡ".

Cô vẫn đứng đó nhìn anh ta, nếu sớm biết có ngày hôm nay hà tất phải tự tạo nghiệp chướng lúc đầu? Cô nhớ lại bóng Ân Như lúc ra đi, không kìm được cô thở dài, cũng đành vậy, đi một lần xem sao, nếu Ân Như muốn biết, cô cũng có thể kể cho cô ấy nghe.

Nghĩ như vậy nên cuối cùng Diệp Tề Mi cũng bước về phía trước.

Trần Lệ mở cửa rất nhanh, dường như đã đứng đợi sẵn ở đấy, lúc nhìn thấy Diệp Tề Mi liền cụp mắt xuống, trông khá ngượng ngập.

"Luật sư Diệp, chào chị".

"Chào cô, Trần Lệ".

"Chị vào nhà đi, mời chị ngồi. Vân, anh…". Có chút sợ hãi, cô ấy ngẩng đầu nhìn Liêm Vân.

"Hai người nói chuyện, tôi đợi dưới nhà". Không ngờ Liêm Vân lại nói vậy, cũng không bước vào trong nhà, quay người đi thẳng xuống dưới.

Căn phòng được bố trí rất bình thường, phòng khách có một bộ sofa, cô ngồi xuống ghế, Trần Lệ vội vàng đi rót trà.

"Không cần phải khách sáo, cô Trần Lệ, chúng ta đâu phải mới gặp nhau lần đầu, có chuyện gì xin cứ nói thẳng".

Dù sao cũng chỉ còn lại hai người, không cần úp mở, Diệp Tề Mi đi thẳng vào vấn đề.

Trần Lệ vẫn mang một tách trà ra, sau đó cô ấy mới ngồi xuống, thái độ khá lúng túng, ngập ngừng một lúc lâu mới lên tiếng, "Thực ra chắc luật sư Diệp có chút hiểu lầm về tôi".

"Hiểu lầm?".

Diệp Tề Mi nhìn về hướng Liêm Vân vừa đi, "Anh Liêm đã giải thích mối quan hệ giữa hai người rồi, còn việc hiểu lầm thì cũng chẳng tới lượt tôi, tôi chỉ là người ngoài, không muốn bình luận".

"Không phải, lần trước khi anh Thành nghe điện, tôi có nói tôi là vợ của Vân, nhất định đã khiến cho hai người hiểu lầm, thực ra tôi chỉ là họ hàng xa với gia đình họ Liêm, từ nhỏ đã lớn lên trong nhà họ mà thôi".

Mỉm cười nhẹ nhàng, Diệp Tề Mi nhìn Trần Lệ, ý tứ trên mặt rất rõ ràng, "Có cần phải giải thích điều đó không?".

Trần Lệ đỏ mặt, đột nhiên lao người về phía trước, giọng thành khẩn, "Luật sư Diệp, xin chị giúp tôi tìm chị Ân Như về, nếu không tôi thật sự không yên tâm".

"Không yên tâm?". Sao cô có cảm giác lẽ ra Trần Lệ nên rất vui mới phải.

"Phải, từ nhỏ tôi đã vào gia đình họ Liêm, ba Vân là em họ mẹ tôi, tôi vẫn gọi ba Vân là dượng, không giấu gì chị, dì dượng luôn muốn gán ghép chúng tôi thành một đôi, tôi cũng cho rằng việc ấy không có gì là không tốt".

"Tôi biết". Cô đã sớm được nghe kể về chuyện này rồi, không biết cuối cùng cô ta muốn nói điều gì, Diệp Tề Mi nhíu mày.

"Nhưng sau đó Vân bất chấp sự phản đối của gia đình kết hôn với chị Ân Như, tôi cũng rất đau lòng, muốn tìm ai đó lấy quách cho xong, nhưng dì dượng không đồng ý, lần này đưa tôi tới Thượng Hải…".

"Sau đó thì sao? Thực ra Ân Như đã đi rồi, cô nên mừng mới phải chứ, không đúng sao?".

Thấy cô ấy thuật lại câu chuyện với vẻ mặt hết sức thản nhiên, Diệp Tề Mi như ngồi trên đống lửa, những chuyện đáng phẫn nộ, bất hạnh trên thế giới này ngày nào chẳng có, cô thấy nhiều rồi, nói thật chẳng hề có hứng thú.

"Không phải thế". Trần Lệ vội vàng giải thích, đang định nói thì có người bấm chuông gọi cửa, cô ấy vội chạy ra mở, một người đàn ông trạc tuổi Trần Lệ bước vào, vừa vào đã hỏi, "Thu dọn xong hết chưa? Anh tới mang đi".

Chuyện gì vậy? Diệp Tề Mi bối rối ngẩn người.

Trần Lệ kéo người thanh niên kia tới trước mặt cô giới thiệu, một Trần Lệ lúc nào cũng lúng túng bất an cuối cùng cũng đã nở nụ cười, "Luật sư Diệp, đây là bạn trai tôi, tôi đã tìm được việc làm rồi, đang định chuyển khỏi đây".

Thực sự quá đột ngột, Diệp Tề Mi không kịp phản ứng, mãi mới nói được một câu, "Vậy Liêm Vân…".

"Chị muốn nói tới anh Liêm sao?". Người thanh niên nhìn rất chất phác, ngay lúc đó lập tức vui vẻ tiếp lời, "Vừa rồi tôi có gặp anh ấy dưới nhà, Tiểu Lệ cứ làm phiền tới họ hàng mãi cũng không hay, giờ đã tìm được việc làm rồi, chúng tôi đã tìm được một căn hộ cách chỗ làm của cô ấy không xa, muốn chuyển tới đó trước, rồi sẽ về cảm ơn anh trai cô ấy sau".

Hả? Đưa mắt tiễn người thanh niên hai tay xách hai túi lớn đi xuống nhà, Diệp Tề Mi cuối cùng cũng đã lấy lại được tinh thần, "Hai người từ bao giờ…".

"Chính là tối hôm đó, Vân chẳng phải đã uống say sao? Tôi đưa anh ấy tới đây, lúc tỉnh dậy anh ấy đã nổi giận đùng đùng khiến tôi sợ tới mức chỉ muốn bỏ chạy, sau nghĩ lại thấy thật vô vị, lẽ nào tôi cứ sống như thế cả đời sao? Rồi tôi quyết tâm tìm việc làm và quen Kiến Quốc…".

"Liêm Vân có biết không?".

"Tôi đã nói với anh ấy rồi, tôi nói anh chưa bao giờ có ý định lấy em, em cũng không ngốc nghếch chờ đợi nữa, dì dượng có hỏi cứ bảo em tự bỏ đi, cho anh ấy yên tâm".

"Anh ta nói gì?".

"Anh ấy không nói gì, chỉ yêu cầu trước khi tôi đi muốn tôi gặp chị một lần, giải thích mọi chuyện rõ ràng với chị".

Ánh mắt Diệp Tề Mi nhìn cô ấy đã thay đổi, cô muốn đứng dậy vỗ vai cô ấy, lại cũng muốn cười thật to, tốt rồi, tốt quá rồi, cô đang tưởng tượng ra vẻ mặt Liêm Vân khi nghe được tin này, thật quá đã!

"Luật sư Diệp, giờ chị có thể giúp Vân không? Nếu chị Ân không trở về, một mình anh ấy thực sự rất đáng thương".

"Tiểu Lệ". Diệp Tề Mi mỉm cười, "Tôi có thể gọi cô là Tiểu Lệ không?".

Thấy cô bỗng có thái độ ôn hòa, Trần Lệ thấy có chút chưa quen, vội vàng gật đầu, "Đương nhiên là được, luật sư Diệp có gì xin cứ nói".

Diệp Tề Mi trả lời rất thẳng thắn, "Tôi biết mình nên làm gì, cô yên tâm". Nói xong đôi lông mày nhướn nhướn lên, môi nở một nụ cười rạng rỡ.

Chương 11

Tình yêu đơm hoa kết trái

Gió mưa đưa tiễn xuân đi, Tuyết bay chào đón xuân về cùng ai, Non cao băng đóng chặt rồi, Mà cành hoa ấy vẫn tươi muôn phần. Tươi nào phải để tranh xuân, Tươi là để báo tin xuân đã về, Tưng bừng đợi khắp sơn khê, Hoa này trong đám hoa kia cùng cười (*)

Thời tiết dần chuyển lạnh, hôm nay dưới khu nhà Diệp Tề Mi có một chiếc xe màu bạc từ từ rẽ vào, đỗ rất gọn bên cạnh vườn hoa, bà Tiền tính cách nóng vội, xe vừa đỗ đã mở cửa bước xuống, vừa gọi chồng vừa trách mắng, "Đã lái xe lâu như vậy rồi mà vẫn còn chậm thế, trời tối rồi đây này".

Ông Diệp tính tình ôn hòa chỉ cười ha ha, cầm theo chiếc làn mây bước xuống xe, "An toàn là trên hết mà, mấy

_____

(*) Bản dịch thơ bài *Bốc toán tử - Vịnh hoa mai* của Mao Trạch Đông của Xuân Thủy (thivien.com).

con cua này mang đến cho Bảo Bảo, chúng ta có lên nhà đợi con về không?".

"Tề Mi hôm nay có phiên xử , tôi vừa gọi điện tới văn phòng, đồng nghiệp của nó nói vậy. Chúng ta lên trên nhà rửa cua sạch sẽ rồi để sẵn vào nồi hấp, sau đấy gọi điện bảo nó về sớm một chút".

"Cũng được".

Một người ra lệnh còn người kia thực hiện, ông Diệp xách chiếc làn đi lên phía trước.

Căn hộ chung cư này là do con gái tự mua sau khi đi làm, dù không thường xuyên lui tới nhưng hai ông bà vẫn có một bộ chìa khóa, quen đường thuộc lối, lên tới nơi hai ông bà tự mở cửa vào nhà.

Đã lâu rồi không đến, bà Tiền tính cẩn thận, vừa bước vào trong nhà đã có cảm giác có gì đó khang khác, trên tủ giày xuất hiện một đôi găng tay chuyên dùng để chơi golf, trên giá sách nhỏ cạnh bộ sofa trong phòng khách có một chiếc đồng hồ của đàn ông màu đen, mặt đồng hồ rất phức tạp, nhìn đã biết không phải loại rẻ tiền.

Vào phòng tắm, trên kệ kính bộ dao cạo râu và bọt cạo râu được để rất ngay ngắn, cầm lên nhìn qua, bà Tiền bất giác nhắm chặt mắt lại.

Đàn ông thì vô tâm hơn, sau khi đi lên nhà ông Diệp xách thẳng giỏ cua vào bếp, trong bếp có một chiếc kệ dùng để chuẩn bị đồ nấu ăn, ông cho cua vào trong bồn rửa xong, đang định mang chiếc giỏ ra ban công để nhưng thứ đập vào mắt ông lúc đó khiến ông kinh ngạc kêu lên, "Mẹ Bảo Bảo, mẹ Bảo Bảo!".

"Chuyện gì vậy?". Bà Tiền nghe thấy tiếng gọi liền đi tới.

Ông Diệp chỉ vào dụng cụ chơi golf dựng ngoài ban công trọn mắt, "Bảo Bảo bắt đầu chơi golf rồi sao? Chẳng phải nó rất bận, bắt đầu chơi thứ này từ bao giờ?".

Hai ông bà quay sang nhìn nhau, sau đó có tiếng lạch cạch ngoài cửa, là tiếng chìa khóa.

Con gái về rồi sao? Thật đúng lúc, hai ông bà đang có rất nhiều chuyện muốn làm rõ, cả hai cùng lao ra ngoài, cùng đồng thanh định gọi "Bảo Bảo" thì cánh cửa mở ra.

Đúng là rất trùng hợp, lẽ ra nửa đêm hôm qua Thành Chí Đông đã có mặt ở Thượng Hải nhưng chuyến bay bị hoãn đột ngột nên chín giờ sáng nay mới xuống sân bay, anh vội về thẳng công ty chủ trì cuộc họp, trong lòng đang rối bời, khó khăn lắm mới đợi được tới khi cuộc họp kết thúc, anh liền về lái xe về thẳng đây.

Cả hai phía đều không có sự chuẩn bị tâm lý, cửa vừa mở ra cả ba người đều sững lại, câu đầu tiên bật ra khỏi đầu mỗi người mỗi khác, ông Diệp thì nghĩ thì ra là tên tiểu tử này, có thể được Bảo Bảo tin tưởng mà ra vào nhà tự nhiên, thật dễ dàng cho cậu ta quá.

Còn bà Tiền lửa giận phừng phừng, đã về sống với nhau rồi mà không cho ba mẹ gặp mặt một lần, nha đầu này, về đây rồi xem.

Thành Chí Đông là người suy nghĩ nhiều nhất, càng nghĩ càng ảo não, di truyền là điều rất kỳ diệu, Tề Mi rất giống với hai khuôn mặt đang đứng trước mặt anh lúc này, hơn nữa hai vợ chồng họ còn đứng giữa cửa rất ngang nhiên, đến tên ngốc cũng có thể đoán ra họ nhất định là ba mẹ của Bảo Bảo.

Anh đã có ý định gặp họ, vì lần gặp đầu tiên mà anh đã chuẩn bị không biết bao lâu, dồn toàn bộ tinh thần vào việc đó, nhưng người tính không bằng trời tính, sau khi bàn bạc với Tề Mi xong còn chưa bước vào giai đoạn thực hiện thì anh bị tổng công ty triệu tập về Mỹ, ở bên đấy vừa đúng hai tuần giờ mới quay lại Thượng Hải, không ngờ vừa về đã gặp phải tình huống này.

Đúng là anh muốn gặp ba mẹ cô nhưng lại không chuẩn bị cho tình huống gặp mặt như thế này, không biết họ đang nghĩ gì nhưng đột nhiên có một người đàn ông lạ tự mở cửa vào nhà của con gái mình thì dù ba mẹ có thoáng tới đâu cũng khó lòng mà chấp nhận được phải không? Hoàn toàn khác xa với những gì anh tưởng tượng về lần gặp đầu tiên, giờ phải làm thế nào cho phải đây?

Cứ đứng ngẩn ra một lúc lâu cuối cùng người đầu tiên lên tiếng lại là bà Tiền, nói một câu khá ngắn gọn nhưng giọng điệu rất lợi hại, "Đừng đứng mãi đấy nữa, vào nhà rồi nói".

"Hả?". Từ trước tới giờ chưa từng có ai nói chuyện với anh kiểu đó, Thành Chí Đông nhất thời không kịp phản ứng, miệng lắp bắp buột ra một từ.

Nhìn anh với ánh mắt thông cảm, ông Diệp lên tiếng phá tan bầu không khí nặng nề, "Cậu chắc là người bạn mà Bảo Bảo nhà tôi đã từng nhắc đến phải không? Đây là mẹ Bảo Bảo, tôi là ba nó".

"Ông Diệp!". Bất mãn với biểu hiện thân thiết của chồng, bà Tiền lập tức trừng mắt.

Được tôi luyện nhiều năm như vậy, theo thói quen ông Diệp cười xòa, làm bộ như đột nhiên nhớ ra việc gì đó, "Ai dô, lũ cua của tôi bò hết ra ngoài rồi". Vừa nói ông vừa quay người chạy vào bếp, trong chớp mắt đã biến mất trước ánh mắt ngỡ ngàng của Thành Chí Đông.

Trước mặt chỉ còn bà Tiền với khí thế khiến người ta khiếp sợ, haizz, không hổ là mẹ của Nữ hoàng, đúng là rất khác người. Mặt dày cúi đầu gọi một tiếng bác gái, mặt mũi Thành Chí Đông hết sức rầu rĩ.

Cửa vừa đóng vào lại bị đẩy ra, Diệp Tề Mi vừa bước vào, không vội lên tiếng, nhìn thấy Thành Chí Đông và mẹ mình, lập tức đứng giữa hai người, quay mặt sang phía bà Tiền, gọi nhỏ: "Mẹ".

Biết là buổi tối Thành Chí Đông sẽ về nên hôm nay sau khi phiên tòa kết thúc cô không quay lại văn phòng nữa, đi thẳng về nhà.

Đi đường vẫn rất thong dong, theo như thường lệ thì chắc chắn anh cũng không về sớm, vì thế cô định đi gội đầu để thư giãn một chút sau đó mới về nhà đợi anh.

Nhưng còn chưa lên nhà đã biết có chuyện lớn rồi, mặc dù trời lúc đó khá tối, nhưng chiếc xe Q7 của Thành Chí

Đông vẫn đập vào mắt rõ ràng, cũng không thể không nhận ra xe của ba mình, lúc này cả hai chiếc xe đều xuất hiện ở đây, lặng lẽ đỗ cạnh vườn hoa, còn cái trước cái sau rất thẳng hàng như là đã có hẹn ngầm từ trước vậy. Nhưng có dùng đầu ngón chân để nghĩ cũng biết là chắc chắn không phải hẹn ngầm, nếu chỉ có ba tới thôi thì chuyện cũng không to tát lắm, chỉ sợ mẹ cũng đi cùng, đột nhiên thấy Thành Chí Đông xuất hiện, không biết mẹ sẽ nổi trận lôi đình thế nào.

Không kịp suy nghĩ gì nhiều, cô bước nhanh lên lầu, vừa tới cửa thì thấy cánh cửa màu trắng bị đóng sập lại trước mắt, không chút chần chừ, cô đưa tay đẩy cửa bước vào.

Đúng là tình huống xấu nhất, trên mặt mẹ mặc dù không có biểu hiện gì nhưng theo quan sát của cô thì chắc cơn giận sắp bùng nổ rồi, còn Thành Chí Đông vẻ mặt ngỡ ngàng, đứng sững trước mặt bà, không thốt lên lời.

Không thấy mẹ trả lời, chỉ có ba cô đang ở trong bếp nghe thấy có động tĩnh liền chạy ra, nhìn thấy con gái lập tức lên tiếng, "Bảo Bảo, cuối cùng thì con cũng đã về, tốt rồi tốt rồi, mọi người vào cả trong nhà ngồi xuống nói chuyện, ba đang hấp cua, sắp được ăn rồi".

"Tề Mi, con không giới thiệu với ba mẹ sao?". Bà Tiền không nhấc chân, ánh mắt thăm dò khiến người khác cảm thấy áp lực, nhìn chăm chăm vào Thành Chí Đông không chớp mắt.

Anh vốn học ở nước ngoài, hơn nữa cũng đã là chuyện của nhiều năm về trước, chưa bao giờ nếm cảnh bị cô giáo trung học nhìn với ánh mắt thấu tới tim gan kiểu Trung Quốc như thế, giờ bị bà nhìn như bám dính khiến anh bối rối, chân tay thừa thãi không biết để vào đâu.

Thực ra không phải anh chưa từng gặp những tình huống khó xử bao giờ, bay đi bay về quen rồi, dù xảy ra chuyện gì anh cũng có thể xử lý thản nhiên như không, nhưng giờ thì không được, với người đứng trước mặt anh cũng không được, bà là mẹ của Bảo Bảo, là người có quyền quyết định rất quan trọng với hạnh phúc sau này của anh.

Mặc dù gần đây bận rộn tới mức chân không kịp chạm đất, nhưng bài thơ Daisy chuẩn bị anh còn tận dụng cả thời gian ngồi trên máy bay để học, vừa nghe ghi âm vừa học rất chăm chỉ, chính là vì muốn chuẩn bị kĩ càng, có thể để lại ấn tượng sâu sắc, tốt đẹp nhất trong lần gặp đầu tiên.

Giờ xem ra đúng là ấn tượng đầu tiên rất sâu sắc, nhưng đáng tiếc lại theo chiều hướng ngược lại, anh thật sự trở tay không kịp.

Nhìn bộ dạng anh lúc này, tự nhiên Diệp Tề Mi muốn cười, dây thần kinh đang căng như dây đàn như chùng xuống, cô cố gắng nói một cách thoải mái nhất, quay sang nhìn anh, khóe miệng cô thậm chí còn cong cong lên như cười, "Ba, mẹ, đây là anh Thành Chí Đông, là bạn trai của con, con đã từng nhắc tới anh ấy với ba mẹ".

Thái độ gì vậy? Nha đầu này lại còn thấy vui hay sao? Bà Tiền tức không để đâu cho hết, không khách khí với con gái nữa, thẳng tay kéo cô về phía mình cho tiện giáo huấn, "Con mau qua đây, còn cười gì nữa, có ra thể thống gì không hả".

Không đứng vững, Diệp Tề Mi bị kéo bất ngờ nên loạng choạng, hai người đàn ông đứng bên cạnh thấy xót, gần như cùng lúc đưa tay ra đỡ, người bên phải người bên trái, bốn người bỗng dưng lại đứng thành một nhóm, ngẩng đầu lên ông Diệp là người đầu tiên cười, "Chuyện gì thế này, cứ ngồi xuống đã rồi nói, đừng đứng mãi ở cửa nữa".

Biết mình hơi nặng tay, bà Tiền lập tức thả lỏng tay, tuy nhiên vẫn không chịu buông tay con gái, lôi cô đi thẳng vào phòng khách. Ông Diệp lập tức theo sau, trước khi đi còn quay đầu lại nhìn Thành Chí Đông, lần này ánh mắt đã thay đổi, trở nên rất ôn hòa.

Tiểu tử, động tác cũng nhanh đấy, không tồi, có tiền đồ.

Bốn người cùng ngồi trên ghế sofa, biết mẹ đang rất giận, Diệp Tề Mi không dám cười nữa, ngoan ngoãn ngồi ở giữa cúi đầu im lặng.

"Bao lâu rồi?". Nhìn cả hai một lượt, bà Tiền hỏi thẳng.

"Cháu và Tề Mi quen nhau đã hơn một năm rồi". Sợ cô lại bị mắng, Thành Chí Đông vội vàng cướp lời.

Bà Tiền liếc mắt nhìn anh, tiểu tử thối kia, còn chưa tới lượt cậu đâu.

Sau đó quay sang nhìn con gái hỏi tiếp, "Mẹ muốn hỏi hai đứa dọn về ở với nhau bao lâu rồi? Không biết mang về ra mắt ba mẹ hay sao, coi ba mẹ là người vô hình phải không?".

"Bọn con cũng chuẩn bị sắp xếp thời gian mời ba mẹ ăn cơm, không ngờ lại trùng hợp thế này".

Diệp Tề Mi thấy ấm ức, đáp rất nhỏ, sau đó Thành Chí Đông lập tức bổ sung, "Đúng vậy, đúng vậy ạ, vốn đã định mời hai bác cùng ăn cơm từ hai tuần trước, nhưng cháu có việc đột xuất phải quay về Mỹ, hôm nay mới trở lại Thượng Hải".

"Thật không? Không phải vì gặp ba mẹ nên mới nói thế đấy chứ?".

Tình hình cơ bản của Thành Chí Đông trước đấy con gái cũng đã kể sơ qua, cũng biết anh là một thương nhân Hoa kiều, công việc bận rộn, thường phải bay qua bay lại, nhưng có đúng là trùng hợp thế không? Bà Tiền tỏ vẻ hoài nghi.

Cơ hội đến rồi, Thành Chí Đông lập tức đứng dậy chứng minh bản thân, "Đúng vậy, cháu còn đặc biệt hỏi thăm Tề Mi xem hai bác thích gì, vì cuộc gặp đó mà đã chuẩn bị rất lâu".

Diệp Tề Mi hai tay ôm lấy đầu thấy thật mất mặt, chuyện đấy mà anh cũng có thể nói ra sao? Thẳng thắn quá đấy!

Ông Diệp lại muốn ha ha cười lớn, nhưng bị bà Tiền trừng mắt nhìn, miệng đã mở ra đành lấp liếm nói, "Chuẩn bị cái gì? Nói ra xem nào".

Nói xong còn quay sang nháy mắt với con gái, Diệp Tề Mi xua tay lắc đầu, làm sao cô biết anh chàng này chuẩn bị cái gì, chuyện xảy ra từ mười mấy ngày trước rồi, đến cô còn quên mất những gì mình đã nói nữa là.

Thành Chí Đông đứng dậy, thái độ hết sức nghiêm túc nhìn hai vị tiền bối trước mặt, húng hắng ho một tiếng, nói ra một câu khiến tất cả mọi người trong phòng lúc ấy đều sững sờ, "Cháu đọc thơ".

Hả? Cả ba người đều bị chấn động, đến ngay cả bà Tiền cũng ngạc nhiên quay sang nhìn anh, trong không gian hết sức yên tĩnh Thành Chí Đông bắt đầu đọc bằng giọng rõ ràng, chậm rãi từng câu từng chữ.

"Gió mưa đưa tiễn xuân đi, Tuyết bay chào đón xuân về cùng ai, Non cao băng đóng chặt rồi, Mà cành hoa ấy vẫn tươi muôn phần. Tươi nào phải để tranh xuân, Tươi là để báo tin xuân đã về, Tưng bừng đợi khắp sơn khê, Hoa này trong đám hoa kia cùng cười".

Tiếng Trung của anh không tồi, nhưng độ khó của câu chữ trong bài thơ cũng tương đối cao, thời gian lại gấp gáp, nên thanh điệu khi đọc không được ổn lắm, nghe có chút kì quái, sau khi đọc xong cả bài thơ cũng không có ai lên tiếng, Thành Chí Đông lo lắng nhìn hai ông bà chờ đợi, có tiếng phì cười, phá vỡ sự im lặng đáng sợ, cả đời bà chưa bao giờ được nghe ai ngâm bài *Vịnh hoa mai* một cách thú vị như thế, bà Tiền không nhịn được nữa, là người đầu tiên bật cười.

Tối hôm đó mấy chú cua đúng là chết rất thảm, bị ăn sạch sành sanh, nhà họ Diệp là fan trung thành của cua, hàng năm cứ tới mùa hoa cúc vàng là mùa cua béo nhất, ăn nhiều thành ra có kinh nghiệm, cái mai nào cũng bị moi sạch sẽ không sót lại thứ gì.

Với người Trung Quốc ăn cơm cũng là một môn học lớn, về cơ bản thì chuyện gì cũng có thể bàn bạc được trong bữa cơm, cả một bàn bát đĩa la liệt không khí náo nhiệt, uống chút rượu cụng cốc cụng ly, rượu vào nóng mặt thì sau bữa cơm đó cho dù là người xa lạ tới đâu cũng sẽ thành thân quen.

Thành Chí Đông ở Trung Quốc lâu như vậy, trong lòng hiểu rất rõ đạo lí này, vừa ăn vừa cố gắng trả lời hết tất cả những câu hỏi được đặt ra, bà Tiền cười xong cũng ngại không làm mặt giận nữa, sau khi ngồi vào bàn ông Diệp đi hâm nóng một bình rượu gạo, bắt đầu nói chuyện với anh rất nhiệt tình, cứ như thế, ăn được nửa bữa mặt người nào người nấy đã trở nên nhẹ nhõm hơn nhiều.

Ông Diệp cảm thấy rất vui, lại có chút thương cảm khó nói thành lời, cuối cùng ông uống tới mức mặt đỏ tía tai, lại là Diệp Tề Mi lái xe đưa họ về, Thành Chí Đông lái chiếc Q7 theo sau, đưa vào tận trong khu nhà chung cư ba mẹ cô ở.

Bà Tiền cuối cùng cũng cảm thấy vừa ý, từng này tuổi rồi nên bà có kinh nghiệm nhìn người, ai thì cũng sẽ nhận ra anh chàng này rất chân thành, lại hiểu con gái bà, chuyện gì cũng nghĩ cho cô trước, vì thế trước khi vào nhà bà Tiền vui vẻ quay lại nói với Thành Chí Đông, "Sau này hãy thường xuyên cùng Tề Mi về nhà ăn cơm".

Thành Chí Đông thở phào nhẹ nhõm, lập tức nở nụ cười khoe hàm răng trắng tinh, gật đầu rất mạnh, ngay sau đấy bị Diệp Tề Mi trừng mắt cảnh cáo tại trận.

Ông Diệp lên sau, lúc đó mới vỗ vỗ vào vai anh, ha ha cười lớn, "Mau về đi, cố gắng lên nhé".

Trái tim như được sưởi ấm, Thành Chí Đông có cảm giác mình đã tìm về được với tổ chức, ba mẹ Bảo Bảo, hai bác nhìn thấy cả rồi chứ? Đã thấy sự vất vả của cháu rồi chứ? Vậy thì nhờ hai bác, mọi người phải cùng nhau cố gắng nhé.

Không thể nói ra miệng, ba người họ dùng ánh mắt để trao đổi suy nghĩ lần cuối cùng, nội dung rất đơn giản, cho dù cô có là lô cốt, thì cũng phải công kích bằng được.

Diệp Tề Mi đứng bên cạnh trợn mắt không màng tới hình tượng, thật quá đáng, coi cô là người vô hình phải không?

Hai người quay xuống dưới nhà lên xe quay về, xa cách hai tuần, vừa quay về lại gặp phải tình huống hỗn loạn như thế, cuối cùng cũng có thể ở riêng với nhau, đóng cửa xe vào mới cảm thấy có thể yên tĩnh ở bên nhau mới khó khăn đáng quý biết bao.

Xung quanh tĩnh lặng, Diệp Tề Mi bóp bóp vai, nghiêng đầu nhìn anh, lại nghĩ tới bài *Vịnh hoa mai* đó, không nhịn được cô liền phì cười.

Không có ánh đèn, xe vừa khởi động, ánh sáng lờ mờ phát ra từ mặt bảng điều khiển, trong thành phố nên không thấy ánh trăng, những cột đèn đường xếp thành một hàng dài uốn lượn theo con đường, ánh đèn màu vàng dịu mắt thành một dải dài xa tít.

Nụ cười của cô sáng bừng giữa thứ ánh sáng yếu ớt đó, anh cũng cười, khóe mắt cong lên, mặc dù đang lái xe nhưng tinh thần không tập trung, chốc chốc lại quay sang nhìn cô.

Anh tắm xong bước vào phòng ngủ đã thấy cô đang tựa vào thành giường đọc sách, mái tóc vẫn còn hơi ẩm, thả dài xuống vai đen nhánh.

Không kìm được, anh tung chăn lên và nằm xuống, một tay tắt đèn, tay còn lại kéo cô lại gần mà hôn, sách vẫn cầm trên tay, Diệp Tề Mi khẽ hét lên, sau đó bật cười, tiếng cười bị anh dùng đôi môi nuốt lấy, dần biến mất trong đêm.

Trong phòng vẫn còn vương lại hương vị thơm ngon quyện vào nhau của cua và rượu gạo, anh cứ ôm cô như thế trong bóng tối mà hôn rất lâu, sau đó lật người nằm lên trên, khẽ tách đôi chân cô ra, động tác rất dịu dàng.

Gần như đã quên hết tất cả, nhưng Diệp Tề Mi vẫn còn sót lại chút tỉnh táo cuối cùng, chống hai tay lên ngực anh, nói như hụt hơi, "Chí Đông, bao cao su".

"Bảo Bảo, chúng mình sinh một đứa con có được không em? Được không em?".

Anh đã phủ cả người lên trên người cô, dùng hai khuỷu tay chống trên giường, hơi thở ấm áp, như từng con sóng nhẹ nhàng mơn man tới chỗ sâu nhất nơi tai cô, giọng nói thấp mà tràn đầy khát khao, dường như sợ cô từ chối nên trong đó còn chứa đựng cả sự cầu khẩn.

Lại nhớ tới quán bánh bao bên đường hôm đó, cửa kính được lau sạch bóng, lộ ra một khuôn mặt trẻ thơ, mái tóc dài và đen, khuôn mặt nhỏ nhắn tròn trịa đáng yêu, ngẩng đầu nói với mẹ mình điều gì đó, sau đó nhìn về phía cô giơ tay chỉ.

Cô miên man suy nghĩ rồi tự nhiên thở dài nhè nhẹ, Thành Chí Đông lo lắng chờ đợi, nghe thấy tiếng thở dài, cơ thể như cứng đờ, đang định ngẩng đầu lên, bỗng hai má bị đôi tay cô giữ chặt, ấm quá, cô không nói gì chỉ lặng lẽ mỉm cười, nụ cười như hoa nở giữa mùa xuân.

Thành Chí Đông sung sướng tột cùng, phản ứng đầu tiên của anh là không dám tin, chần chừ như muốn xác nhận nhưng lại cảm thấy nhân lúc này thừa thắng xông lên mới là con đường đúng đắn, nhất thời mâu thuẫn nên anh cứ giữ nguyên tư thế đó chăm chăm nhìn Diệp Tề Mi, lần đầu tiên anh hoàn toàn bị choáng váng trong thời khắc quyết định như thế này.

Đoạn kết

Cho dù mọi thứ đều có giá của nó, nhưng ngay tại giờ khắc này, cô cảm thấy tất cả đều rất tốt, tất cả đều xứng đáng.

Lần này khi biết mình có thai Diệp Tề Mi không hề ngạc nhiên.

Cũng phải, Thành Chí Đông thuộc tuýp người hành động, một khi đã quyết tâm làm điều gì đó thì lập tức dốc sức để thực hiện, phải mấy tháng sau mới luyện được một que quickstick hai vạch, ngay đến anh cũng cảm thấy thật không dễ dàng gì.

Sắp Tết rồi, đa phần các công ty đều đã cho nghỉ, nhưng châu Á đâu phải chỉ có Trung Quốc, thời gian này Thành Chí Đông vẫn bận rộn như thường, cô được nghỉ ngơi nên cảm thấy rất khỏe khoắn, sau khi biết mình mang thai liền cẩn thận đi kiểm tra sức khỏe tổng thể lần nữa, mọi thứ đều tốt đẹp.

Muốn thông báo cho anh nhưng sợ nói qua điện thoại không rõ ràng, sau khi cầm kết quả kiểm tra trong tay cô quyết định giữ im lặng, chờ cho tới khi anh quay về Thượng Hải.

Mùa đông năm nay rất lạnh, lại có tuyết rơi suốt mấy ngày liền, hôm nay mặc dù tuyết đã ngừng rơi nhưng nhiệt độ vẫn rất thấp, cô là người rất sợ rét, kiến trúc ở sân bay Phố Đông khá rộng, đến tiếng gió rít cũng lớn bất thường, từ khu nhà để xe đi lên phòng đợi, chỉ vài bước chân cũng khiến cô run rẩy.

Cũng may trong phòng chờ khá ấm áp, cô nhìn lên bảng thông tin các chuyến bay, Thành Chí Đông trước khi lên máy bay còn gọi điện cho cô, nhắc nhở cô không được tự lái xe ra ngoài, nhưng các công ty trong nước đã bắt đầu nghỉ Tết, lái xe của anh đương nhiên cũng không ngoại lệ, mặc dù trên điện thoại đã đồng ý với anh nhưng vẫn cảm thấy không yên tâm, vì vậy cô ra khỏi nhà từ rất sớm, lái xe ra sân bay với tốc độ chậm nhất có thể, thời gian đi gấp đôi so với bình thường.

Mọi việc đều bình thường, đến nơi cũng vừa kịp thời gian, cô để lại túi trong xe, cảm giác rất thoải mái, nhẹ nhàng, cô chầm chậm đi vào cửa ra chuyến bay quốc tế tìm một chỗ trống để ngồi.

Vừa xuống máy bay anh vội vàng đi về phía cửa ra, Thành Chí Đông bước từng bước dài, lướt đi nhanh như một cơn gió, trong chớp mắt đã biến mất nơi cuối hành lang.

Thực ra hôm qua anh đã có thể có mặt ở Thượng Hải rồi nhưng vì trong nước có tuyết lớn, toàn bộ các chuyến bay về Thượng Hải đều bị hoãn, hôm nay khó khăn lắm mới có thể cất cánh, nhưng sáng nay khi anh ra sân bay Seoul thì nơi đó bắt đầu có tuyết lớn, không để lỡ làng thêm nữa, anh lái xe thẳng tới Busan, hôm nay ở sân bay Busan không có chuyến nào bay thẳng tới Thượng Hải, nhưng vì đã quyết tâm quay về bằng được, anh đành bay tới Hồng Kông rồi từ Hồng Kông bay về Thượng Hải.

Loanh quanh một vòng như thế, khi anh tới sân bay Phố Đông thì đã gần nửa đêm rồi.

Do thường xuyên bay đi bay lại anh chỉ mang theo mình một chiếc túi nhỏ, tất cả mọi thứ đều giản lược tối đa nên làm thủ tục xuất nhập cảnh khá nhanh, theo thói quen vừa ra khỏi cửa là gọi điện thoại cho cô, anh vừa đi vừa bấm số, điện thoại vừa đổ chuông đã có người bắt máy, giọng Diệp Tề Mi ở đầu dây bên kia nghe rất rõ, "Chí Đông, anh đến rồi à?".

"Bảo Bảo, anh vừa xuống máy bay, em chưa ngủ sao?".

Có tiếng cười nhỏ vọng tới, bên đó khá ồn ào, lạ hơn nữa là giống hệt âm thanh ở chỗ anh, thậm chí giọng nữ trên loa báo lịch trình các chuyến bay cũng y hệt.

Hơi sững lại, anh hỏi dồn, "Em đang ở đâu? Sao ồn ào thế?".

"Em vẫn ở đây, không đi đâu cả, hôm nay lạnh thế này mà sao anh mặc phong phanh thế? Muốn chết cóng hay sao?".

Thoạt tiên Thành Chí Đông không hiểu, tay anh giữ điện thoại, chân bước chậm lại, lúc này anh đã sắp đi ra khỏi cửa lớn, khu phòng đợi lúc nào cũng đông như mắc cửi, dù muộn tới đâu cũng vẫn có rất nhiều người trông ngóng hướng về phía cửa ra.

Giữa đám đông ồn ào đó có người giơ tay lên vẫy vẫy anh, thấy bộ dạng như không tin vào mắt mình của anh, cô cười rất tươi, hai khóe môi cong lên cao, để lộ hàm răng trắng đều tăm tắp.

Niềm vui quá bất ngờ, anh bước nhanh tới chỗ cô đứng, quên cả tắt điện thoại.

Nhưng vừa ôm cô trong tay câu đầu tiên vẫn là trách móc, "Chẳng phải bảo em không phải đi đón sao, muộn thế này, ngoài trời còn có tuyết".

"Tuyết ngừng rơi từ hôm qua rồi. Nếu không máy bay của anh làm sao mà hạ cánh được?".

Nhìn anh phong trần mệt mỏi, trên người còn vương mùi máy bay quen thuộc, nhưng cô vùi đầu vào ngực anh chỉ cảm thấy rất yên tâm, cảm thấy vô cùng vui vẻ, Diệp Tề Mi thậm chí còn nhón chân thơm nhẹ vào má anh một cái.

Ngọt ngào quá, không ổn rồi, nếu không phải chút ý thức còn sót lại nói với anh rằng đây là nơi công cộng đông người, Thành Chí Đông đã thể hiện tình cảm dạt dào như núi lửa tuôn trào của mình ngay tại chỗ.

Ra khỏi khu nhà chờ một cơn gió lạnh ùa tới, cô mặc một chiếc áo khoác ngoài khá dài, khăn quấn nhẹ nhàng quanh cổ, lúc này như hơi co người lại, Thành Chí Đông dang tay ra, ôm chặt lấy eo cô, khuôn mặt Diệp Tề Mi áp sát vào vai anh, ấp áp vô cùng.

Đến chỗ đỗ xe anh vẫn còn lưu luyến nụ hôn vừa rồi, sau khi ngồi vào ghế lái, anh giơ tay kéo cô vào lòng hôn tới tấp.

Nụ hôn mạnh mẽ và kéo dài khiến mặt cô đỏ hồng lên, đẩy anh ra, Diệp Tề Mi thở dốc.

"Kẻ cướp, đừng làm bừa".

Tay bắt đầu không ngoan ngoãn, anh cười dỗ cô, "Tại sao không thể làm bừa, anh không làm bừa với em thì với ai đây?".

Không thể để anh lấn tới nữa, Diệp Tề Mi vừa cười vừa tránh nói nhỏ, "Em nói thật đấy, cẩn thận nhóc kẻ cướp".

Cô vừa nói vừa cười nên có chút mơ hồ, thoạt tiên anh hoàn toàn không hiểu, cho tới khi hiểu ra ý nghĩa của câu nói đó, mọi hành động của Thành Chí Đông đột ngột dừng lại, ngẩn người không biết nói gì.

"Này?". Đợi một lúc vẫn không thấy anh phản ứng gì, Diệp Tề Mi huơ huơ tay trước mặt anh, đang định nói lại lần nữa thì tay đã bị anh giữ chặt, Thành Chí Đông nhìn cô chằm chằm, sau đó ngập ngừng xác nhận lại, "Ý em là chúng mình có con rồi".

Nhìn biểu hiện của anh lúc này, khóe môi Diệp Tề Mi cong lên như cười, mím chặt môi gật đầu, định nói gì đó nhưng anh đã cười híp cả mắt chẳng nhìn thấy gì nữa, nắm chặt nắm tay giật mạnh một cái bật ra từ yes.

"Ngốc ạ".

Bị sự hưng phấn của anh truyền sang, Diệp Tề Mi cười rất tươi.

Xe ra khỏi tầng hầm lên tới mặt đất mới biết tuyết đã lại rơi từ bao giờ, tuyết không lớn lắm nhưng những bông tuyết trắng bay bay trong không khí, trở nên tuyệt đẹp trong ánh đèn đêm.

Đường cao tốc từ sân bay về thẳng tắp thênh thang, trên đường không có nhiều xe, nhưng một người có thói quen lái xe như bay như anh hôm nay bỗng dưng hết sức thận trọng, đi với tốc độ rất chậm, lại còn thỉnh thoảng quay sang nhìn cô, nở nụ cười hạnh phúc.

Cô cũng cảm thấy rất vui, trong xe thật ấm áp, bên cạnh lại là khuôn mặt thân thương, ngoài kia là cảnh tuyết rơi, còn cả con đường thênh thang trải dài trước mắt cũng mang lại cho cô cảm giác vui vẻ và hạnh phúc, cho dù mọi thứ đều có giá của nó, nhưng giờ khắc này, cô cảm thấy tất cả đều rất tốt, tất cả đều rất xứng đáng.

HẾT

Ngoại truyện 1

Chuyện về Nữ hoàng

và kẻ cướp sau này

Vào giây phút đó cô đã hiểu ra rằng, một người phụ nữ mạnh mẽ tới mức có thể trở thành Nữ hoàng là chuyện rất đáng kiêu ngạo, nhưng niềm vui lớn nhất của người phụ nữ thực ra chỉ đơn giản là làm một người phụ nữ thật sự mà thôi.

No 1.

Vì biết tin có nhóc kẻ cướp mà Thành Chí Đông vui tới mức cả đêm không ngủ được, sáng hôm sau lập tức kéo Diệp Tề Mi tới bệnh viện.

Diệp Tề Mi lần này sau khi biết mình có thai không tìm gặp bác sĩ Lí Vân nữa, một là sau lần hiểu lầm lộn xộn trước cũng cảm thấy hơi ngại, hai là Lí Vân và mẹ cô vốn là chỗ thân thiết, cô không muốn thông báo với ba mẹ chuyện mình có thai trước khi Thành Chí Đông biết tin.

Nhưng Thành Chí Đông rất kiên quyết, đồng thời còn tìm cả kết quả kiểm tra lần trước đã được cất kĩ để mang theo, nói rõ rằng muốn đi gặp vị bác sĩ ký tên cuối cùng trong bản báo cáo này.

Khi gặp được Lí Vân, chị đang ngồi tán gẫu với các đồng nghiệp trong phòng, buổi trưa nên phòng thí nghiệm của chị khá yên tĩnh, có thói quen dùng hoa quả sau bữa cơm, chị vừa rửa xong dâu tây, đang vừa ăn vừa tám chuyện.

Khi cô y tá gõ cửa chị đang cười rất tươi, cửa vừa mở ra nhìn thấy Thành Chí Đông và Diệp Tề Mi đứng sau lưng cô y tá, chị sững lại.

Bệnh viện người đến người đi nhiều, nhưng hai người này dù đi đến đâu cũng cho người ta cảm giác như hạc giữa bầy gà, lần thứ hai thấy Diệp Tề Mi xuất hiện cùng với một người đàn ông mà trông sắc mặt lại rất vui tươi, nhìn thế kia chắc không phải tới để khám bệnh, Lí Vân cứ ngồi đó nhìn họ không nói gì.

"Chị". Diệp Tề Mi chào trước.

"Chị là bác sĩ Lí?". Liếc mắt nhìn lại kết quả kiểm tra đang cầm trên tay, Thành Chí Đông hỏi thẳng.

Bìa ngoài của tập kết quả kiểm tra có dán ảnh của Diệp Tề Mi, Lí Vân nhìn lướt qua, lập tức bừng tỉnh, "Anh là ai? Sao báo cáo kiểm tra sức khỏe của Tề Mi lại nằm trong tay anh?".

"Tôi là Thành Chí Đông". Anh cũng trả lời rất nhanh, Diệp Tề Mi nhìn xung quanh một lượt rồi mới nói, "Chị, bọn em có thể nói chuyện riêng với chị không?".

Cô y tá vẫn đứng bên cạnh không có ý định rời đi, những đồng nghiệp cùng phòng cũng đang nhìn họ với ánh mắt hiếu kì, ai ai cũng háo hức chờ đợi muốn biết chuyện gì đang xảy ra.

Thành Chí Đông? Nhìn lại anh một lần nữa, chị lại nhớ tới cái hôm chị túm chặt tay anh chàng dắt theo con chó lớn, Tề Mi vội vàng đứng dậy giải thích, còn nói không phải là anh ta.

Không phải anh chàng đó, vậy anh chàng đang đứng đây rút cục là có phải hay không?

Dù sao cũng phải xua đám người này đi ra chỗ khác đã, Lí Vân yêu cầu cô y tá và đám đồng nghiệp đang háo hức hóng hớt ra ngoài, xong xuôi mới mời họ vào trong.

Sau khi cửa được đóng lại chị mới bắt đầu nói, chị quay qua nhìn trực diện vào Thành Chí Đông, "Tôi chính là bác sĩ Lí, Tề Mi là em học khóa dưới với tôi".

Đã được nghe danh vị bác sĩ này qua lời kể của Tề Mi, Thành Chí Đông tỏ ra khách khí, "Chào chị, trong bản báo cáo kết quả kiểm tra sức khỏe của Tề Mi lần trước có ghi sau khi cô ấy mang thai hệ miễn dịch có vấn đề, tôi muốn hỏi xem liệu tình trạng này có tái diễn hay không?".

Nghe xong câu này mắt Lí Vân như mở to hơn, đang định nói thì lại thấy Thành Chí Đông đặt bản báo cáo kết quả lên bàn lật giở, vốn trước kia chỉ là một bản báo cáo mỏng vài trang, sao giờ lại trở nên dày cồm cộp thế kia, nhìn kĩ lại thì thấy phía dưới còn có một tập khác.

Tò mò không đừng được chị bèn cầm lên xem, tập báo cáo dày cộp đó thì ra là bản dịch sang tiếng Anh, thoáng nhìn cũng biết là bản dịch của bản báo cáo kia.

Thấy chị có vẻ ngạc nhiên, Thành Chí Đông buột miệng giải thích, "Bản này là do phiên dịch của tôi dịch ra, đọc tiếng Trung tôi không hiểu lắm".

"Có lòng như thế thì lúc đầu anh biến đi đâu?". Hiểu rồi, nhưng nhớ lại tình hình ngày hôm ấy, Lí Vân vẫn tỏ ra gay gắt.

Rõ ràng nhận thấy sự thiếu thân thiện của chị, Thành Chí Đông nhíu mày, ngay từ đầu Diệp Tề Mi đã bị chị lạnh nhạt, ngồi bên cạnh im lặng, thấy tình hình bất ổn liền đứng dậy, "Chị, chị đừng hiểu lầm, không liên quan gì tới anh ấy".

"Sao lại không liên quan?". Nghe cô nói vậy cả hai người kia cùng đồng thanh hỏi, nội dung câu hỏi còn giống hệt nhau, nói xong liền quay sang nhìn nhau.

Lúc này không nên cười, nhưng thực sự không thể kiềm chế được, Diệp Tề Mi che miệng phì cười thành tiếng.

Đúng như Diệp Tề Mi dự liệu, lần này sau khi Lí Vân xác định rằng cô đúng là đã mang thai liền lập tức thông báo cho ba mẹ của cô, khi ba mẹ gọi điện tới cô đang cùng Thành Chí Đông trên đường lái xe về nhà, giọng bà Tiền vang lên trong điện thoại đầy uy quyền, cô vừa nhấc máy đã hỏi phủ đầu ngay, "Tề Mi, những gì Lí Vân nói có đúng không?".

Diệp Tề Mi vẫn rất sợ mẹ, cô cầm chặt điện thoại không lên tiếng, Thành Chí Đông đang lái xe, thấy thái độ của cô như vậy liền cầm máy nghe điện.

"Mẹ, là con đây".

Đã rất quen với giọng của Thành Chí Đông, nhưng trước kia anh chỉ gọi là bác gái, đột nhiên giờ lại gọi mẹ, khiến bà không thích ứng kịp. Cầm điện thoại lặng người đi, bà Tiền không nói lên lời.

Thành Chí Đông hoàn toàn không để ý tới sự im lặng của bà, tiếp tục nói lớn, "Giờ chúng con đang trên đường tới đó, có tin tốt lành này muốn thông báo với ba mẹ".

Khi cầm lại điện thoại Diệp Tề Mi vẫn không nói gì, mắt mở to nhìn anh vẻ khâm phục.

"Chuyện gì thế?". Sắp đến nơi, anh vừa đánh tay lái vừa hỏi cô.

"Lát nữa anh định nói thế nào?".

Gọi mẹ ngọt quá nhỉ, để xem chút nữa anh bị xử lý thế nào.

"Nói thế nào ý hả?". Anh lại quay sang nhìn cô, "Rất đơn giản, nói rằng chúng ta sẽ kết hôn".

Hả? Cô khựng người lại, hai mắt mở to, "Em đồng ý kết hôn với anh bao giờ?".

Thành Chí Đông vốn đang tập trung lái xe, đột nhiên anh bật xi nhan, đánh tay lái cho xe tấp vào lề đường, quá đột ngột, Diệp Tề Mi túm chặt tay nắm cửa.

"Bảo Bảo". Sau khi đỗ xe xong, anh tắt máy, quay sang nhìn cô với biểu hiện hết sức nghiêm túc.

"Chuyện gì vậy?".

"Anh có phải là một người không?".

Câu hỏi này vừa bất ngờ vừa buồn cười, nhưng trông vẻ mặt anh nghiêm nghị quá cô không dám cười, lại còn bị vẻ nghiêm nghị của anh ảnh hưởng, nên cũng gật đầu rất nghiêm túc.

"Được rồi". Thành Chí Đông đưa tay đặt lên bụng cô, động tác rất nhẹ nhàng, mắt như cười hỏi, "Ở đây có phải là một người không?".

"Anh muốn nói gì?". Lòng bàn tay anh rất ấm, ngoài trời khá lạnh, mặc dù mặc nhiều quần áo, nhưng hơi ấm từ tay anh như xuyên qua lớp áo, truyền thẳng tới tim cô, tự nhiên cô mỉm cười, giọng hết sức dịu dàng.

"Ở đây đã có hai người rồi, thiểu số phải phục tùng đa số thôi".

Câu này ai dạy thế không biết? Không biết kẻ nào đã lén lút làm quân sư cho anh? Cô sững lại, sau đó đúng là không thể nhịn được, cô ngửa cổ cười phá lên.

Còn chưa cười xong thì chuông điện thoại lại đổ dồn giục giã, lần này là ba gọi, Thành Chí Đông tiếp tục lái xe, đến nhà người ra mở cửa là ông Diệp, nhìn thấy con gái liền hất hàm vào trong nhà, sau đó quay qua vỗ vỗ vai Thành Chí Đông.

Hiểu ý ba muốn nói gì nên Diệp Tề Mi vừa phấp phỏng lo sợ vừa ngập ngừng bước vào, Thành Chí Đông lại rất hiên ngang, kéo tay cô lôi tuột vào trong.

Bà Tiền đang ngồi chờ họ ở sofa, sắc mặt rất khó coi, nhìn thấy con gái liền lừ mắt.

Người bình tĩnh nhất lại là Thành Chí Đông, anh ôm lấy vai Diệp Tề Mi tuyên bố: "Tề Mi có thai rồi, ba mẹ có vui không?".

Ba người còn lại cùng quay sang nhìn anh, từ sau lần gặp mặt hỗn loạn trước, mỗi lần Thành Chí Đông về Thượng Hải đều tới nhà chào hỏi nên ông bà Diệp cũng dần thân thiết với anh chàng này và cũng biết tính tình của anh thẳng thắn bộc trực, nhưng không ngờ lại thẳng thắn tới mức này.

Biểu hiện của ba người lúc này rất khác nhau, bà Tiền thực sự không thể cười như lần gặp trước được, ông Diệp thì đang suy nghĩ xem có nên vào trong bếp lánh nạn một lúc không, còn Tề Mi bực bội, thò tay ra sau lưng cấu cho anh một cái thật đau.

Vốn đang định hỏi cho rõ ràng mọi chuyện, không ngờ Thành Chí Đông lại thẳng thắn tuyên bố như thế, bà Tiền không biết nên tiếp tục thế nào, trầm ngâm một lúc mới lên tiếng, "Vậy hai đứa định thế nào?".

Chính là đang đợi câu nói này, Thành Chí Đông lập tức trả lời, "Bọn con sẽ kết hôn".

Hả? Vừa rồi còn cấu anh, nghe xong câu trả lời tay Diệp Tề Mi rịn mồ hôi trơn tuột, ngẩn người hỏi lại: "Em đồng ý kết hôn với anh bao giờ?".

Đang định tỏ ra hài lòng với câu trả lời của Thành Chí Đông, nghe con gái nói xong bà Tiền nổi giận thật sự, đứng phắt dậy kéo con gái về phía mình, "Con muốn làm mẹ tức chết có đúng không? Nói lại lần nữa thử xem".

Cô là do một tay bà nuôi lớn nên bà dạy con gái rất thuận lợi, hai người đàn ông lại không kịp đưa tay ra cứu, trợn tròn mắt nhìn Diệp Tề Mi bị kéo mạnh suýt ngã xuống ghế, Thành Chí Đông toát mồ hôi, "Mẹ, mẹ đừng giận, để con khuyên cô ấy".

Có thể không giận sao? Sắp được chứng kiến cháu ngoại chào đời rồi, con gái nhà người ta vì không có ai đứng ra chịu trách nhiệm nên mới phải sinh con một mình, con gái bà tốt số, có người sống chết muốn nhận trách nhiệm thì nó lại không cần.

Vậy thì tại sao lại muốn sinh con với người ta?

Cơn hỏa bốc lên đầu, bà Tiền trừng mắt nhìn con gái như muốn khoét thủng hai lỗ trên người cô.

Khó khăn lắm mới đứng vững lại được, Diệp Tề Mi ngượng ngùng, lí nhí cãi: "Đúng là con chưa đồng ý mà, vừa rồi mới nói được một nửa".

Nói nhỏ quá, bà Tiền chưa nghe ra cô đang nói gì, chỉ có Thành Chí Đông là phúc đến thì lòng cũng sáng ra, nghe xong hiểu ngay.

Quá hạnh phúc, anh không kịp giải thích liền đưa tay ra kéo Tề Mi vào lòng cười hớn hở.

Lại không cứu kịp, ông Diệp đứng gần đấy nhất đã hiểu chuyện gì đang xảy ra, nhìn hai con không nhịn được phì cười, thấy bà Tiền vẫn còn muốn nói nữa, ông đưa tay ra ngăn lại, cười bảo: "Được rồi, được rồi, con vui là được rồi, chúng ta đợi bế cháu ngoại đi".

"Thế sao được? Ít ra cũng phải đi đăng ký trước sau đấy cử hành hôn lễ, lần trước tôi có nghe cô giáo Lí nói, con trai cô ấy tổ chức đám cưới ở khách sạn Kim Mao cũng được lắm, hội trường khá rộng…".

Bị ông xã kéo tay lôi ra ngoài, bà Tiền vừa đi vừa cầu nhàu.

Phòng yên tĩnh trở lại, chỉ còn Diệp Tề Mi và Thành Chí Đông, anh vui vẻ cúi đầu xác nhận lại: "Nói em đồng ý đi, mau nói đi".

Anh chàng này… đúng là không thể thay đổi được tác phong của kẻ cướp, cô muốn phản bác nhưng ngẩng đầu lên thấy ánh mắt anh sáng rực, nụ cười hạnh phúc khiến cô cũng cảm thấy hạnh phúc lây, nghĩ thế nào cuối cùng cô không nói gì, chỉ mỉm cười.

No2

Sau được bác sĩ Lí Vân tập huấn qua một lớp kiến thức tiền sản mới nhất, mạnh nhất, Thành Chí Đông chính thức trở thành hội viên của hiệp hội những người đàn ông chuẩn bị làm bố, nhất cử nhất động của Diệp Tề Mi anh đều thấy bất an, mỗi khi ở bên cô anh đều theo dõi cô từng bước không rời, đôi khi vì công việc không đi không được, quay về anh đều lập tức giữ chặt cô quan sát từ đầu tới chân từ trong ra ngoài khắp một lượt, thấy không có tổn thất gì mới thở phào.

Thoạt tiên Diệp Tề Mi cảm thấy phản ứng của anh rất thú vị, sau đấy càng ngày càng cảm thấy không yên tâm, còn đặc biệt hỏi bác sĩ Lí xem có nhiều người có triệu chứng giống Thành Chí Đông không? Liệu có phải là chứng rối loạn ám ảnh cưỡng chế không?

Lí Vân cười lớn, có như thế chị mới hoàn toàn cảm thấy yên tâm về Thành Chí Đông.

Nhưng Thành Chí Đông thì thấp thỏm không yên, thậm chí càng ngày càng lo lắng, phản ứng của Diệp Tề Mi hoàn toàn ngược lại, lần mang thai này cơ thể thích ứng rất tốt, không hề có cảm giác mệt mỏi như lần trước.

Suốt thai kì cô nôn nghén rất ít, trọng lượng cơ thể khống chế ở mức độ vừa phải, mấy tháng liền các chỉ số đều rất phù hợp với tiêu chuẩn, lần nào đi khám thai bác sĩ cũng đều rất hài lòng.

Cảm thấy đi làm sẽ vui vẻ hơn nên cô kiên quyết tới văn phòng hàng ngày, chỉ là về thời kì sau thì giảm bớt khối lượng công việc đi mà thôi.

Thời gian trôi đi, gần tới cuối thu cơ thể cô càng lúc càng nặng nề, lúc này tới ông bà Diệp là người luôn ủng hộ công việc của cô cũng bỏ phiếu phản đối, cuối cùng cô quyết định nghỉ ở nhà, điều này khiến Thành Chí Đông đau đầu khổ sở suốt mấy tháng nay giờ đã có thể thở phào nhẹ nhõm.

Tháng cuối cùng cận ngày dự sinh anh thường xuyên có mặt ở Thượng Hải, mặc dù vậy anh vẫn rất bận rộn, đến ngay cả Daisy cũng phải than trời kêu khổ.

Có thể không kêu khổ được sao? Các vấn đề của khu vực châu Á đều phải giải quyết ở văn phòng ở Thượng Hải, bận phát điên, cô chỉ ước gì mình có thể biến thành Phật Bà nghìn mắt nghìn tay.

Cuối cùng cũng đến tháng mười một, Daisy đang vùi đầu trước máy tính làm việc cần mẫn, điện thoại bàn đột nhiên đổ chuông, cô nhấc máy theo thói quen nói tên công ty, sau đó nghe thấy đầu dây bên kia vọng tới một giọng nữ trong trẻo, "Xin hỏi anh Thành Chí Đông có ở đấy không?".

Vì có năng lực nên giờ Daisy đã trở thành tổng thư ký, những người có thể gọi điện trực tiếp vào máy bàn của cô không nhiều, hơn nữa người đó còn gọi thẳng tên của tổng giám đốc khiến cô hơi sững lại.

"Tổng giám đốc Thành hiện giờ không có ở văn phòng, xin hỏi chị có nhắn gì không?".

Đầu dây bên kia im lặng một lúc, sau đó tiếp tục nói, câu chữ rõ ràng mạch lạc, "Là thế này, vừa rồi tôi có gọi điện cho anh ấy, nhưng không gọi được, ở chỗ tôi có một tập hợp đồng đóng dấu khẩn cấp, có cần tôi mang tới đó không?".

Đại thần, có phải là chị không? Tinh thần như được thăng hoa, Daisy bất giác ngồi thẳng người tựa lưng vào thành ghế, tay giữ chặt điện thoại áp vào tai.

"Hiện giờ chắc tổng giám đốc Thành đang ở nhà máy, vài phân xưởng không có sóng, chị đừng hiểu nhầm".

Người gọi điện tới đúng là Diệp Tề Mi, Thành Chí Đông sáng sớm nay đã xuống nhà máy, gần đây cô thường dậy muộn, sáng nay ra khỏi giường mới phát hiện tập tài liệu này bị rơi trên ghế sofa, gọi vào di động cho anh nhưng không kết nối được, sợ tài liệu có chứa nội dung gì quan trọng khẩn cấp, lần đầu tiên cô gọi thẳng điện thoại tới văn phòng.

"Điều này tôi biết, cô không cần phải giải thích".

Người nghe máy chắc là thư ký của anh, cảm thấy phản ứng của cô gái rất thú vị, Diệp Tề Mi mỉm cười.

Đã xác định rõ thân phận của người gọi điện, không nghi ngờ gì nữa, giọng Daisy vô cùng nhiệt tình, "Vâng ạ. Vậy xin hỏi đó là hợp đồng gì? Bên trên chắc chắn có ghi số hợp đồng, chị có thể đọc cho em không?".

Hoàn toàn không biết mình đã trở thành thần tượng của ai đó, Diệp Tề Mi nghe thấy vậy liền cúi đầu lật giở bản hợp đồng trong tay, sau đó đọc lại số hợp đồng một cách rõ ràng.

Đúng là tài liệu khẩn, đối tác đã ký rồi, hôm nay phải gửi về tổng công ty ở Mỹ, giọng Daisy thành khẩn, "Đúng là khẩn cấp, chị muốn tự mang đến công ty ạ? Em có thể qua chỗ chị lấy".

Thực ra ẩn ý của cô đã rất rõ ràng, sùng bái lâu như vậy, cuối cùng cũng có cơ hội được diện kiến dung nhan, hãy để em được tận mắt nhìn thấy chị, đại thần ơi.

"Không sao, tôi biết địa chỉ, qua đó cũng tiện đường".

Còn hai tuần nữa mới tới ngày dự sinh nhưng sau khi Thành Chí Đông ở lì tại Thượng Hải không đi thì cô cũng mất quyền tự do đi lại của mình, hiếm khi có cơ hội được danh chính ngôn thuận ra khỏi nhà dạo phố, cô vui sướng vô cùng.

Hơn nữa cô cũng đã gắng hết sức để liên lạc với anh nhưng do anh không bắt máy đấy chứ.

Đang ở giai đoạn cuối của thai kì, từ lâu cô không còn tự mình lái xe nữa, mặc dù khoảng cách cũng khá gần, cô thấy không có vấn đề gì nhưng trước khi ra khỏi nhà cô vẫn rất cẩn thận, gọi điện thoại cho hãng taxi đặt xe, sau khi nhận được thông báo của tổng đài là xe đang đợi dưới nhà cô mới đi xuống.

Văn phòng công ty Thành Chí Đông nằm ở một tòa nhà giữa trung tâm thành phố, cách khu chung cư cô ở không xa, lại không phải giờ đi làm hay tan sở nên đường rất thông thoáng, đang là cuối thu, mùa đẹp nhất ở Thượng

Hải, trong cơn gió có hơi lạnh, cô hạ cửa kính xe xuống, tận hưởng cảm giác được gió mát táp vào mặt.

Khi đến được tòa nhà đó cảm giác rất ổn, cô đi bộ vào trong dáng điệu khoan thai.

Cô bước vào thang máy trống không có người, khi cửa vừa khép lại thì thấy có người lao tới, cô đưa tay ấn nút chờ ở cạnh cửa. Người vừa bước vào là một cô gái trẻ, bước chân vội vàng, cảm ơn xong đưa tay nhấn nút số tầng vẫn còn thở hổn hển, thấy tầng mà mình muốn lên đã sáng đèn cô gái quay sang nhìn cô.

Cô mỉm cười, cô gái đó cũng mỉm cười đáp lại, cười xong còn lẩm bẩm điều gì đó trong miệng, nhưng nhỏ quá cô nghe không rõ. Văn phòng của Thành Chí Đông ở tầng khá cao, số tầng hiển thị ở màn hình màu đen cạnh cửa thang máy không ngừng nhảy, Diệp Tề Mi ngẩng đầu lên nhìn, đột nhiên cảm thấy rất đau lưng, cô chầm chậm lùi lại một bước, khuỷu tay tựa vào thanh bám trong thang máy, thở sâu.

Đến nơi rồi, cửa thang máy trượt sang hai bên, cô gái trẻ kia bước ra ngoài trước, đi được vài bước vẫn không thấy cô có động tĩnh gì bèn quay đầu lại nhìn, một tay bấm vào nút mở cửa trên thang máy, nhẹ nhàng nhắc: "Đến nơi rồi, chị không ra sao?".

Trong thang máy không có tiếng trả lời, nhìn kĩ lại mặt cô gái trắng bệch, ngón tay run run đưa ra, giọng cũng run rẩy không kém, "Chị, không phải chị sắp sinh đấy chứ?".

Vừa rồi mới chỉ là đau lưng, lúc này các cơn đau ập tới từng đợt, khuỷu tay không thể chống đỡ được sức nặng của cơ thể nữa. Mặt Diệp Tề Mi trắng bệch, cố gắng mở miệng nói, mồ hôi chảy ròng ròng, "Em ơi, giúp chị tìm Daisy ở ban thư ký tổng giám đốc".

Lúc này nhìn xuống chân váy của cô thấy ướt một mảng lớn, cả giọng nói lẫn các ngón tay đều run bần bật, cô gái trả lời lắp ba lắp bắp, "Em, em chính là Daisy".

Sắp không tự đỡ được cơ thể mình nữa nhưng Diệp Tề Mi vẫn cố gắng trấn tĩnh trả lời cô, "Vậy thì tốt rồi, tài liệu ở trong túi, có thể giúp chị gọi xe tới bệnh viện không, còn nữa, báo cho Thành Chí Đông hộ chị".

Vốn đang tay chân luống cuống không biết làm gì, nghe theo lời chỉ đạo của cô, Daisy bắt đầu thực hiện từng bước một, cẩn thận đỡ cô vào ngồi trên ghế sofa trong phòng Thành Chí Đông, sau đó lao đi gọi điện thoại.

Hôm nay Thành Chí Đông đã nổi trận lôi đình ở nhà máy.

Thiết bị mới được vận chuyển từ Đức về lắp đặt không tới nơi tới chốn, lô sản phẩm đầu tiên không phù hợp với quy cách, sáng sớm đã nhận được điện thoại báo, anh vội vàng xuống nhà máy, xưởng trưởng và trưởng phòng chất lượng đợi ở cửa từ sớm, mặt mày trông rất khó coi.

Vừa tới nơi anh lập tức triệu tập cuộc họp ngay tại chỗ, khi nổi giận thực sự, anh bắt đầu cười khi nói.

Ánh mắt anh sắc lạnh, đám người có mặt lúc đó đều cảm giác như nhiệt độ đang xuống thấp, đang là mùa thu, trong phòng chỗ nào cũng lắp điều hòa hai chiều, sao cảm giác lạnh tới thấu xương.

Đang họp giữa chừng thì bên ngoài có người chạy vào, thấy tình hình trước mắt cũng không có ý định dừng bước, thở dốc chạy tới trước mặt Thành Chí Đông.

"Chuyện gì vậy?". Bị làm phiền, giọng Thành Chí Đông nghe rất đáng sợ.

Những người khác đều nhìn anh chàng kia với ánh mắt thông cảm, thậm chí có người có ý tốt còn bắt đầu cầu nguyện cho anh ta.

"Tổng giám đốc Thành, trên văn phòng có điện thoại tìm anh".

"Ai? Nói với anh ta là tôi không rảnh".

Lông mày nhíu lại, Thành Chí Đông quay đi định nói tiếp nội dung còn dang dở.

"Daisy gọi tới, việc rất gấp".

Anh chàng kia vội vàng túm lấy anh, cao giọng gây chú ý.

Mọi người không hẹn mà cùng đưa tay lên lau mồ hôi, ai cũng cúi gằm mặt nhìn xuống.

"Có việc gì cậu cứ nói thẳng ra". Không quay lại, Thành Chí Đông trả lời ngắn gọn.

Có thể nói thẳng ra thật sao? Nhìn khắp xung quanh một lượt, anh chàng kia hít một hơi thật sâu, "Tổng giám đốc, Daisy nói vợ anh sắp sinh rồi, hỏi anh có thể quay về ngay không?".

Toàn bộ âm thanh và cử động đều đột ngột ngưng lại, trước các con mắt đổ dồn về phía mình, mồ hôi bắt đầu rịn ra trên mặt Thành Chí Đông, mặt biến sắc, anh co chân chạy ra ngoài.

Anh phóng xe như bay trên đường, bấm điện thoại gọi cho Tề Mi, không có ai nghe máy, lại gọi cho Daisy, nghe xong màn báo cáo lắp ba lắp bắp của cô sắc mặt anh rạng rỡ, phải một lúc sau mới thốt ra một câu "Là cô yêu cầu cô ấy mang tài liệu tới phải không?".

Oan uổng quá…! Tim vẫn đang đập như đánh trống trong lồng ngực, Daisy ngay lập tức cảm thấy bầu trời trở nên u ám, "Không, không, em đã nói là em sẽ tới lấy nhưng chị ấy từ chối!".

Thành Chí Đông đã vòng xe vào khu đỗ xe của bệnh viện, không nói nhiều nữa, anh mở cửa xe nhảy xuống, sải bước đi vào bên trong.

Diệp Tề Mi đã được đưa vào phòng sinh, Daisy đang cắn chặt môi đứng ngoài phòng chờ, nhìn thấy anh lập tức chạy tới.

Không có thời gian nghe cô nói, anh đi tìm gặp thằng bác sĩ, bệnh viện tư này dịch vụ khá tốt, anh đã đưa Diệp

Tề Mi tới đây khám thai nhiều lần nên mọi người ai cũng biết, đúng lúc đó y tá trưởng cũng vội vàng chạy lại, vừa cười vừa trấn an anh, "Sinh trước hai tuần cũng là bình thường, giờ chị nhà đang ở trong phòng chờ sinh, anh có muốn vào không?".

Vớ vẩn, đương nhiên là anh muốn vào rồi.

Còn chưa kịp trả lời thì đầu hành lang bên kia có tiếng ai gọi, lần này là ông bà Diệp, nhận được điện thoại vội vàng tới ngay, vừa tới gần anh bà Tiền đã hỏi: "Chí Đông, thế nào rồi?".

Mặt Thành Chí Đông trắng bệch, trên trán lấm tấm mồ hôi, ông Diệp thấy vậy liền nhớ tới hình ảnh của mình năm đó, bước lên vỗ vỗ vai anh, "Không sao, không sao, ngày trước mẹ Bảo Bảo sinh rất dễ, Bảo Bảo cũng sẽ không có chuyện gì đâu".

Bên ngoài náo nhiệt thế nào thì cũng không làm ảnh hưởng tới Diệp Tề Mi, lúc này cô đang nằm trên giường nghiến chặt răng chịu đựng mỗi lần cơn đau thúc tới thì mơ hồ nghe thấy phòng bên cạnh có tiếng ai nói nhỏ, "Anh Thành, mời anh vào phòng diệt khuẩn trước đã".

Đột nhiên cô mở trừng mắt túm lấy bác sĩ, "Không được, không được để anh ấy vào, tôi sẽ tự sinh".

Có vào hay không thì cô cũng phải tự sinh thôi, làm gì có ai tốt số tới mức tìm người vào sinh hộ chứ? Bác sĩ y tá mặt mày đăm chiêu, nhưng thấy vẻ mặt kiên quyết của cô, đành chạy ra ngoài thông báo với Thành Chí Đông.

Cuối cùng người vào là bà Tiền, bà cúi đầu vỗ nhẹ vào vai cô gọi Bảo Bảo, đầu tóc đã mướt mồ hôi, Diệp Tề Mi nhìn thấy mẹ không kìm được kêu lên,

"Mẹ ơi, đau quá".

Rất ít khi nhìn thấy bộ dạng vừa yếu đuối vừa mỏng manh như lúc này của con gái, bà Tiền thấy tim mình đau nhói nhưng ngoài mặt vẫn tươi cười, "Phụ nữ sinh con đều đau như vậy đấy, sao con lại không muốn cho Chí Đông vào?".

"Trước đấy anh ấy đã lo lắng như thế, con sợ anh ấy sẽ xỉu mất".

Nói cũng đúng, bà Tiền nhớ lại bộ dạng của Thành Chí Đông, tỏ vẻ thông cảm gật gật đầu.

Cô nói tiếp giọng nhỏ hơn, "Hơn nữa trông con lúc này không được đẹp cho lắm, không muốn để anh ấy thấy".

Đúng là rất có lý, mọi người trong phòng chờ sinh lúc đó đều bật cười.

Cười một lúc bà Tiền đưa tay lên lau nước mắt, con gái bà từ nhỏ đã rất tự lập, do yêu cầu của công việc nên ba cô thường xuyên đi công tác vắng nhà, còn bà bận rộn với việc dạy học ở trường, bận rộn tới mức chẳng lo được việc nhà, từ rất nhỏ Tề Mi đã biết tự mình đi học, đi học về nấu cơm tự ăn, làm xong bài tập thì lên giường đi ngủ sớm, thành tích học tập luôn rất tốt, khi vào đại học cũng tự mình thu xếp đồ đạc chuyển vào ký túc xá sống, chưa bao giờ khiến bà phải lo lắng điều gì.

Trước đây bà cảm thấy như thế rất ổn, sau này khi tốt nghiệp ra công tác cô vẫn đi về một mình, mua một căn hộ chung cư để sống một mình, tự nhiên như không, khiến bà bắt đầu cảm thấy có vấn đề.

Con gái bà là luật sư chuyên thụ lý những vụ án li hôn, thực ra trong lòng bà không tán thành lắm, chỉ vì sợ cô quá quen với việc sống một mình, sau này tuổi ngày càng lớn, nhìn bộ dạng thì đúng là định sống cô đơn cả đời, bà sợ cô thật sự sẽ cô độc một mình cho tới già. Cô con gái chưa bao giờ khiến bà phải bận tâm lo lắng giờ lại khiến bà đau đầu vì việc chồng con.

Tính cách Tề Mi độc lập, lại thành công trong sự nghiệp, nếu cô quyết tâm theo đuổi chủ nghĩa độc thân, thì nói thật là bà và ông Diệp cũng không biết phải làm thế nào.

Lo lắng cũng vô ích, may mắn sau này lại xuất hiện anh chàng Thành Chí Đông.

Thật đúng là may mắn, thấy con gái bắt đầu có những biểu hiện của một người phụ nữ, sau đó cuối cùng thật sự chấp nhận sự tồn tại của một nửa còn lại bên cạnh mình, bà cảm kích vô cùng.

Bà đang mải mê nghĩ thì tay bị ai nắm chặt.

Cảm thấy rất đau, Diệp Tề Mi túm chặt tay mẹ không chịu buông, mắt bà ướt nhòe, nhưng không phải vì đau lòng, mà ngược lại còn sáng rực lên. Đúng lúc đó thấy mẹ quay sang nhìn mình, Diệp Tề Mi kinh ngạc, "Mẹ, mẹ khóc đấy à? Thật ra con vẫn ổn mà", nói xong không chịu được lại khẽ rên lên vì đau, "Bác sĩ ơi, còn phải đợi bao lâu nữa?".

Haizz, thật hết cách với cô. Mỉm cười, bà Tiền nhìn con gái lắc đầu.

Cuối cùng khi đứa bé ra đời thì Diệp Tề Mi cũng mệt mỏi tới kiệt sức, nghe thấy tiếng khóc quay đầu sang nhìn, bác sĩ ôm một bọc nhỏ tròn tròn tới cạnh cô, "Là một bé trai, nào bắt tay mẹ đi nào".

Em bé mới sinh có khuôn mặt nhỏ xíu ửng đỏ, ngoác miệng ra khóc cật lực, hai mắt khép chặt thành một đường thẳng, giọng rất to.

Tiếng khóc to như vậy, đúng là một nhóc kẻ cướp…

Đưa tay ra nắm lấy bàn tay nhỏ xíu kia, Diệp Tề Mi lại một lần nữa yếu mềm chảy nước mắt.

Cô cảm thấy mãn nguyện và hạnh phúc, một thời gian dài như vậy, thấy rất nhiều mà cũng trải nghiệm rất nhiều, vào giây phút đó cô đã hiểu ra rằng, một người phụ nữ mạnh mẽ tới mức có thể trở thành Nữ hoàng là một chuyện rất đáng kiêu ngạo, nhưng niềm vui lớn nhất của người phụ nữ thực ra chỉ đơn giản là làm một người phụ nữ thật sự mà thôi.

No3.

Rất lâu sau đó…

Cũng không lâu lắm, nửa năm sau đi.

Hành lang của tòa nhà văn phòng trải thảm màu xám, bước lên có cảm giác mềm mềm xốp xốp, hai bên là phòng họp và khu phòng làm việc, lúc này là mười giờ sáng, giờ này đa phần mọi người đang vùi đầu vào làm việc, người đi lại không nhiều, xung quanh rất yên tĩnh.

Daisy ôm tập tài liệu bước ra từ một căn phòng, mục tiêu rất rõ ràng, vừa bước được một bước thì kinh ngạc khẽ kêu lên một tiếng.

Trên thảm có một thứ gì đó nho nhỏ màu xanh ngọ nguậy, thứ đó khá thấp, không cúi đầu xuống thì không thể để ý thấy.

Thở dài, Daisy ngồi xổm xuống bế nó lên, đứa nhóc thơm mà mềm, không hề sợ người lạ, ngược lại còn thích chí cười toe toét, hai má nó phúng phính như con búp bê đồ chơi, ôm trong tay không có cảm giác thật.

Daisy bế cậu bé trong tay đi lên phía trước, cửa phòng họp khép hờ, bên trong toàn những nhân vật cấp quản lí, Thành Chí Đông ngồi ở đầu bàn làm chủ tọa, vừa xem tài liệu trong tay vừa nghe báo cáo.

Lại thở dài, Daisy thả cậu bé đang bế trong tay xuống, điều chỉnh lại hướng bò cho cậu bé, cuối cùng vỗ vỗ vào cái mông đóng bỉm đó đẩy nhẹ một cái.

Lập tức cậu bé lắc lư bò lên phía trước, tốc độ khá nhanh, mục tiêu chính xác, trong chớp mắt đã bò vào bên trong phòng họp.

Nó bò dưới gầm chiếc bàn dài, dưới đó vô cùng rộng rãi, tất cả nhân viên cấp quản lí đều đã tạo thành thói quen, khi vào họp đều để chân gọn gàng dưới ghế, không ai vắt ngang vắt dọc.

Cuối cùng cũng bắt được mục tiêu, túm lấy gấu quần của ai đó cậu bé cố gắng ngồi dậy, không được, thử lại lần nữa, vẫn không được, nó bắt đầu khó chịu, thế là ngoạc mồm ra khóc.

Một đôi bàn tay lớn thò xuống, chỉ một nhấc đã bế bổng cậu bé lên, Thành Chí Đông nói với con trai, "Tiểu Quả, con đói rồi phải không?".

Những người ngồi hai bên bàn đều thở phào, bắt đầu nở nụ cười nhẹ nhõm, Thành Quả là khách thường xuyên của phòng họp này, họ vô cùng chào đón sự xuất hiện hết sức đúng lúc của cậu bé, đặc biệt là khi Thành Chí Đông bắt đầu cười, buổi họp trở nên khó mà chịu đựng thì cậu bé thực sự được coi như vị cứu tinh duy nhất của họ.

Công ty có chế độ phúc lợi sau sinh rất chu toàn dành cho những nhân viên cấp quản lí trở lên, trong tòa nhà còn bố trí một nhà trẻ, mời cô giáo có chuyên môn về chăm sóc cho con cái của những nữ nhân viên cấp quản lí.

Thành Quả là trường hợp đặc biệt đầu tiên theo ba đến văn phòng, hơn nữa ba cậu bé lại là người đứng đầu của toàn bộ khu vực châu Á, ngay lập tức trong công ty bắt đầu dấy lên một cuộc cách mạng không nhỏ.

Những nhân viên cấp quản lí là nam ban đầu cảm thấy không thể chấp nhận nổi, sau dần dần bắt đầu có người học tập làm theo, tới giờ đã có hai, ba người học theo gương anh, thỉnh thoảng mang con tới công ty để hưởng thụ chế độ phúc lợi.

Tuy nhiên Thành Quả là nhỏ tuổi nhất, hơn nữa lại là một cậu bé vô cùng đặc biệt - có đặc quyền tự do ra vào phòng họp, chỉ bởi vì cậu bé thích thế.

Một cậu bé mới nửa tuổi lại đặc biệt có cảm tình với các cuộc họp của các quản lí, thật là kì lạ.

Nháy mắt đã tới buổi trưa, bữa trưa của hai ba con Thành Chí Đông cùng được giải quyết, một người dùng chất lỏng, người kia dùng chất rắn. Thành Quả uống sữa xong vứt bình sữa còn ấm sang một bên rồi lăn lông lốc trên chiếc ghế sofa rộng, nhìn rất thỏa mãn, Thành Chí Đông ngước mắt lên nhìn lần nữa thì cậu bé đã ngủ say, một cánh tay rơi xuống mép ghế mũm mĩm đáng yêu.

Thành Chí Đông cảm thấy buồn cười, anh đi tới nhẹ nhàng bế con lên đưa về nhà trẻ, những em bé khác đều đang ngủ trưa, cô giáo đón lấy Thành Quả tươi cười, hết sức nâng niu.

Cũng phải, Thành Quả là một cậu bé rất xinh xắn, lại không quấy không khóc, gặp ai cũng cười toe toét, là minh tinh của cả tòa nhà.

Diệp Tề Mi bận rộn tới tối muộn, khi cô tới nơi thì nhà trẻ đã đóng cửa tự bao giờ, phòng Thành Chí Đông vẫn sáng đèn, Thành Quả một mình ngồi giữa đống đồ chơi tự chơi một mình rất ngoan ngoãn.

Đẩy cửa ra nhìn thấy cảnh ấy cô mím môi cười, bước vào bế con lên mới đánh tiếng, "Vất vả cho anh quá, ba cá ngựa ạ".

"Không có gì, đây là việc mà ba cá ngựa nên làm". Thành Chí Đông đứng dậy đi tới hôn lên má cô, giọng anh rất vui vẻ.

"Cùng về nhà nhé? Hay là em đưa Thành Quả về trước?".

Anh định đón lấy Thành Quả từ tay cô nhưng cậu bé hết sức không hợp tác, cứ túm chặt lấy cổ áo mẹ.

Khẽ bật cười, Thành Chí Đông trả lời, "Em xem con kìa, nhỏ thế mà đã biết nhà mình ai là người lợi hại hơn rồi".

Nói xong vẫn giơ tay ra, "Nhóc, cũng không thèm nể mặt người đã trông con cả ngày sao, mau qua đây với ba".

Thành Quả vẫn không buông tay, giờ đang là cuối tháng tư, Diệp Tề Mi mặc áo khá mỏng, chỗ nút áo trên cùng bị bàn tay nhỏ xíu của cậu con trai kéo làm hai chiếc cúc bung ra, sắc xuân hé mở…

Ánh mắt anh nóng rực lên, hai tay Thành Chí Đông vẫn đặt trên người con, nhưng mắt thì không biết đang đặt vào đâu.

Bất lực với hai kẻ một lớn một bé, Diệp Tề Mi đặt cậu con trai xuống trước, sau đó giơ tay ra bịt mắt của Thành Chí Đông lại, "Đừng nhìn nữa, về nhà thôi".

"Được, về nhà". Anh trả lời vô cùng dứt khoát, một tay nhấc bổng cậu con trai hiếu động dưới đất lên, một tay khoác vai cô, cùng nhau bước ra ngoài.

Về nhà, anh thích từ này, vô cùng thích.

Ngoại truyện 2
Ngoại truyện về Vân - Như

Có thể cho mình chút niềm tin không? Để mình tin rằng tất cả mọi gập ghềnh đều chỉ là thử thách, khiến cả hai người nhận ra rằng sau khi trải qua mọi chuyện, cuối cùng vẫn mong muốn có người đó tồn tại trong cuộc sống của mình, mong người đó mãi ở bên mình, để mình tin rằng tình yêu tác thành hôn nhân, hôn nhân tác thành hạnh phúc.

Không hẹn trước, cả hai người đàn ông cùng đi thẳng vào tòa nhà tổng công ty của tập đoàn Liêm Thị, thư ký mở cửa cho họ, Liêm Vân đang ngồi sau bàn làm việc, phòng làm việc của anh rất rộng, vì đã chiều muộn, mặt trời đã lặn nên không nhìn rõ nét mặt anh trong thứ ánh sáng mờ mờ đó.

Đón lấy phong thư, Liêm Vân trải hết những tấm ảnh trong đó lên chiếc bàn rộng, ảnh chụp không rõ lắm, có thể thấy chúng được chụp ở nhiều quốc gia khác nhau, có vài cái còn được chụp ở sân bay, nhân vật trên tất cả những tấm ảnh đó đều là một người, đó chính là Ân Như.

Liêm Vân xem kĩ từng tấm một, từ đầu đến cuối anh đều im lặng, chỉ có điều lông mày càng lúc càng nhíu chặt hơn, tấm cuối cùng chắc là mới chụp, cô đang đứng trong một trung tâm mua sắm, mặc rất thoải mái, nhưng nhìn cơ thể đã có thay đổi rõ rệt, dù ảnh chụp có mờ tới đâu cũng nhận ra người phụ nữ đó ít nhất cũng đang mang thai bảy, tám tháng rồi.

Anh vô cùng tức giận nhưng cũng cảm thấy thật chua xót, anh nhíu mày như muốn nén chặt những tình cảm phức tạp đang trỗi dậy trong tim, nhưng rõ ràng là không thành công.

Người phụ nữ trong những tấm ảnh này đến giờ trên danh nghĩa vẫn là vợ anh, đứa con trong bụng cô dù thế nào cũng có một nửa là của anh, nhưng người phụ nữ đó đã làm những gì?

Cô thật sự cho rằng tác dụng của đàn ông chỉ là mấy con tinh trùng thôi sao?

"Cô ấy vẫn bay à?".

Hai người đàn ông kia thấy thái độ của anh có biến đổi, quay sang nhìn nhau hội ý, trả lời với giọng thận trọng, "Không, tấm ảnh cuối cùng được chụp ở Mỹ, cô Ân hiện giờ đang ở Los Angeles chờ sinh, thời gian gần đây không thấy có kế hoạch đi đâu nữa. Anh Liêm, tiếp theo anh còn cần gì nữa không?".

Cần gì? Đến nước này rồi còn cần họ làm gì nữa? Anh còn đang sống sờ sờ ra đây lẽ nào coi như chết rồi?

390

Anh bấm điện thoại, thư ký lập tức trả lời ngay.

"Giúp tôi đặt vé đi Los Angeles, chuyến sớm nhất".

Tay cầm theo tờ giấy ghi địa chỉ, Liêm Vân vừa xuống máy bay liền đi thẳng tới đó.

Thời tiết ở Los Angeles khá nóng nực, mặc dù trong xe mở điều hòa nhưng khi anh đến được thị trấn nhỏ ngoài ngoại ô thành phố người vẫn ướt đẫm mồ hôi.

Không muốn thừa nhận đó là do căng thẳng, nhưng cũng không thể tìm được lí do nào khác.

Ân Như ở trong một căn nhà riêng biệt có hai tầng, phía trước có sân cỏ, trồng hoa, nhìn vô cùng mát mắt giữa ngày hè oi bức.

Sau khi xuống xe anh đứng ở bên đường đối diện do dự, vốn đã định tới nơi sẽ đi thẳng vào nhà, giữ chặt lấy cô mà hỏi vì sao lại bỏ chạy, nhưng ngồi mười mấy tiếng đồng hồ cuối cùng tới được đây, đột nhiên anh lại thấy sợ, không dám bước về phía trước.

Đang là chiều muộn, là giờ cơm tối, các cư dân của thị trấn nhỏ giờ này chắc đang quây quần bên bàn ăn cùng gia đình, còn anh một mình cô độc đứng bên kia đường, vợ và đứa con chưa chào đời chỉ cách mấy bước chân, anh lại chỉ dám đứng đó nhìn sang không dám tiến thêm một bước.

Anh nhìn chằm chằm vào cánh cửa đó, hoặc là do nỗi nhớ nhung của anh quá lớn, không bao lâu sau, cánh cửa đó quả nhiên bật mở.

Người bước ra chính là Ân Như, cô mặc bộ đồ bầu khá thoải mái, vừa đi vừa nói chuyện điện thoại, nét mặt như đang cười, rất nữ tính.

Thực ra lần đầu tiên gặp Ân Như, trong lòng Liêm Vân thầm nghĩ… người này có phải là phụ nữ không?

Đã là chuyện của nhiều năm về trước, giờ nghĩ lại vẫn thấy rõ ràng như mới xảy ra ngày hôm qua.

Lúc đó tập đoàn đã chuẩn bị suốt hai năm để đưa cổ phiếu ra thị trường nước ngoài, một mình anh đi ngược lại với ý kiến của mọi người, đứng ra mời một công ty tư vấn quản lý có tiếng trên thế giới về sắp xếp lại bộ máy công ty, lúc đưa ra phương án này một đám các ông chú, ông bác mỗi người mỗi ý, mặc dù còn dè chừng những người trong hội đồng quản trị khác không thuộc gia tộc, không bày tỏ thái độ ngay trong cuộc họp nhưng khi về nhà thì khác, hội nghị gia đình được triệu tập khẩn cấp.

Lúc ấy anh là người nắm toàn quyền trong tay, trong thời gian anh điều hành, công ty cũng đã kiếm được không ít lợi nhuận, anh quyết tâm muốn chấm dứt những lề thói hủ bại, lề thói làm ăn cũ của công ty, nên cuối cùng vẫn tìm mọi cách để bóp chết các ý kiến phản đối.

Có tiền làm việc gì cũng dễ, rất nhanh chóng NKC cho người tới liên hệ, sau khi bàn bạc sơ bộ, anh chàng người Trung Quốc phụ trách việc liên hệ với tập đoàn Liêm Thị đó dùng thứ giọng nửa Tây nửa Tàu đưa ra ý kiến với anh, tiếng Anh của Liêm Vân thực ra không tồi, dù sao cũng đã từng ở nước ngoài một thời gian, nhưng đúng là chỉ ở một thời gian thôi, ngành học là ngành tiền tệ, nhưng người nghe và người giảng bài đều là người Trung Quốc, lúc đó anh mới hơn hai mươi tuổi đầu, tức giận lên mua ngay vé máy bay bay thẳng về nước.

Về đến nhà vẫn còn gân cổ lên tranh luận với ông bố đang há hốc miệng của mình, "Trường nổi tiếng gì chứ, đúng là lừa đảo, không bằng học từ xa qua mạng mua lấy tấm bằng".

Gia đình anh kinh doanh từ thời tổ tiên, vốn cũng chẳng học hành gì, nhưng đến đời thứ ba thì nhận ra tầm quan trọng của kiến thức, các bác, các chú đều gửi con ra nước ngoài du học, có tiền, muốn du học ở nước nào cũng được, những người anh em họ của anh đều rất hứng thú, còn anh lại cảm thấy thật lãng phí thời gian.

Lừa tiền của người Trung Quốc dễ lắm phải không? Có muốn lừa thì cũng là anh lừa bọn họ, làm gì đến lượt bọn quỷ mắt xanh đấy.

Sau đó anh hoàn thành chương trình học của mình ở trong nước, tại học viện Kinh Doanh anh quen biết một đám bạn bè là tầng lớp nhà giàu mới nổi, trong đám bạn bằng vai phải lứa nổi danh có rất nhiều người thân thiết với anh, như thế anh cũng cảm thấy mình đã không lãng phí thời gian.

Nhưng cũng chính vì điều này mà hình tượng của anh mãi mãi chỉ là anh chàng nông dân, chưa bao giờ được khoác lên mình cái tiếng anh tài về nước, hay hào kiệt du học ở nước ngoài về.

Dù sao anh cũng chưa từng hối hận, giờ nghe anh chàng này động nói là dùng tiếng Anh, chán nản, anh thẳng thắn đưa ra yêu cầu, "Những cái khác không vấn đề, tôi chỉ yêu cầu người các anh đưa tới phải nói tiếng Trung lưu loát, công ty của các anh không phải mới chỉ ở châu Á một, hai năm, không đến nỗi không có nhân viên biết tiếng Trung đấy chứ?".

Đối phương ngượng ngùng, sau đó nghe nói dự án được tổ tư vấn tốt nhất châu Á tiếp nhận, cũng coi như anh may mắn ngay từ bước đầu tiên.

Lần đầu tiên gặp mặt tổ tư vấn là một ngày mùa đông, lịch gặp gỡ cũng đã được sắp xếp, tuy nhiên một công trình đột nhiên có vấn đề, lái xe chạy nhanh hết sức mà cũng không kịp giờ hẹn.

Không khí trong phòng họp khá kì lạ, vẻ mặt thư ký bắt đầu không tự nhiên, nhìn thấy anh như nhìn thấy cứu tinh, chạy tới giới thiệu, "Tổng giám đốc Liêm, anh đến rồi, cô Ân đây nhất định yêu cầu giám đốc các bộ phận mang số liệu ra để thảo luận về phương án, mọi người vẫn đang đợi…".

"Anh Liêm, chào anh". Là giọng phụ nữ, nhả chữ vô cùng ngắn gọn mạnh mẽ. Bên phải của đầu bàn bên kia có người đứng dậy, người đó mặc một chiếc áo sơ mi màu trắng kiểu kị sĩ, cổ tay áo bó chặt, tóc rất ngắn, mấy lọn tóc mai dài hơn được vén gọn sau tai.

"Cô Ân?".

"Là tôi. Anh Liêm. Chính tôi đã yêu cầu giám đốc các bộ phận tiến hành thảo luận theo đúng giờ đã hẹn, một doanh nghiệp nên có cái nhìn nghiêm túc hơn về khái niệm thời gian, không có anh ở đây không ai dám bắt đầu, ở đây vẫn quản lý theo chế độ gia đình phải không?".

Hả…

Ngoài những người mà cô mang đến ra, những người còn lại đều tỏ thái độ không hài lòng, còn nhân viên của Ân Như đã quen phong thái làm việc như vậy của tổ trưởng, việc gì cần làm thì cứ tiếp tục làm, cắm cúi bận bịu, không ai tỏ vẻ ngạc nhiên.

Anh vốn không thích những phụ nữ mạnh mẽ, phụ nữ trong gia đình anh ai cũng rất truyền thống, rất Trung Quốc, tam tòng tứ đức, ý chồng là ý trời.

Giống như mẹ của anh, cả đời là người mẹ thảo vợ hiền, ba anh thường xuyên bận rộn với công việc kinh doanh bên ngoài, bà ở nhà quản lý chu toàn hậu phương, cũng không bao giờ tham gia vào bất cứ công việc làm ăn kinh doanh nào của chồng, nói chuyện bao giờ cũng dùng khẩu khí ôn hòa nhượng bộ.

Nhưng cô Ân Như này lại làm đảo lộn những suy nghĩ từ trước tới nay của anh về phái nữ.

Sau lần gặp đầu tiên, cô cùng tổ tư vấn của mình chính thức bước vào tập đoàn làm việc, tập đoàn có nhiều công ty con, lại phân bổ ở khắp các thành phố trong cả nước, cô phải bay đi bay lại, một thời gian sau mới mang phương án bước đầu được chỉnh lý quay về tổng công ty gặp anh để bàn bạc, hiệu quả làm việc cao ngoài dự liệu của anh, phương án được trình bày sâu sắc và chính xác, đánh đúng vào điểm yếu của loại hình doanh nghiệp kiểu gia đình nhà anh, khiến anh lập tức có cái nhìn hoàn toàn khác đối với người phụ nữ này.

Có cái nhìn hoàn toàn khác cũng chẳng để làm gì, công việc là công việc, quan điểm cá nhân là quan điểm cá nhân, anh vẫn không thừa nhận sự hấp dẫn giới tính ở cô.

Phụ nữ kiểu đó chắc không lấy được chồng đâu nhỉ? Khi đi ăn cơm với các giám đốc bộ phận anh đã nghe họ kháo nhau như thế.

Phương án chính thức do chính cô mang tới văn phòng ở tổng công ty thảo luận riêng với anh, lúc đó cũng chuẩn bị tới kì nghỉ Tết, trước đó một ngày thư ký đã nhắc anh về cuộc hẹn không chỉ một lần, xem ra uy danh của cô đã được mọi người biết tới, đến ngay cả bên bỏ tiền ra đầu tư như anh cũng phải phục tùng nguyên tắc đó.

Không thể đến muộn một lần nữa, lần trước tới muộn đã mất uy ngay trước mặt cô, nếu lần này lại lặp lại thì không chừng kết quả của việc đến muộn sẽ là văn phòng trống không.

Châm ngôn của cô là thời gian của mọi người đều rất quý, đừng lãng phí của nhau.

Nhưng người đến muộn trong ngày hôm đó lại là cô, anh tới văn phòng phải đợi mười phút mới thấy cô vội vàng xuất hiện, trên người vẫn mặc áo khoác, vừa vào tới cửa liền lên tiếng xin lỗi, "Xin lỗi, anh Liêm, tôi đến muộn"

Quê anh ở Hà Nam, mùa đông cũng rất lạnh nhưng không khí khô hanh, Thượng Hải thì khác, cứ mỗi năm tới mùa này thời tiết ẩm ướt và âm u, tiếng gió rít lạnh tới thấu xương, cô không phải loại phụ nữ kiểu bình hoa hàng ngày chỉ đến ngồi lì trong văn phòng, khi cô bước vào còn mang theo cả không khí lạnh, dường như vừa trở về từ một nơi cực kì giá rét.

Nếu là người khác chắc anh sẽ cười cho qua, không phải là nhân viên do mình quản lý, cũng chẳng cần phải áp dụng kỉ luật thép với người ta, nói không chừng còn trêu chọc vài câu.

Nhưng vẻ mặt cô hết sức nghiêm túc khiến anh cũng phải tỏ ra nghiêm nghị, trong lòng rất không thoải mái nhưng miệng vẫn khách khí, "Không có gì, khoảng thời gian này tôi sắp xếp dành riêng cho cô Ân, có điều không ngờ một cô Ân luôn miệng không nên lãng phí thời gian của nhau lại có tới hai thứ tiêu chuẩn".

Cô đang cởi áo khoác, chiếc áo khoác kiểu quân sự màu đen có hai hàng khuy phía trước, đến khăn quàng cổ cũng dùng khăn len màu đen, rất phù hợp với khuôn mặt đang lạnh như băng của cô, nghe thấy anh trả lời như vậy liền đứng thẳng người nhìn về phía anh, chiếc cằm nhọn như nghênh lên, còn chưa kịp nói thì đã bật ho.

Khi cô ho nhìn cũng rất khác người, hai tay ôm chặt lấy mặt, chỉ để lộ chiếc mũi thẳng qua các kẽ ngón tay, gần như nửa mặt bị che mất, chỉ có đôi mắt là vẫn đang nhìn anh chăm chăm.

Mặc dù tác phong, tính cách của Ân Như đã được quốc tế hóa, nhưng khuôn mặt cô thì lại mang nét Trung Quốc truyền thống, đôi mắt phượng đẹp một cách đặc biệt, lúc này khoảng cách giữa hai người khá gần, mắt cô đang nhướn lên nhìn anh, trông quyến rũ đến kinh ngạc.

Nhìn biểu hiện của cô lúc này anh bỗng thấy mình ngẩn ngơ, vẫn còn muốn nói nữa nhưng không thể thốt ra lời, anh cứ sững ra nhìn như thế.

Đúng lúc đó điện thoại bàn đổ chuông, anh quay người lại nhấc máy, tạm thời tránh được ánh mắt của cô.

Giọng thư ký thận trọng vang lên, "Tổng giám đốc Liêm, vừa rồi tôi mang tài liệu xuống cho bộ phận bán hàng, quên mất không nói với anh rằng trước đó cô Ân có gọi điện thoại thông báo sẽ tới muộn mười phút, số liệu mà công ty con ở Mẫn Hàng cung cấp cho cô ấy có vấn đề, cô ấy nói phải xuống đó xác nhận lại rồi mới gặp anh được".

Công ty ở Mẫn Hàng là công ty xa nhất ở Thượng Hải, vì giá đất rẻ nên mới mua, cũng chẳng xây dựng gì ở đó, nói dễ nghe thì là công ty con, thực chất chỉ là dựng lên một văn phòng giữa khoảng đất trống, đường xá xa xôi, lại có một đoạn đường xe ô tô không thể đi qua, phải đi bộ, đến ngay bản thân anh cũng mới tới đó một lần, trời lạnh thế này mà cô lại tới đó một mình..., anh quay lại nhìn cô, quả nhiên gót giày cao gót có dính bùn đất.

Vừa dứt cơn ho, Ân Như bỏ tay ra, hai má đỏ ửng, giọng nói vẫn rất điềm tĩnh, hơi khản, nghe giảm khí thế đi nhiều so với bình thường, "Anh Liêm, tôi có thể giải thích".

"Xin lỗi, là do tôi hiểu lầm". Anh vội xin lỗi, "Tiểu Lí vừa gọi điện thoại nói cô đã báo cho cô ấy, là cô ấy không nói với tôi cô tới Mẫn Hàng".

Cô cũng không nói thêm gì nữa, cởi chiếc áo khoác ngoài vắt lên thành ghế sofa trong phòng anh, quay đầu lại hỏi, "Vậy giờ chúng ta có thể bắt đầu chưa?".

Cảm thấy có lỗi nên khi nghe báo cáo về phương án Liêm Vân đã thay đổi thái độ ngầm soi mói đối với cô trước đó, anh ngồi nghe vô cùng chăm chú.

Quả không hổ danh tổ tư vấn số một châu Á, phương án cô đưa ra vô cùng xuất sắc, nhưng nghe tới đoạn cuối anh nhíu mày, "Cô Ân, nếu thực hiện theo phương án này, tôi sợ sẽ gặp chướng ngại lớn".

Cô ngồi trước mặt anh, thấy thái độ của anh lúc này đột nhiên mỉm cười, "Tôi hiểu sự lo lắng của anh".

"Gì kia?". Lần này tới lượt anh ngạc nhiên nhìn thẳng vào cô.

"Công ty gia đình cũng có ưu điểm, đó chính là sức mạnh cốt lõi, ít phải chia sẻ lợi nhuận, nhưng hàng trăm năm nay, tại sao có rất ít các công ty gia đình đứng vững trên thế giới, anh có biết không?".

"Bởi vì họ quá bảo vệ lợi nhuận cốt lõi của mình, từ chối những lớp người trẻ tuổi đầy nhiệt huyết tham gia vào bộ máy quản lý, vì thế càng ngày càng cũ kĩ, đấy cũng chính là lí do vì sao tôi lại mời cô tới đây".

"Rất tốt". Ân Như đứng hẳn dậy chống hai tay lên bàn, "Đấy chính là điểm yếu chết người của các công ty kiểu này, lẽ nào anh không nhìn thấy, ngày đầu tiên khi tôi tới đây, chỉ cần không có anh, tất cả các nhân viên quản lý đều không dám làm gì, phải tới khi anh có mặt họ mới bắt đầu hoạt động sao?".

Nghĩ tới ngày hôm đó anh vẫn còn cảm thấy khó chịu, cũng chẳng đợi anh trả lời, Ân Như tiếp tục nói: "Anh Liêm, liệu anh có thể đảm bảo rằng mình lúc nào cũng có thể xuất hiện kịp thời hay không? Anh có thể đảm bảo mình sẽ tự mình làm hết được tất cả mọi việc không? Nếu không thể làm được thì phải dùng chế độ để thay thế kiểu quản lý cá nhân, không thể tránh khỏi việc sẽ ảnh hưởng tới lợi ích thiết thân của những thành viên trong tầng lớp cốt lõi, cũng chính là những người có quan hệ ruột thịt trực hệ với anh".

"Tôi hiểu". Điều này sao anh lại không rõ chứ, "Nhưng cũng phải chú trọng phương pháp, không thể nóng vội được".

"Yên tâm". Cô lại mỉm cười như đang nói chuyện phiếm về tình hình thời tiết, "Những dự án có tính chất tương tự như vậy rất nhiều, các công ty gia đình ở châu Âu cơ nghiệp có gốc rễ hàng trăm năm, không phải cuối cùng đều thuận lợi phát triển, con người chỉ cần nhận ra rằng nếu không thay đổi thì sẽ đi vào đường chết thì mọi thứ đều có thể thỏa hiệp".

Nhưng nói xong cô lại bắt đầu ho, vẫn dùng hai tay ôm lấy mặt, lần này mắt không còn nhìn anh nữa mà cụp xuống, chỉ thấy hai hàng mi chớp chớp.

Không kịp suy nghĩ, anh đã buột miệng nói: "Cô bắt đầu ho từ lúc nào? Có cần tôi gọi bác sĩ tới khám không? Dạo này thời tiết rất lạnh, cẩn thận kẻo bị cảm".

Cách nói cứ như hai người đã quen biết nhau nhiều năm, vô cùng thân thiết, tiếng ho dứt, cô ngạc nhiên nhìn anh, trong mắt hiện lên một dấu hỏi chấm, cứ như lần đầu nhìn thấy anh vậy.

Đương nhiên Ân Như từ chối đề nghị đó.

Cô biết suy nghĩ của người đàn ông này đối với mình cũng như cô luôn biết suy nghĩ của những người đàn ông khác đối với mình trong cuộc sống vậy - Cô có còn là phụ nữ không? Cho dù còn là phụ nữ, người phụ nữ như vậy chắc không lấy được chồng đâu.

Không lấy được chồng thì có làm sao, cô cũng chẳng cần.

Người phụ nữ mà cô sùng bái là Rice[*], người ta đã tặng bà một cây chổi như muốn quét bà ra khỏi bộ ngoại giao

---

[*] Condoleezza "Condi" Rice: Sinh năm 1954, là bộ trưởng ngoại giao thứ hai của chính phủ George W.Bush từ ngày 26.1.2005 đến

Hoa Kỳ, bà đã đặt nó ở chỗ dễ thấy nhất trong văn phòng để nhắc nhở mình phải cố gắng hơn nữa.

Đàn ông có thể giành được những vị trí cao, tha hồ làm mưa làm gió, cô đã từng chứng kiến nhiều trường hợp những người phụ nữ cũng chẳng kém cạnh các đấng mày râu, giờ đã là thời đại nào rồi mà còn nghĩ phụ nữ không có tài mới là có đức.

Nhiều năm nay cô đi khắp các nước trên thế giới, cũng có những anh chàng quyết tâm lao vào lửa, nhưng đa số đàn ông sau vài lần hẹn hò với cô đều tự động biến mất như bốc hơi khỏi trần gian vậy.

Cô biết lí do tại sao, làm gì có anh chàng nào chịu được một cô bạn gái động tí lại công kích rằng suy nghĩ của anh ta có vấn đề, có một anh chàng làm luật sư có vẻ như là người thẳng thắn nhất, lần thứ ba sau khi bị á khẩu trước mặt cô đã thốt ra rằng, "Cô Ân, cô đã từng nhìn thấy những quý bà phải ôm mèo sống cô độc tới cuối đời bao giờ chưa? Ừ thì cứ cho giờ là thời đại mới rồi, phụ nữ cũng nên có những đức tính hiền lành, khiêm tốn, nhẫn nhịn chứ, cô không thể đắc ý như thế cả đời được đâu".

20.1.2009. Rice là phụ nữ Mỹ gốc Phi đầu tiên, và là người Mỹ gốc Phi thứ hai (sau Colin Powell), bà cũng là người phụ nữ thứ hai (sau Madeleine Albright) phục vụ chính phủ trong chức vụ này. Hai lần liên tiếp bà được tạp chí Forbes bầu chọn là người phụ nữ quyền lực nhất thế giới.

Lúc đó hai người đang cùng nhau ăn cơm trong một nhà hàng sang trọng, cô đã đứng dậy, lạnh lùng nói: "Này anh, anh đã bao giờ nhìn thấy những ông già sống cô độc tới một con chó cũng chẳng có chưa? Đàn ông thời đại mới cũng nên có sự tự giác về đức tính hiền lành, khiêm tốn, nhẫn nhịn chứ, nếu không anh rất có khả năng sẽ trở thành một ông già như thế đấy".

Sau khi về nhà cô thấy mình thật trẻ con, tranh cãi với loại người đó làm gì, nhưng cũng cảm thấy rất sảng khoái, từ đó về sau cô không hứng thú hẹn hò lung tung với đàn ông nữa.

Còn loại đàn ông như Liêm Vân, ngay từ lần gặp đầu tiên cô đã đóng cho anh một cái mác "Người đàn ông gia trưởng truyền thống Trung Quốc kiêm nhân vật tiêu biểu trong vấn đề coi trọng nam quyền", chẳng có điểm nào phù hợp với cô.

Chính người đàn ông không phù hợp với cô này từ sau hôm đó càng ngày càng dành cho cô nhiều ánh mắt quan tâm hơn, càng ngày càng có nhiều đề nghị kì quái hơn, sau này đến ngay các nhân viên trong tổ cũng biết, tổng giám đốc Liêm có ý với nữ tổ trưởng vạn năng của họ, khiến cô không chống đỡ nổi.

Cô thầm oán trách anh, càng ngày càng lạnh nhạt với anh hơn, nếu có thể tránh tiếp xúc là tránh, trừ khi phải liên hệ vì yêu cầu công việc, bình thường đến xã giao cơ bản nhất cũng giảm bớt.

Liêm Vân hoàn toàn không để tâm đến sự lạnh nhạt của cô.

Anh là người có tính cách thẳng thắn, tác phong mạnh mẽ hiếm thấy trong số những người Trung Quốc, nếu không năm đó cũng không đến nỗi quyết định bỏ học giữa chừng về nước mà không nói một tiếng với người nhà.

Chẳng suy nghĩ nhiều, anh chỉ càm thấy Ân Như xứng đáng để anh theo đuổi.

Cô đích thực không phải là kiểu phụ nữ hiền lành truyền thống, cũng khác xa với yêu cầu về tiêu chuẩn đối với phụ nữ của gia đình anh, nhưng khi ở bên cô, dù nói chuyện gì hai người cũng dễ dàng hiểu nhau mà không gặp trở ngại, có những điều bình thường anh không thể nói cho các bậc cha chú của mình hiểu được thì cô chỉ cần anh chớm nói đã hiểu toàn bộ vấn đề.

Phụ nữ như vậy chính là báu vật quý hiếm trên thế gian này.

Dù sao dự án của cô ít nhất cũng phải làm khoảng hơn nửa năm nữa, thứ anh có bây giờ là thời gian.

Hai tuần sau cuối cùng họ cũng đã có cuộc hẹn hò đầu tiên.

Nói là hẹn hò, thực ra là cơ hội do anh đã dùng mọi thủ đoạn để có được.

Nơi cô ở là khu căn hộ do tập đoàn bố trí, đương nhiên anh cũng biết địa chỉ, đã sắp nghỉ Tết, hầu hết nhân viên trong tổ tư vấn của cô là người nước ngoài, bọn họ tận dụng dịp nghỉ lễ dài ngày này để đi du lịch Trung Quốc hoặc về nước đoàn tụ với gia đình.

Nhưng theo anh biết, kì nghỉ này Ân Như sẽ không rời khỏi Thượng Hải.

Đây là tin mà thư ký của anh đã lấy được từ một trong những nhân viên trong tổ của cô, còn việc cô thư ký đã làm thế nào để lấy được thông tin đó hay cô thư ký của anh đã đi du lịch với anh chàng người nước ngoài cung cấp thông tin kia trong dịp nghỉ lễ như thế nào anh không quan tâm, anh chỉ quan tâm tới kết quả, không quan tâm quá trình.

Anh cũng quen biết với bảo vệ của khu nhà, yêu cầu họ khi nào thấy cô Ân về tới nơi thì gọi điện cho anh.

Tính toán thời gian rất kĩ rồi lái xe tới dưới khu chung cư cô ở anh mới gọi cho cô, đầu dây bên kia giọng cô đầy thắc mắc, "Chuyện gì thế?".

"Có ý tưởng này muốn bàn bạc với cô, muốn quyết định trước khi nghỉ lễ, giờ gặp nhau có tiện không?".

Cô im lặng một lát rồi nói: "Giờ đang là thời gian riêng tư của tôi".

"Rất gấp, cứ coi như là làm thêm giờ đi, chi phí tính riêng, thu phí theo giờ cũng được".

Biết cô là người rất nghiêm túc trong công việc, anh nói dối không chớp mắt.

Cô vẫn chần chừ, sau cũng đồng ý.

Tin tức mà phòng bảo vệ cung cấp có sự nhầm lẫn, cô không ở nhà mà một mình ăn cơm trong quán ăn Nhật bên kia đường của khu chung cư.

Đúng là một mình, quán ăn khá nhỏ, mùa đông nên cũng vắng khách, vừa vào tới cửa anh đã nhìn thấy Ân Như đang ngồi ở một góc trong quán.

Cô đang uống rượu, trước mặt có một đĩa đuôi cá màu đen, một đĩa sashimi ngon mắt, một đĩa cá hồi màu đỏ tươi đầy đặn, cá hồng sốt dầu trắng, một đĩa sò Bắc Cực, xung quanh xếp đầy trứng cá muối và những sợi củ cải trắng rắc trang trí bên trên.

Ân Như rất rộng rãi, nhìn thấy anh liền vẫy tay yêu cầu bà chủ mang thêm rượu và chén tới, sau đó nhận tập tài liệu cúi đầu chăm chú đọc, còn đẩy đĩa sashimi về phía anh, "Anh nếm thử đi, nhà hàng này khá được".

Đấy là tập tài liệu anh tiện tay nhặt ở văn phòng mang theo, làm gì có nội dung gì đáng xem, nhưng vẻ mặt cô vẫn hết sức nghiêm túc, những lọn tóc mai vén sau tai rơi ra, xiên xiên trước mắt, anh ngồi phía đối diện, tay rót rượu nhưng đôi mắt lại nhìn vầng trán cúi thấp của cô. Đôi mắt phượng khó đăm đăm kia bị những sợi tóc xòa xuống che tầm nhìn, cô rất dứt khoát dùng hai ngón tay vén chúng ra phía sau.

Anh nhìn mà ngẩn ngơ, một thái độ làm việc rất nghiêm túc, bất kì người phụ nữ nào trong cuộc đời anh đều không thể sánh được với cô khi bắt tay vào làm việc.

Nhìn chăm chú quá tới nỗi quên rằng tay mình còn đang rót rượu, thứ chất lỏng trong suốt trắng tinh đó bắt đầu tràn ra, theo miệng chén chảy xuống bàn, mùi thơm tỏa ra xung quanh.

Tay anh có cảm giác mát lạnh, là bàn tay trắng như tuyết của cô, những ngón tay khép lại với nhau đưa ra ngăn anh lại, "Cẩn thận".

Chắc bộ dạng si mê của anh trông rất tức cười, vì ngay sau đó cô đã cười, hàm răng trắng đều tăm tắp.

Cũng đã từng có người đàn ông si mê ngắm nhìn cô như thế, nhưng ngẩn ngơ nhìn khi cô đang tập trung toàn bộ tinh thần vào công việc thế này thì đây là lần đầu tiên, tự nhiên Ân Như cảm thấy vui vui.

Nhờ đó mà không khí bữa ăn thoải mái hơn, hai người nói vài câu về dự án, sau đó tập tài liệu bị đẩy sang một bên, hai người bắt đầu nói chuyện phiếm.

Anh hỏi vì sao nghỉ Tết không về nhà, cô mỉm cười, ngón tay linh hoạt làm động tác bay lên trên không trung, "Ba mẹ tôi đang đi du lịch tuần trăng mật thứ n lần ở châu Phi, không làm kì đà cản mũi cũng là trách nhiệm của người con gái hiếu thảo".

"Vậy thì cô cũng có thể đi du lịch một mình mà?".

"Ngồi máy bay nhiều quá rồi, nhìn thấy sân bay là muốn ói, có được vài ngày để nghỉ ngơi yên tĩnh chẳng phải tốt hơn sao".

Sau khi uống hết hai bình rượu nhỏ, Ân Như bắt đầu nói nhiều hơn.

Đó là bình rượu đế bằng và những chiếc chén sứ trắng rất nhỏ, ngón tay cô thon dài và trắng muốt, đầu ngón tay nhẹ nhàng cầm chén như đang điều khiển dụng cụ múa rối, trông rất đẹp mắt.

Trong giây phút đó Liêm Vân cảm thấy mình đã yêu cô, Ân Như thật đáng yêu, những người đàn ông khác trên thế giới này có cảm nhận được điều đó không?

"Hai ngày nữa tôi sẽ về Hà Nam, nghỉ Tết tất cả mọi người ở khắp mọi nơi đều sẽ bay về để tụ họp, đấy là truyền thống nhiều đời của gia đình tôi".

"Thật không? Chắc là vui lắm nhỉ, có múa lân múa rồng không?". Cô mỉm cười, đã được nghe về truyền thống của nhà họ Liêm nên có phần hiếu kì.

"Rất truyền thống, còn có cả nghi lễ tế Tổ ở quê nữa, cô có muốn cùng về một chuyến không?".

Câu nói này anh cũng buột miệng hỏi rất tự nhiên, phản ứng của cô lại giống như lần trước, nhìn anh với ánh mắt kì lạ, ánh mắt hiện lên đầy dấu hỏi như mới quen anh lần đầu.

Đương nhiên, Ân Như không đồng ý với suy nghĩ bộc phát của anh, cùng anh về quê ăn Tết.

Sau này nhớ lại, thấy thật may vì lần đó đã không về, ở quê chỉ toàn đàn bà và trẻ con, đàn ông thường một năm nghỉ Tết mới về một lần, hơn nữa ở đó còn có một nhân vật gần như đã bị anh lãng quên - Trần Lệ.

Sau khi tiếp nhận quyền điều hành tập đoàn anh trở nên vô cùng bận rộn, đã hai năm rồi anh không về nhà, trong ấn tượng của anh Trần Lệ là cô gái suốt ngày lặng lẽ ra vào bên cạnh mẹ, không ngờ lần này về nhà, hai bậc phụ mẫu vốn rất ít khi có tiếng nói chung lại cùng ra mặt nói chuyện với anh, yêu cầu anh nhanh chóng kết hôn với Trần Lệ.

Thế này là thế nào? Hôn nhân là chuyện đơn giản vậy thôi sao? Rõ ràng là đang đùa anh mà.

Nhưng nhìn thái độ của ba mẹ rất nghiêm túc, không hề có ý gì là đùa, anh nói mãi vẫn không đả thông được hai người, không còn cách nào khác, trong lúc tức giận anh đã bay trở lại Thượng Hải khi chưa đến mùng ba Tết.

Đang là kì nghỉ lễ lớn, công ty không có ai, đến công nhân cũng đã về quê ăn Tết, không còn một ai.

Giờ ở thành phố này, người duy nhất anh có thể nghĩ tới là Ân Như.

Gọi điện cho cô, không nghĩ cô ở lại Thượng Hải thật, không hề đi đâu.

Anh lái thẳng xe tới nơi cô ở, xác pháo đốt tối qua trải đầy đường, cô rất bất ngờ vì sự viếng thăm đột ngột của anh, nhưng thấy anh xách rất nhiều quà Tết trên tay, cô cũng đành mời vào nhà.

Căn hộ không lớn lắm nhưng bày biện khá tinh tế, rất dễ chịu, ở nhà cô ăn mặc vô cùng thoải mái, hoàn toàn trái ngược với hình ảnh nghiêm túc được xây dựng trong suy nghĩ của anh trước kia, bộ quần áo bằng vải mềm, ống tay áo may khá rộng, trên bàn là bát và thìa màu xanh nhạt, cúi đầu xuống xem thì ra là món bánh trôi dành cho ngày Tết của người phương nam.

Có khách đến, cô cũng ngại không ăn một mình, hỏi khách sáo một câu, "Anh đã ăn gì chưa? Trong bếp vẫn còn một ít, anh có muốn ăn cùng không?".

Đương nhiên muốn, anh gật đầu rất nhanh.

Ăn miếng đầu tiên anh giật mình, bột gạo nếp rất mịn, bên trong còn có nhân thịt cỏ Tề Thái[(*)] rất đúng vị, viên nào viên nấy được nặn rất tròn trịa, hơi nhọn ở đầu, rõ ràng là làm thủ công ở nhà, không giống với loại thực phẩm đông lạnh được mua về từ siêu thị.

Vẫn không dám tin, anh bưng chiếc bát lên thận trọng xác nhận lại, "Giúp việc nhà em làm à?".

"Giúp việc? Lúc này lấy đâu ra giúp việc chứ, chỗ này chẳng còn ai". Cô cũng đang ăn, nghe thấy anh hỏi vậy ngẩng đầu lên trả lời, "Tôi tự làm đấy".

Lần này thì đúng là khiến anh quá bất ngờ, khiến anh phải nhìn cô bằng ánh mắt hoàn toàn khác.

(*) Cỏ Tề Thái: Vị thuốc đông y có hoa trắng, lá non có thể ăn được, có tác dụng lợi tiểu, giải nhiệt, cầm máu, vị ngọt.

Ai nói Ân Như không giống phụ nữ, từ đầu tới chân cô chỗ nào cũng như có hai từ phụ nữ, có đóng dấu ký tên đầy đủ.

Bên ngoài lại có tiếng pháo nổ rộn ràng, ồn ào náo nhiệt, nhưng anh cảm thấy rất vui, âm thanh vui vẻ đó dường như phát ra từ chính trái tim anh, sung sướng vô cùng.

Anh vừa ăn vừa ngắm nhìn cô, càng nhìn càng rung động, sau đó buột miệng hỏi: "Hôm nay em không có việc gì chứ? Hay là chút nữa ra ngoài cùng đi dạo? Gần Thượng Hải có vài thành phố phong cảnh cũng rất được, hay là chúng ta đi Tô Châu hoặc Hàng Châu nhé?".

Đang cúi đầu múc bánh trôi, nghe thấy câu này, Ân Như ngẩng lên nhìn anh, ánh mắt lạnh lùng, giọng nói cũng vậy, "Tổng giám đốc Liêm, thứ lỗi cho tôi hỏi thẳng, anh đang tán tỉnh tôi phải không?".

Thẳng thắn như vậy sao, không có kinh nghiệm đối phó với kiểu phụ nữ này, Liêm Vân cứng lưỡi.

Đối với Ân Như trong cuộc sống của cô có tồn tại một người đàn ông hay không cũng chẳng phải là điều gì đặc biệt.

Vì vậy sau khi nghe Liêm Vân thẳng thắn đề nghị hẹn hò như thế, cô cũng không lấy gì làm hãnh diện hoặc cảm động, chỉ cảm thấy kinh ngạc.

Tại sao một người đàn ông thoạt nhìn rất có tướng một anh chàng gia trưởng kiểu Trung Quốc truyền thống lại chọn cô? Cô rõ ràng không phải là tuýp người anh ta thích hoặc là tuýp phụ nữ phù hợp với anh ta. Hai người không có điểm nào chung, về tư tưởng lại càng khác biệt, sao có thể chứ?

Tuy nhiên đề nghị về việc đi ngắm cảnh ở các thành phố xung quanh Thượng Hải cũng không tồi, cô vốn cũng định nhân dịp nghỉ dài ngày này đi tham quan vài nơi, nhưng dù có đi thì cô cũng sẽ đi một mình, cần gì phải nhờ anh ta tháp tùng chứ?

Làm người đúng là không nên nói trước, nói trước bước không qua.

Hôm sau Ân Như thuê một chiếc xe và tự mình lái như bay trên đường cao tốc, tâm trạng vui vẻ, cô lái xe rất cẩn thận, giới hạn tốc độ là bao nhiêu thì cô khống chế bấy nhiêu, nhưng đi được nửa đường thì nghe thấy có tiếng gì đó rất kinh khủng, ngay sau đó chiếc xe như nghiêng hẳn về một bên, đúng lúc đó bên cạnh lại có một chiếc xe đang rẽ vào làn đường phía trước mặt cô, cả hai bên đều vội vàng thắng gấp, nhưng đầu xe vẫn đâm vào nhau.

Xuống xe mới biết xe bị nổ lốp, xe bên kia cũng có mấy người đàn ông bước xuống, nói gì đó đặc giọng địa phương, người thì gọi điện thoại kẻ thì xông ngay ra nhìn đầu xe, hiện trường rất náo nhiệt.

Cô nghe không hiểu họ nói gì, Ân Như bấm máy gọi 110. Cô rất có ý thức ghi nhớ các số điện thoại khẩn cấp ở mọi quốc gia, thấy tình hình có vẻ không được ổn lắm, tốt nhất là mời cảnh sát tới phán xét công bằng hơn.

Không ngờ đúng là có cảnh sát đến, sau khi xem xét hiện trường nhận liền mấy cuộc gọi, rồi cứ thế kéo thẳng xe đi, còn yêu cầu tất cả mọi người về đồn để giải quyết, cô cũng không ngoại lệ.

Thấy lạ, nhưng cô vẫn đi, đến nơi cảm thấy có điều gì đó không bình thường, mấy người đàn ông kia hung hăng càn rỡ, lại liên tục nói gì đó với cảnh sát, cô không biết tiếng địa phương, quay sang hỏi người đàn ông trung niên bên cạnh, người đó ban đầu không nói gì, sau đó đi ra góc phòng nói nhỏ với cô, "Cô gái, những người này có quan hệ với nhau, tí nữa thể nào cô cũng sẽ thiệt thòi đấy, mau tìm người đến giúp đi, một mình cô không thắng nổi bọn họ đâu".

Nói vậy là có ý gì? Quan hệ? Không phải là lần đầu tiên làm việc trong nước nên cô không xa lạ với từ này, thấy tình hình có vẻ không ổn, nhưng ở thành phố này cô chỉ là khách qua đường, lại đang nghỉ Tết, bảo cô tìm người giúp cô biết tìm ai?

Cuối cùng cũng nghĩ ra, đúng là có một người cô có thể tìm, đó là Liêm Vân của tập đoàn Liêm Thị.

Liêm Vân gần như lập tức lên đường ngay, trên đường đi chỉ gọi mấy cuộc điện thoại nhưng khi anh đến thái độ của cảnh sát đã thay đổi một trăm tám mươi độ, vốn đang bị bỏ quên ở một góc không ai hỏi tới, Ân Như nhanh chóng đã được họ bố trí vào ngồi trong phòng đợi ấm áp và còn được phục vụ trà và hỏi thăm ân cần.

Nhìn thấy anh cô giơ tay lên chào, khóe miệng khẽ cong lên, hơi mỉm cười, nhỏ nhẹ cảm ơn.

Anh mang người theo, lập tức giải quyết những việc còn lại, vui sướng vì không phải bận tâm tới mấy việc lặt vặt đó nữa, Ân Như cùng anh ra khỏi đồn cảnh sát.

Sau đó hai người cùng nhau tới Tô Châu, vừa nhận được sự giúp đỡ nhiệt tình của anh, Ân Như thấy không nên tỏ ra khó chịu quá, dù sao ngồi cùng một xe thì cũng phải nói chuyện, chủ đề mà họ nói không ngoài lĩnh vực kinh doanh, càng nói càng hăng say, chớp mắt đã đến nơi cần đến, đến cô cũng có cảm giác đoạn đường đó thật ngắn ngủi.

Tô Châu là một thành phố nhỏ trang nhã, những khu vườn được thiết kế tinh tế và rất đẹp, những hòn giả sơn tinh xảo, phong cảnh thay đổi theo từng bước chân, hai người có cảm giác như bị mất phương hướng thì đột nhiên cảnh sắc tươi sáng hiện ra trước mắt, khu đình nghỉ chân bên cạnh hồ nước không khác gì một cõi trời riêng.

Hai người tới phố Quan Tiền tìm một nhà hàng có các món ăn truyền thống của Tô Châu để ăn cơm, tinh thần sảng khoái, lại có đồ ăn ngon và cảnh đẹp, chỉ trong một ngày, sự thân thiết giữa hai người gia tăng nhanh chóng.

Đường về yên ả thẳng tắp, cảnh sắc hai bên nhàm chán, cảm thấy mệt, lúc đầu còn cố gắng để không ngủ thiếp đi, nhưng khi xe đi qua trạm thu phí đầu tiên cô không thể chống cự nổi cơn buồn ngủ nên đã chìm dần vào trong mơ.

Khi tỉnh lại cô phát hiện xe đã vào thành phố Thượng Hải, đang ở trên đường cao tốc Diên An, ánh đèn neon chiếu trên đầu, hai bên đường các cột đèn xếp hàng thẳng tắp, cảnh sắc mỹ lệ của thành phố phồn hoa hiện ra trước mắt.

Cô quay đầu sang bên cạnh, Liêm Vân cũng đang nhìn về phía cô, bốn mắt giao nhau, ánh mắt anh sáng lên, sau đó mỉm cười với cô, "Ân Như, đúng là anh muốn theo đuổi em, có được không?".

Vấn đề này là do cô đưa ra trước, lần trước anh đã không thể nói gì. Ân Như vừa ngủ dậy, lại lần đầu tiên gặp một người đàn ông nói thẳng với mình những lời như thế, cô đang vặn người liền đột ngột dừng lại, lần này tới lượt cô không biết nói gì.

Cũng có thể vì không khí ngày Tết quá vui vẻ, cũng có thể do hai người đều cô độc trong thành phố này, cũng có thể là vì mùa đông sắp qua đi, mùa xuân sắp tới, hormone của chim trống và chim mái bắt đầu rục rịch, tóm lại là kì lạ lẫn cổ quái, sau chuyến du lịch ngắn ngủi đó, Ân Như đã không còn từ chối tần suất xuất hiện ngày càng dày đặc của người đàn ông này trong cuộc sống của mình nữa, thậm chí đôi khi còn tận hưởng cảm giác có một người bên cạnh, coi như ngầm chấp nhận việc tán tỉnh hay theo đuổi kia.

Sau đó họ đến với nhau thật, mọi thứ đến rất tự nhiên, rõ ràng khác nhau một trời một vực, rõ ràng không hề có điểm nào chung nhưng mọi chuyện diễn ra tự nhiên như một lẽ tất yếu, cả hai đều rất vui.

Liêm Vân cảm thấy không có người phụ nữ nào phù hợp với anh hơn Ân Như, càng ở bên nhau lâu anh càng khẳng định sự lựa chọn của mình là đúng đắn.

Cô xinh đẹp thông minh, nói chuyện rất hay, lại có kinh nghiệm phong phú trong lĩnh vực kinh doanh, hiểu biết sâu sắc, hơn hẳn những phụ nữ mà anh từng tiếp xúc.

Anh vốn là một người đàn ông mạnh mẽ đầy tham vọng, có cô ở bên như hổ thêm cánh, bao nhiêu suy nghĩ ý tưởng lần lượt xuất hiện, nhiều khi kích động, nửa đêm còn lay cô dậy nói một thôi một hồi.

Ân Như không biểu lộ tình cảm bộc trực như thế, nhưng khi hai người ở bên nhau, giống như người uống nước, nóng lạnh cũng chỉ mình mình biết, cô không phải là thiếu nữ lần đầu biết yêu nên hiểu rất rõ cảm xúc của mình.

Cô bắt đầu hưởng thụ thời gian được ở bên anh, nghĩ đến anh liền mỉm cười, lúc nào cũng mang di động theo người, ngày nào không biết tại sao lại có nhiều chuyện để nói đến thế, dù giữa các cuộc họp nói với nhau mấy câu cũng tốt.

Cả hai đều rất bận nhưng chỉ cần tách nhau ra hơi lâu là bắt đầu thấy nhớ, thỉnh thoảng khi cô ở một nơi nào đó quá lâu, anh sẽ cố gắng tìm thời gian bay đến gặp cô dù chỉ ở lại được một đêm cho vơi bớt nhung nhớ.

Dù cùng ở trong một thành phố, nhưng hầu hết thời gian khi họ được gặp nhau đã là nửa đêm, anh sức khỏe hơn người, nhiều khi quấn chặt lấy cô không rời, cô cũng hết cách, gác lại bao nhiêu công việc bận rộn, trời to đất lớn, chuyện yêu đương của nam nữ là lớn nhất.

Quan trọng nhất là cô cảm thấy hạnh phúc, giai đoạn đẹp đẽ đó vẫn lưu sâu trong ký ức không hề phai nhạt, để mỗi khi cô nhớ tới, bất giác lại mỉm cười, ánh mắt trở nên dịu dàng vô cùng.

Rất lâu rất lâu sau đó, cô bị người khác hỏi có hối hận không?

Không, cô không hối hận, bởi vì cô đã từng hạnh phúc.

Tình yêu là một thứ rất kì lạ, khi yêu nhau thì chỉ ao ước được hòa vào làm một, rảnh một chút thời gian là mong muốn được chạy tới gặp người ta, cho dù việc ai người ấy làm, chỉ cần được nhìn thấy người ta là thỏa mãn lắm rồi.

Nhưng hai người vẫn là hai cá thể độc lập, công việc của mỗi người lại chiếm phần lớn thời gian, những thứ khác trong cuộc sống chỉ là phụ.

Tập đoàn của Liêm Vân có to lớn phức tạp tới đâu, công việc có ngập đầu ngập cổ thế nào thì dự án này cũng phải kết thúc trong vòng một năm.

Lịch làm việc của tổ tư vấn do Ân Như phụ trách đã xếp kín tới tận ba năm sau, dự án tiếp theo là ở Hàn Quốc.

Vốn thời gian hai người dành cho nhau cũng không nhiều, nhưng dù sao cũng ở trong cùng một quốc gia, cho tới khi dự án tiếp theo của cô bắt đầu triển khai thì hai người bắt đầu nhận ra rằng nếu cứ tiếp tục thế này thì mối quan hệ của họ rất khó duy trì.

Ai có thể chấp nhận hai người yêu nhau mà không thể đảm bảo một tháng được gặp nhau một lần? Thậm chí các cuộc hẹn hò đôi khi diễn ra chóng vánh ở sân bay giữa giờ chờ chuyến bay cất cánh.

Cuối cùng thứ khiến cả hai người đều sụp đổ không thể chịu đựng được nữa cũng chính là sân bay, khó khăn lắm mới có được hai ngày nghỉ, cô bay chuyến sớm nhất từ Hàn Quốc về Thượng Hải, xuống máy bay nhìn thấy có năm, sáu cuộc gọi nhỡ, của Liêm Vân và của người ở tổ tư vấn gọi tới, vừa định gọi lại thì chuông điện thoại reo, giọng trợ lý của cô ở đầu dây bên kia lo lắng, "Tổ trưởng, bên Seoul có chuyện rồi, chị có thể bay về ngay không?".

Hỏi vài câu quả nhiên đúng là việc rất khẩn cấp, cô buồn bã, gọi lại cho Liêm Vân, giọng Liêm Vân cũng hết sức lo lắng, "Tiểu Như, em đến nơi chưa?".

"Em vừa xuống máy bay, có điều bên Hàn Quốc lại có vấn đề, chắc em phải đi chuyến tiếp theo để quay lại Seoul, còn anh?".

"Sáng nay anh nhận được điện thoại từ công ty con ở An Huy, xảy ra tranh chấp lao động lớn, anh phải qua đó ngay, giờ cũng đang ở sân bay".

Đột ngột như thế sao? Có chút thất vọng, nhưng thôi, cuộc sống của họ vốn là như thế, cô có thể hiểu, "Anh bay chuyến mấy giờ? Còn thời gian không? Trước khi lên máy bay em muốn gặp anh?".

Đầu dây bên kia rất ồn, anh như đang thở dài, giọng có vẻ chán nản, "Anh đang ở sân bay Hồng Kiều, hai giờ nữa máy bay cất cánh, không kịp đâu".

Sân bay Hồng Kiều… Cô suýt chút nữa thì quên mất Thượng Hải có tới hai sân bay mà lại ở hai đầu thành phố, cách nhau rất xa.

Nếu bình thường cô chắc chắn đã có thể chịu đựng được, nhưng thời điểm này đang là cuối năm, đều là thời điểm anh và cô rất bận, lần này có đến hai tháng họ chưa gặp nhau rồi, mà để có được hai ngày nghỉ cô đã phải bận rộn liên tục, mất ngủ triền miên suốt một tuần lễ, tự nhiên thấy cảm giác thật tồi tệ, cô dứt khoát cúp máy.

Cúp máy xong chạy ra ngoài vẫy một chiếc taxi đến thẳng sân bay Hồng Kiều, thấy vị khách này sau khi lên xe nét mặt đăm đăm, cả quãng đường dài lái xe cũng không dám nói lời nào, theo yêu cầu của cô lái xe với tốc độ nhanh nhất có thể, ông trời như cũng thương tình, cả đoạn đường rất thuận lợi, đến sân bay Hồng Kiều mất hơn một tiếng đồng hồ, đúng là thần tốc.

Tới nơi cô mới bấm máy gọi cho Liêm Vân, máy bận, đợi một lúc sau gọi lại, vẫn bận.

Làm gì vậy không biết, không biết làm gì cô bấm máy gọi liên tục, Ân Như bực bội nhìn màn hình điện thoại, ánh mắt kìm nén.

Định bấm máy gọi lại thì chuông điện thoại reo, vừa nhấc máy đầu dây bên kia đã hỏi ngay, "Em làm gì vậy, ở sân bay mà bận máy liên tục thế sao, anh gọi mãi mà không gọi được".

"Anh đang ở đâu?". Không trả lời câu hỏi của anh, cô hỏi thẳng.

"Ở sân bay Phố Đông, em đang đứng ở đâu?". Anh nói to hơn, nghe kĩ, như có tiếng thở hổn hển vọng lại.

Cô trợn tròn mắt, sân bay Hồng Kiều lúc nào cũng tấp nập người qua kẻ lại, tiếng cười nói ồn ào rổn rang, Ân Như đứng trước một đoàn khách du lịch toàn những người cao tuổi đội mũ lưỡi trai màu vàng của công ty lữ hành nào đó, tay giữ chặt điện thoại, cúi đầu, im lặng.

Quá ồn ào, Liêm Vân không nhận thấy tâm trạng của cô có sự thay đổi, anh vẫn đứng đó hỏi lớn, "Em đang ở khu vực nào? Mẹ kiếp, xây sân bay to thế này để làm gì? Không nghĩ đến giới hạn của con người hay sao?".

Giới hạn của con người, cô đã tới ngưỡng giới hạn đó rồi, cố gắng tới lần thứ hai mới thốt ra lời, mắt Ân Như ầng ậng nước, "Đừng tìm nữa, em không ở sân bay Phố Đông".

"Không ở sân bay Phố Đông?". Anh ngẩn người ra, "Chẳng phải em nói sẽ đi chuyến tiếp theo về Hàn Quốc sao? Anh đã kiểm tra trên đường tới đây, chuyến bay tiếp theo về Hàn Quốc phải ba, bốn tiếng nữa mới cất cánh, em không ở sân bay lại chạy đi đâu?".

"Em ở sân bay, ở sân bay Hồng Kiều". Như hoàn toàn sụp đổ, cô hét lên.

Hét xong cả hai bên đều im lặng, phải một lúc sau Liêm Vân mới lên tiếng, "Em ở yên đấy, đợi anh, có được không?".

Không được cũng phải được, cô cũng đã mệt mỏi cùng cực rồi, làm gì còn sức mà đi đâu nữa?

Khi Liêm Vân đến được sân bay Hồng Kiều thì nhìn thấy cô cô độc ngồi trong phòng chờ, bên cạnh từng đoàn khách du lịch đang nói chuyện hết sức rôm rả, túi lớn túi nhỏ chất thành đống dưới đất, còn cô ôm một chiếc túi nhỏ ngồi một mình ở cuối đầu ghế, sự tương phản cực kì lớn, khiến cô trông càng thêm đáng thương.

Anh chạy đến đứng lặng trước mặt cô, Ân Như đang cụp mắt nhìn xuống, lúc đó mới nhìn thấy anh, cô ngẩng đầu đứng dậy, mím chặt môi không nói gì.

Thoáng nhìn cũng nhận ra cô vừa khóc, hai mắt vẫn còn đỏ hoe, hai con ngươi như hằn lên từng tia máu, từng tia như đâm thẳng vào trái tim anh.

Trong giây phút đó sự ồn ào trong phòng đợi như lắng xuống, những bóng người đi lại và tiếng nói bên cạnh đều trở nên mơ hồ xa xăm, trong mắt anh chỉ còn có cô, anh dang tay ôm cô vào lòng, lần đầu tiên trong đời giọng Liêm Vân như cầu khẩn, "Tiểu Như, dừng lại đi, chúng ta kết hôn nhé".

Chuyện đã xảy ra từ khi nào rồi? Rất xa rồi nhưng vẫn còn in đậm trong trí nhớ của anh, cô nằm gọn trong lòng anh mắt mở to, sau đó khóc và gật đầu, còn anh có cảm giác ngay lúc đó mọi thứ trên thế giới đều trở nên tròn đầy, anh không còn cần thêm gì nữa.

Sau đó thì sao? Sau đó bỏ ngoài tai sự phản đối của gia tộc mà kết hôn, sau đó cô đã có nhiều nhượng bộ vì cuộc hôn nhân này, cuối cùng ở lại bên anh.

Nhưng niềm hạnh phúc đó còn chưa kịp cảm nhận đã nhanh chóng biến mất, cô ở nhà tâm trạng bức bối, còn anh càng ngày càng bận rộn, thời gian trôi đi, hai người từ vừa gặp liền không kìm nén được ôm chầm lấy nhau mà hôn mà ôm thành gặp mặt mà không biết nói gì.

Ngẩn ngơ ở đó nhìn cô đứng trước cửa nhà, Liêm Vân càng lúc càng thấy khó thở.

Sau khi rời xa anh, cô có vẻ sống rất tốt, mặc dù đang ở cuối thai kì, nhưng trông tinh thần rất sảng khoái, sắc da sáng hồng hào, khi cười xinh đẹp rạng ngời.

Còn anh sống thật khổ sở. Giũ bỏ quá khứ, cô đi thật nhẹ nhàng, cô mãi mãi là người phụ nữ hoàn hảo với đôi cánh sải rộng, còn anh bị cô âm thầm bỏ lại chốn cũ, như vứt bỏ một người khách qua đường mờ nhạt trong đời mình.

Cảm giác chia li quá đau đớn, sau khi kết hôn, họ cũng từng cãi nhau, cũng từng chiến tranh lạnh, cô đã hi sinh, anh cũng nhượng bộ, nhưng sau khi cô quay trở lại làm việc, anh cảm giác như đấy chính là một sự khởi đầu mới, cuối cùng họ cũng thoát khỏi sự đau khổ của hôn nhân, tìm được một phương thức bên nhau mà cả hai cùng hài lòng.

Thực tế chứng minh tất cả đều không được, cuối cùng cô vẫn rời xa anh, vô cùng sắt đá, không hề có ý quay đầu lại.

Nhưng anh nhớ vợ mình, anh vẫn còn yêu cô, không muốn chia tay với cô.

Thời gian đầu anh hi vọng cô cũng cảm thấy đau khổ như anh, nhưng thời gian trôi đi, anh đã nhận ra rằng Ân Như rất kiên quyết, kiên quyết tới mức anh đành phải mời những người ở lĩnh vực chuyên trách truy tìm tông tích của cô.

Bên kia đường Ân Như đã nói xong điện thoại, vừa ngẩng đầu lên, thứ đầu tiên đập vào mắt cô chính là anh. Biểu hiện đầu tiên là không dám tin, sau đó cô nhìn anh chằm chằm không rời, đôi mắt phượng xinh đẹp không chớp.

Cô nghĩ mình đang nằm mơ.

Đã rất lâu rồi cô không gặp người đàn ông này, thực ra ngày xưa cũng đã có khoảng thời gian hai người xa nhau khá lâu, đặc biệt là trước khi kết hôn, lúc đó hai người đều mong ước một ngày có bốn mươi tám tiếng, bận rộn không có giây phút nào nghỉ ngơi, đôi khi vừa nhấc điện thoại lên nói được vài câu thì đầu dây bên kia đã có người xen vào, cô hay anh đều vậy, không thể không gác máy để xử lý công việc, vài câu ngắn ngủi, quanh đi quẩn lại chỉ là: "Em khỏe không, anh nhớ em". Nhiều khi bị gián đoạn cả một ngày mới nói xong.

Sau đó cô đã khóc ở sân bay, anh thì thầm khẩn cầu bên tai, "Dừng lại đi, chúng ta kết hôn nhé".

Hai bên ba mẹ đều phản đối, nhưng gia đình cô sống khá dân chủ, mặc dù không ủng hộ quyết định của cô nhưng cũng không kiên quyết ngăn cản.

Nhưng gia đình họ Liêm thì không như thế.

Quê Liêm Vân ở Hà Nam, gia tộc lớn mạnh, là nhân vật tiêu biểu trong giới thương gia truyền thống, anh lại là người nắm quyền điều hành của tập đoàn, quyết định việc hôn nhân đại sự vội vàng như vậy đã gây ra sóng to gió lớn trong cả gia tộc.

Sự xuất hiện của cô rõ ràng là con sóng lớn trong đầm sâu, ngoài ba mẹ ra, tất cả các ông chú ông bác trực hệ đều vội vàng quay về.

Ân Như nói chuyện với ba mẹ Liêm Vân khoảng năm phút liền hiểu ra, cô không được hoan nghênh trong gia đình này.

Nhưng những điều đó cô không quan tâm, người cô yêu là Liêm Vân, người cô muốn chung sống cũng là Liêm Vân, ba mẹ anh quanh năm ở quê nhà, các bậc cha chú khác cũng có công việc làm ăn ở khắp mọi miền đất nước, Liêm Vân nhiều nhất cũng chỉ gặp mặt họ trong các cuộc họp hội đồng quản trị, cô không cho rằng điều đó ảnh hưởng tới cuộc sống của cô và anh.

Cô đã lầm.

Sức mạnh của gia tộc truyền thống rất lớn, suy nghĩ của Liêm Vân không nhận được sự ủng hộ, đồng tình của bất cứ ai, những người họ hàng từ lâu vốn bất mãn với sự điều hành của anh giờ chĩa mũi dùi về phía cô, coi nghề nghiệp của cô và việc đột ngột từ bỏ công việc là sự uy hiếp đối với Liêm Thị. Có thể hiểu được, nếu cô sống trong một gia tộc truyền thống như thế này thì lợi ích luôn là thứ thiết thân, thế mà người đứng đầu lại đột nhiên muốn cưới một người vợ ngoại tộc, khiến ai cũng phải dè chừng.

Mặc dù anh không nói nhưng Ân Như có thể nhận ra anh đang phải chịu một áp lực rất lớn, cô yêu người đàn ông này, với tính cách của mình, cô không thể nhẫn nhục chịu đựng kiểu úp úp mở mở, vì thế cô quyết định đi tìm gặp các vị trưởng bối của gia tộc họ Liêm.

Phản ứng của họ rất lạnh nhạt và tỏ ra không tin vào những gì cô nói, cho tới khi cô lạnh lùng mỉm cười, vậy thì phải chứng minh thế nào?

Khi giấy tờ được đẩy tới trước mặt mình cô mới bừng tỉnh, họ đã chuẩn bị những giấy tờ này từ lâu, chỉ đang đợi cô tự đưa đầu vào lưới.

Có lẽ cô quá coi thường sự lợi hại của những người già cả đó, đúng là gừng càng già càng cay.

Lúc đặt bút ký cô cảm thấy thật bi thương, dường như không phải mình đang đặt bút ký để từ bỏ lợi ích thực chất trên giấy trắng mực đen mà chính là từ bỏ tất cả cuộc đời trước kia của mình.

Nhưng khi cô đứng bên cạnh Liêm Vân trong lễ đường, thấy anh nhìn mình mỉm cười, sau đó nắm lấy tay cô, cô lại cảm thấy tất cả rất đều rất đáng, cô không cần gì nữa.

Cô không hối hận, cho dù ở vào thời kì cô đơn nhất sau khi kết hôn cô cũng chưa bao giờ hối hận.

Anh đã mang tới cho cô nụ cười, khiến cô cảm thấy mình không còn thiếu, còn cần gì nữa. Ông trời không mắc nợ cô điều gì, mọi hạnh phúc niềm vui trên thế giới này đều có giá của nó, cô đồng ý trả cái giá đó.

Nhưng cùng với thời gian, anh vẫn bận rộn như thế, còn cô như con chim bị nhốt trong chiếc lồng son, cuộc sống chỉ còn gói gọn trong hai từ chờ đợi.

Cũng đã cãi vã, thời gian đầu anh còn an ủi, sau đó thì hết kiên nhẫn, cuối cùng phủi tay bỏ đi.

Rất nhiều lần cô bừng tỉnh giấc vào sáng sớm, phía sau nhà cỏ hoa tươi tốt, tiếng chim hót líu lo, nhà cũng có người nhưng chẳng có ai trong số đó là người cô cần.

Chiều muộn cô lại một mình chậm chạp đi từ phòng này sang phòng khác, ánh tà dương đẹp mê mẩn nhưng cũng chẳng có ai cùng thưởng thức, đến cô cũng có cảm giác mình sắp phát điên.

Cô đã từng thử, cũng đã từng cố gắng, cuối cùng tuyệt vọng khiến cô lựa chọn ra đi.

Tình yêu và sự vĩnh cửu phải chăng chỉ có thể chọn một? Cô không thể bình thản đối diện với mọi biến động trong cuộc sống, không thể tận hưởng mỗi ngày dù có hay không có anh bên cạnh, còn anh cũng không thể thay đổi được những suy nghĩ thâm căn cố đế của mình, mặc dù cả hai bên đều có nhượng bộ nhưng sự thật chứng minh họ vẫn là người thuộc hai thế giới khác nhau, mà hai thế giới thì không thể dung hòa làm một.

Khi bỏ đi cô không hận người đàn ông này, chỉ là thực hiện một quyết định mình cho là đúng, những ngày sau đó cô một mình đi du lịch khắp nơi, cô cũng từ chối việc mẹ muốn đi cùng để chăm sóc.

Đi qua rất nhiều nơi, suy nghĩ rất nhiều, cũng nhìn thấy rất nhiều, đương nhiên cũng có nghĩ tới anh, đôi khi một mình đứng ở nơi cảnh đẹp, bên cạnh du khách qua lại nườm nượp, người người ai cũng có đôi có cặp, cô cũng cảm thấy buồn bã.

Nhưng cô chưa bao giờ hối hận vì bất kì quyết định hay việc làm của mình, bởi vì có hối hận thì cũng không thể quay lại được, chỉ tăng thêm gánh nặng tâm lý mà thôi, dù sao cũng đã đến nước này rồi, vậy thì đừng quay đầu lại nữa.

Để quên một người, tốt nhất là không nên nghe bất kì tin tức nào về người ấy nữa, cắt đứt mọi sự liên hệ, để thời gian xóa sạch mọi ký ức.

Đáng tiếc cô không làm được điều đó, Tề Mi thường xuyên liên hệ với cô, cách vài ba hôm lại báo cáo chi tiết tình hình mới nhất của Liêm Vân với cô, thậm chí cả nguyên nhân Trần Lệ đến và đi cũng đều nói hết.

Cô hiểu ý của Tề Mi, cô ấy không phải là người thích xen vào chuyện nhà người khác, nhưng hai người rất hợp nhau, cùng rất kiên quyết trong những việc như thế này.

Vừa rồi cô còn nói chuyện với cô ấy, giọng Tề Mi ở cách xa ngàn dặm nhưng cũng không giấu nổi sự vui vẻ, cô ấy đã có thai, cuối cùng tình yêu với Thành Chí Đông cũng đã đơm hoa kết trái, lại nhắc tới Liêm Vân, nói rằng anh vẫn đang tìm cô, cuối cùng trước khi kết thúc cuộc nói chuyện đã nói với cô hết sức chân thành, "Ân Như, có thể cho mình chút niềm tin không? Để mình tin rằng tất cả mọi gập ghềnh đều chỉ là thử thách, khiến cả hai người nhận ra rằng sau khi trải qua mọi chuyện, cuối cùng vẫn mong muốn có người đó tồn tại trong cuộc sống của mình, mong người đó mãi ở bên mình, để mình tin rằng tình yêu tác thành hôn nhân, hôn nhân tác thành hạnh phúc".

Cô không trả lời bạn, nhưng sau khi cúp máy đúng vào khoảnh khắc cô ngước mắt lên lại nhìn thấy anh, Liêm Vân, chồng cô, ba của con cô.

Thoáng nhìn, cô thấy anh không hề thay đổi, cũng phải, tuổi thanh xuân của người đàn ông thường dài hơn phụ nữ, lại không phải chịu sự giày vò khi sinh đẻ, chỉ cần được bảo dưỡng thường xuyên thì có thể kiêu ngạo từ khi còn thanh niên trai tráng tới khi về già, không hề có tuổi.

Nhưng ánh mắt anh chứa đầy tâm sự, lo lắng đau khổ, nhìn thấy cô mà căng thẳng đến mức gần như đứng im bất động.

Ân Như cảm thấy ngạc nhiên, nhưng cũng rất thần kì, nghi ngờ trước mắt là ảo ảnh, rất nhiều những hình ảnh quá khứ và tương lai có anh hoặc không có anh xuất hiện đan xen vào nhau, bay lượn trên bầu trời như lưỡng sinh hoa[*].

Khi ở bên anh, cô đã từng hạnh phúc, đã từng cô đơn.

Khi không có anh bên cạnh, cô cũng từng hạnh phúc, đương nhiên cũng có cô đơn.

Nhưng hoàn toàn không giống nhau.

Ân Như, có thể cho mình chút niềm tin không? Để mình tin rằng tất cả mọi gập ghềnh đều chỉ là thử thách, khiến cả hai người nhận ra rằng sau khi trải qua mọi chuyện, cuối cùng vẫn mong muốn có người đó tồn tại trong cuộc sống của mình, mong người đó mãi ở bên mình, để mình tin rằng tình yêu tác thành hôn nhân, hôn nhân tác thành hạnh phúc.

Những lời đó vẫn như quanh quẩn đâu đây, lặp đi lặp lại trong không gian đêm yên tĩnh, đột nhiên cô cảm thấy mơ màng, thứ tình cảm được chôn chặt ở nơi sâu thẳm nhất trái tim như lay động, dường như có thứ gì đó đang gắng sức thoát ra, tự do bay nhảy.

(*) Một loài hoa trong truyền thuyết, trên một đài luôn có hai bông quay về hai hướng khác nhau, theo truyền thuyết loài hoa này là hóa thân của một đôi nam nữ tuy yêu nhau nhưng lại bị cái chết chia lìa.

Thứ đó có lẽ là dũng khí.

Dũng khí để thử lại một lần nữa?

Ân Như lại nhìn người đàn ông đứng trước mặt mình, tự nhiên cảm thấy biểu hiện của anh rất thú vị, cô nghiêng đầu mỉm cười.

Hết ngoại truyện về Vân - Như

Mục lục

NỮ HOÀNG & KẺ CƯỚP

Đỗ Mai Dung *dịch*

NHÀ XUẤT BẢN VĂN HỌC

18 NGUYỄN TRƯỜNG TỘ - BA ĐÌNH - HÀ NỘI
ĐT: 04.37161518 - 04.37161190, Fax: 04.38294781,
Email: tonghopvanhoc@vnn.vn
* Chi nhánh tại Tp. Hồ Chí Minh
290/20 Nam Kỳ Khởi Nghĩa - Quận 3
ĐT: 08.38469858, Fax: 08.38483481
* Văn phòng đại diện tại thành phố Đà Nẵng
580 đường Núi Thành - thành phố Đà Nẵng
ĐT: 0511.3797709

Chịu trách nhiệm xuất bản
NGUYỄN BÍCH HẢO

Chịu trách nhiệm nội dung
NGUYỄN THỊ HẠNH

Biên tập: Thanh Điệp
Vẽ bìa: Quảng Văn
Sửa bản in: Phương Linh
Trình bày sách: Hoàng Tú

In 3.000 cuốn, khổ 13.5x20.5 cm,
tại Công ty in và DVTM Phú Thịnh
Giấy chấp nhận ĐKKHXB: 331-2012/CXB/70-17/VH
In xong và nộp lưu chiểu năm 2012

LIÊN KẾT XUẤT BẢN

CÔNG TY CỔ PHẦN SÁCH VÀ TRUYỀN THÔNG QUẢNG VĂN

Trụ sở chính tại Hà Nội:
230, tổ 9, đường K3, Cầu Diễn, Từ Liêm, Hà Nội
Tel: (84-4)37633303 * Fax: (84-4)37633303
Văn phòng đại diện tại Tp. Hồ Chí Minh:
6/9 đường Đỗ Sơn, Phường 4, Quận Tân Bình, Tp. Hồ Chí Minh
Tel: (84-8)3 948 3385 * Fax: (84-8)3 948 3385

Homepage: www.quangvanbooks.com
Email: publication.qv@gmail.com
Wordpress: quangvan.wordpress.com
Facebook: www.facebook.com/ QuangVan.Book